'अरुंधती रॉय आपल्या काळातील सर्वोत्तम लेखकांपैकी एक आहेत.'

— नाओमी क्लेन

आज़ादी

स्वातंत्र्य / हुकूमशाही / फिक्शन

अरुंधती रॉय

अनुवाद
प्रविण अक्कानवरू

मेहता पब्लिशिंग हाऊस

please contact us at **Mehta Publishing House,** Pune 411030.
✆ +91 020-24476924 / 24460313 / Mob. No. 9545000513
Email : production@mehtapublishinghouse.com
Website : www.mehtapublishinghouse.com

◆ *या पुस्तकातील लेखकाची मते, घटना, वर्णने ही त्या लेखकाची असून त्याच्याशी प्रकाशक सहमत असतीलच असे नाही.*

AZADI by ARUNDHATI ROY

Translated into Marathi Language by Pravin Akkanawru

आज़ादी / अनुवादित लेखसंग्रह

अनुवाद : प्रविण अक्कानवरू

Email : author@mehtapublishinghouse.com

मराठी अनुवादाचे व प्रकाशनाचे हक्क : मेहता पब्लिशिंग हाऊस, पुणे.

प्रकाशक : सुनील अनिल मेहता, मेहता पब्लिशिंग हाऊस,
१९४१, सदाशिव पेठ, माडीवाले कॉलनी, पुणे ४११०३०.

मुद्रक : पार्कसन्स ग्राफिक्स

मुखपृष्ठ : मेहता पब्लिशिंग हाऊस

प्रथमावृत्ती : जानेवारी, २०२२

किंमत : ₹ २५०

P Book ISBN 9789392482359
E Book ISBN 9789392482427
E Books available on : amazonkindle Apple Books Google Play Books

---

‘उद्या’ हे ‘आज’ला मिळालेले केवळ दुसरे नाव नसावे.

– *एदुआर्दो गालेआनो, चिल्ड्रन ऑफ द डेज*

प्रस्तावना

ज्या वेळी आम्ही या पुस्तकाच्या शीर्षकासंदर्भात विचारविमर्श करत होतो, तेव्हा सायमन प्रोसेर या आमच्या युकेस्थित प्रकाशकांनी मला 'आज़ादी' हा विषय मनात उमटतो तेव्हा त्याबद्दल काय वाटते असे विचारले. क्षणाचाही विलंब न लावता मी 'कादंबरी' असे उत्तर दिले. या उत्तराचे माझे मलाच आश्चर्य वाटले. कारण एखाद्या लेखिकेला वेगवेगळ्या जगांतून, भाषांतून, कालखंडांतून, समाजांतून तसेच राजकीय विचारधारांतून मुक्तपणे संचार करत शक्य तितक्या व्यामिश्रपणे व्यक्त होण्याचे स्वातंत्र्य कादंबरीच प्रदान करते. कादंबरी आत्यंतिक क्लिष्ट तसेच बहुस्तरीय असू शकते परंतु याचा अर्थ ती विस्कळीत, बोजड किंवा अनिर्बंध असेल असे नाही. माझ्यासाठी कादंबरी म्हणजे जबाबदारीयुक्त 'आज़ादी' आहे. खरेखुरे स्वातंत्र्य. कुठल्याही दडपणाशिवायचे. या खंडातले काही लेख एका कादंबरीकाराच्या नजरेतूनच लिहिले आहेत. यावर तिच्या कादंबरीविश्वाचा निश्चितपणे प्रभाव आहे. काही लेख कल्पित आणि वास्तव जगातील धूसर होत जाणारी सीमारेषा अधोरेखित करतात. हे सर्व लेखन २०१८ ते २०२० या दोन वर्षांदरम्यानचे आहे. भारतासाठी ही दोन वर्षे जणू दोन शतकासारखी भासत आहेत. यादरम्यान, कोविड-१९ च्या हाहाकारामुळे आपले जग एका नव्या प्रवेशद्वाराच्या उंबरठ्यावर उभे आहे. आताशा हा प्रवास पार करून आपण जिथून माघारी परतणे मुश्कील आहे; अशा ठिकाणी पोहोचलो आहोत. किमान गतकाळातील सामाजिक, राजकीय, आर्थिक आणि विचारधारात्मक धारणांना तडा गेल्याखेरीज तरी निश्चितच नाही. संग्रहातील शेवटचा

लेख याचसंदर्भात आहे. कोरोना विषाणूमुळे 'आज़ादी' या संकल्पनेला अजून एक विचित्र आयाम प्राप्त झाला आहे: या मुक्त विषाणूने आंतरराष्ट्रीय सीमारेषांची जणू थट्टाच उडवली, अवघ्या जागतिक लोकसंख्येला घराघरांत डांबून ठेवले. हे एरवी इतर कुठल्याच गोष्टीमुळे शक्य झाले नसते. या साथीमुळे आपल्या आजवरच्या जीवनपद्धतीवर एक निराळाच प्रकाशझोत पडला. ज्या मूल्यांवर आधुनिक समाज उभारला आहे त्याबद्दल प्रश्न विचारण्यास, तसेच आजवर आपण कोणत्या गोष्टींना पूजनीय मानले आणि काय बाजूला सारले हेही पडताळून पाहण्यास या साथीने आपल्याला भाग पाडले. या भीषण द्वारातून दुसऱ्या जगात प्रवेशताना सोबत काय न्यायचे आणि मागे काय सोडायचे हा प्रश्न स्वतःला विचारावाच लागणार आहे. ही मुभा नेहमी असेल असेही नाही; परंतु याबद्दल विचारसुद्धा न करणे हा पर्याय मात्र आपल्याकडे खचितच नाही. आणि म्हणूनच, यासंदर्भात विचार करताना आपण मागे सोडलेल्या जगाची, आपल्यामुळे या ग्रहाच्या झालेल्या अपरिमित हानीची आणि आपल्या आजूबाजूला वावरणाऱ्या मनुष्यप्राण्यांवर होत असलेल्या घोर अन्यायाची आणखीनच खोल जाणीव असणे अत्यावश्यक झाले आहे. या साथीच्या सावटाआधी लिहिलेले हे सगळे लेख (एक वगळता) झालेल्या क्षतीची भरपाई करण्यात किंचित तरी मदतीचे ठरतील अशी मला आशा आहे. अगदीच सोप्या शब्दांत सांगायचे झाले, तर आपण प्रतीकात्मक धावपट्टीवर उभ्या असलेल्या अशा एका विमानात बसलेले आहोत, ज्याने अजूनपावेतो अज्ञात स्थळी सगळ्यांना घेऊन जाण्यासाठी उड्डाण केले आहे. भावी इतिहासकारांसाठी हा काळ तर विशेष अकादमिक रुचीचा ठरणार आहे.

'डब्लू. जी. सेबाल्ड लेक्चर ऑन लिटररी ट्रान्सलेशन' हे २०१८ च्या जून महिन्यात लंडनमधील ब्रिटिश लायब्ररीत मी दिलेले व्याख्यान हा या संग्रहातील पहिला लेख आहे. आपल्याला ज्ञात असलेल्या हिंदुस्थानी भाषेची, दुःखद आणि काहीशा मनमानी पद्धतीने, लिपीही भिन्न असलेल्या हिंदी आणि उर्दू या दोन वेगवेगळ्या भाषांत कशाप्रकारे भोंगळ विभागणी केली गेली आहे, या विषयाने सदर लेखाचा बराचसा भाग व्यापला आहे. (या प्रक्रियेतली घोडचूक म्हणजे हिंदी ही हिंदूंची आणि उर्दू मुस्लिमांची असा जोडला गेलेला सहसंबंध). एका शतकाहून अधिक काळ चालत आलेल्या या गोष्टीत खरेतर त्या संकटाची निशाणी सुप्तपणे लपली होती. ते आज हिंदू राष्ट्रवाद या नावाने आपल्यासमोर सुनियोजितपणे उभं आहे.

आपल्यापैकी अनेकांना २०१८ हे मोदी आणि त्यांच्या हिंदू राष्ट्रवादी पक्षाचे सत्तेतील अखेरचे वर्ष ठरेल असे वाटले होते. या संग्रहातील सुरुवातीचे लेख तोच आशावाद व्यक्त करतात. २०१९ च्या सार्वत्रिक निवडणुका जवळ आल्यानंतर

बऱ्याच निवडणूकपूर्व भाकितांमध्ये मोदी आणि त्यांच्या पक्षाची लोकप्रियता नाट्यमयरीत्या घसरत असल्याचे दाखवण्यात आले होते. अशा नाजूक वेळी देशातले जनमत प्रभावित करण्यासाठी एखादा तोतया हल्ला किंवा युद्धही छेडले जाऊ शकते, अशी धाकधूक आपल्यापैकी बऱ्याच जणांना होती. 'धोकादायक लोकशाहीतील निवडणुकांचा हंगाम' (३ सप्टेंबर २०१८) हा लेख इतर अनेक बाबींसोबत या भीतीबद्दलही भाष्य करतो. त्या वेळी आपण सर्वांनी श्वास रोखून धरले होते. आणि २०१९ च्या फेब्रुवारीत, अर्थात निवडणुकांच्या काही आठवडे आधी, हल्ला झालाच. काश्मीरमध्ये एका आत्मघातकी दहशतवाद्याने बॉम्बहल्ल्यात आपल्या चाळीस सुरक्षा जवानांचा जीव घेतला. हल्ला खोटा की खरा, ठाऊक नाही; परंतु वेळ मात्र अचूक साधण्यात आली होती. मोदी आणि त्यांचा पक्ष राक्षसी बहुमताने पुन:श्च सत्तेवर आला.

आणि आता मात्र, या पुस्तकात धांडोळा घेतल्याप्रमाणे, भाजपने आपल्या दुसऱ्या कार्यकाळातल्या पहिल्या वर्षभरातच खेळलेल्या विविध खेळींनी भारताचा चेहरामोहरा ओळखूही न येण्याइतपत बदलला आहे. आपल्यापैकी बऱ्याच जणांनी जे स्वप्न पाहिले आहे (आणि अजूनही त्यासंदर्भात पूर्णतः हार मानलेली नाही, हे या पुस्तकावरूनही सिद्ध होतेच) त्या राज्यघटनेत वर्णिलेल्या आणि अद्याप प्रत्यक्षात येऊ न शकलेल्या धर्मनिरपेक्ष, सर्वसमावेशक प्रजासत्ताकाचा पायाच उद्ध्वस्त केला जाण्याचा धोका निर्माण झाला आहे. फॅसिझमची सुसज्ज यंत्रणा डोळ्यांत डोळे घालून आपल्यावर चाल करून येत आहे. कोरोनाच्या साथीमुळे या प्रक्रियेचा वेग वाढलेला असताना, अजूनही आपण त्याच्या खऱ्या स्वरूपाचा उच्चार करण्यास कचरत आहोत.

मी जेव्हा फेब्रुवारी २०२० च्या शेवटच्या आठवड्यात ही प्रस्तावना लिहायला सुरुवात केली, तेव्हा अमेरिकेचे राष्ट्राध्यक्ष डोनाल्ड ट्रम्प आणि त्यांचे कुटुंबीय भारताच्या शासकीय दौऱ्यावर आले होते. म्हणजेच या प्रस्तावनेलाही या तडा गेलेल्या काळातून, साथीच्या या प्रवेशद्वारातून पार व्हावे लागले आहे. भारतात ३० जानेवारी रोजी कोविडचा पहिला रुग्ण आढळला. बाकीच्यांचे जाऊ द्या, अगदी सरकारलाही याची दखल घ्यावीशी वाटली नाही. जम्मू आणि काश्मीर राज्याचा विशेष दर्जा काढून तसेच तिथल्या जनतेला जगापासून तोडत, माहितीपासून पूर्णतः वंचित करून दोनशेहून अधिक दिवस लोटले आहेत. तसेच बहुतेकांच्या मते असंवैधानिक असणाऱ्या नव्या मुस्लिमविरोधी नागरिकत्व कायद्याच्या विरोधात लाखोंच्या संख्येने आंदोलक रस्त्यावर उतरूनही दोन महिने होत आले आहेत. मोदी आणि ट्रम्प यांचे चेहरे छापलेले मुखवटे परिधान केलेल्या गर्दीसमोर, जाहीर सभेत बोलताना डोनाल्ड ट्रम्प यांनी भारतीय क्रिकेट खेळतात, दिवाळी साजरी करतात आणि बॉलिवूडचे सिनेमे बनवतात ही बहुमूल्य माहिती पुरवली. आम्हाला

आमच्याबद्दलचीच माहिती ऐकून धन्य वाटले. यादरम्यानच त्यांनी भारताला तीन अब्ज डॉलर किमतीचे एमएच-६० हेलिकॉप्टर्स विकले. आजवर फार कमी वेळा भारताने स्वतःला जाहीररीत्या इतके अपमानीत केले आहे.

परंतु ज्या ठिकाणी ट्रम्प यांनी ती रात्र घालवली त्या दिल्ली हॉटेलमधील ग्रँड प्रेसिडेन्शिअल सूटपासून, तसेच जिथे त्यांनी मोदींसोबत व्यापारी वाटाघाटी केल्या त्या हैदराबाद हाउसपासून जवळच दिल्ली जळत होती. शहराच्या ईशान्य भागातील कामगार वस्त्यांत राहणाऱ्या मुस्लिमांवर हल्ले करण्यात आले होते. हिंसेचा ज्वर वातावरणात काही काळापासून होताच. राजकीय नेते नव्या नागरिकत्व कायद्याविरुद्ध शांततापूर्ण मार्गाने ठिय्या आंदोलन करणाऱ्या मुस्लीम महिलांना उघड उघड धमक्या देत होते. जेव्हा हिंसाचार सुरू झाला तेव्हा मुस्लिमांनीही प्रत्युत्तर दिले. घरे, दुकाने, गाड्या जाळण्यात आल्या. एका पोलिसासमवेत अनेक जण मारले गेले. आणखी कित्येकांना बंदुकीच्या गोळ्यांनी जखमी झाल्यामुळे रुग्णालयात भरती करावे लागले. इंटरनेटवर भयावह चित्रफिती फिरत होत्या. त्यातल्या एका चित्रफितीत वर्दीधारी पोलीस रस्त्यावर जखमी अवस्थेत एकमेकांवर चोळा-गोळा होऊन पडलेल्या मुस्लीम पुरुषांना राष्ट्रगीत म्हणण्यासाठी दमदाटी करत होते. (त्यानंतर त्यांच्यातील फैजन नावाचा एक जण मृत्यू पावला. त्याचा कसा छळ करण्यात आला आणि एका पोलिसाने कशी आपली काठी त्याच्या घशात घुसवली होती यासंदर्भातील थरकाप उडवणारी बातमी हफिंग्टन पोस्टने केली होती.)

ट्रम्प यांनी त्यांच्याभोवती सुरू असलेल्या या भयानक परिस्थितीबद्दल अवाक्षरही काढले नाही. त्याऐवजी त्यांनी नरेंद्र मोदी यांना 'राष्ट्रपिता' ही उपाधी बहाल केली. माझ्या माहितीप्रमाणे आतापावेतो ही उपाधी गांधींनाच उद्देशून वापरली जात असे. मी काही गांधींची चाहती नव्हे, परंतु तेसुद्धा या उपाधीस खचितच पात्र नव्हते.

ट्रम्प यांच्या प्रयाणानंतरही पुढे कित्येक दिवस हा हिंसाचार सुरू होता. ५० हून अधिक लोकांनी यात आपले प्राण गमावले. जवळपास तीनशे लोक गंभीररीत्या जखमी होऊन दवाखान्यात भरती झाले. संसदेत मात्र गृहमंत्र्यांनी स्वतःची तसेच पोलिसांची पाठ थोपटली. इतर नेत्यांनी समर्थकांच्या उत्स्फूर्त प्रतिसादात आवेशपूर्ण भाषणबाजी केली, ज्यात त्यांनी हिंसाचारास उद्युक्त केल्याबद्दल, स्वतःवरच हल्ले चढवल्याबद्दल, स्वतःचीच घरे, दुकाने जाळल्याबद्दल आणि स्वतःचेच मृतदेह वस्त्यांमधून वाहणाऱ्या उघड्या गटारात फेकून दिल्याबद्दल कमी-अधिक प्रमाणात मुस्लिमांनाच दोषी ठरवले. मुख्य प्रवाहातील माध्यमांकडून या हिंसाचारास हिंदू-मुस्लीम दंग्याचा रंग देण्याचा सर्वतोपरी प्रयत्न करण्यात आला. मी मात्र याला दंगा म्हणणार नाही. माझ्यामते हा सशस्त्र फॅसिस्ट जमावांकडून मुस्लिमांचा वांशिक नरसंहार घडवून आणण्याचा प्रयत्न होता.

ज्या वेळी मृतदेह गटारांमध्ये तरंगत वर येत होते, तेव्हा कुठे भारतीय सरकारी अधिकाऱ्यांनी कोविड विषाणूसंदर्भातील पहिली बैठक बोलावली. २४ मार्च रोजी जेव्हा मोदींनी राष्ट्रव्यापी टाळेबंदी जाहीर केली, तेव्हा मात्र भारताने स्वतःची भयावह, लाजिरवाणी गुपिते जगासाठी खुली केली.

पुढे काय?

या जगाची नव्याने कल्पना करणे. बस इतकेच!

अनुक्रमणिका

१

विकल शहरांवर कोणत्या भाषेत पाऊस पडतो?*

'द मिनिस्ट्री ऑफ अटमोस्ट हॅपिनेस' या कादंबरीत रेंगाळणारं पाब्लो नेरूदाचं अवतरण

'द गॉड ऑफ स्मॉल थिंग्स' ही माझी पहिलीवहिली कादंबरी प्रकाशित होऊन एकच आठवडा लोटला होता. या पुस्तकाच्या कोलकाता येथील अभिवाचनादरम्यान, श्रोत्यांमधून एक सदस्य उभे राहिले आणि त्यांनी उघड-उघड खुनशी स्वरात मला विचारले' आजवर कुण्या 'लेखका'ने स्वतःच्या मातृभाषेव्यतिरिक्त इतर कुठल्या परकीय भाषेत एखादी अभिजात साहित्यकृती निर्माण केली आहे का?'

मी महान साहित्य निर्माण केल्याचा (वा पुरुष असल्याचा) कुठलाही दावा केला नव्हता. परंतु काहीही असले, तरी त्यांचा माझ्याविषयीचा राग मी समजू शकत होते. मी भारतात राहून इंग्रजीमध्ये एक कल्पनातीत प्रसिद्धी मिळवणारी कादंबरी लिहिलेली लेखिका होते. मी त्या व्यक्तीला जे उत्तर दिले त्यामुळे त्याच्या संतापात भरच पडली. मी म्हणाले 'नाबोकोव्ह'. त्यांनी तिरीमिरीत सभागृह सोडले.

आजमात्र त्या प्रश्नाचे समुचित उत्तर अर्थातच 'अल्गोरिदम्स' असते. आता आपल्याला सांगण्यात येत आहे, की कृत्रिम प्रज्ञा (AI) कोणत्याही भाषेत महान साहित्य निर्माण करू शकते, आणि त्याचा इतर भाषांतील महान साहित्यात अनुवादही करू शकते. आपल्याला ज्ञात असलेला आणि ज्याचे आपल्याला ढोबळ आकलन आहे असे आपल्याला वाटते तो कालखंड आता अस्ताकडे सरकत आहे.

---

* ५ जून २०१८ रोजी ब्रिटिश लायब्ररीमध्ये सादर केलेले 'डब्लू. बी. सेबाल्ड लेक्चर ऑन लिटररी ट्रान्सलेशन'. यापूर्वी २५ जुलै २०१८ रोजी 'लिटररी हब'मध्ये आणि २७ जून २०१८ रोजी Raiot मध्ये प्रकाशित.

अशावेळी आपल्या सगळ्यांमधली, अत्यंत खास अशी 'आपल्या'सारखी निरुपयोगी माणसे सोबतच्या इतर निरुपयोगी माणसांमुळे उत्पन्न झालेल्या भाषेविषयीच्या दुर्बोध आवडीमुळेच या ठिकाणी जमली आहेत.

मातृभाषा/अभिजात साहित्यकृतीविषयीच्या त्या प्रसंगानंतर काहीच आठवड्यांनी मी एका थेट प्रक्षेपण होत असलेल्या रेडिओ कार्यक्रमात सहभागी झाले होते. तिथे आलेले दुसरे पाहुणे एक ब्रिटिश इतिहासकार होते. मुलाखतकाराने विचारलेल्या एका प्रश्नाचे उत्तर देताना त्यांनी ब्रिटिश साम्राज्यवादावर स्तुतिसुमने उधळली. 'हे तुम्हालाही लागू होते', ते माझ्याकडे वळून काहीशा दर्पयुक्त सुरात म्हणाले, 'तुम्ही इंग्रजी भाषेत लिहिता ही वस्तुस्थिती म्हणजे ब्रिटिश साम्राज्याला दिलेली एकप्रकारची मानवंदनाच आहे.'

त्या काळातल्या रेडिओ कार्यक्रमांची फारशी सवय नसल्याकारणाने एखाद्या सुस्वभावी, हल्लीच सुसंस्कृततेच्या पहिल्या पायरीवर पोहोचलेल्या रानटी जमातीतल्या सदस्याने राहायला हवे त्याप्रमाणे मीही काही क्षण शांत राहिले. परंतु त्यानंतर मात्र माझे संतुलन ढळले आणि मी त्यांना उद्देशून मनाला लागतील अशा काही गोष्टी बोलले. त्यामुळे ते इतिहासकार व्यथित झाले. कार्यक्रमानंतर त्यांनी मला सांगितले, की ते जे काही बोलले त्याद्वारे ते माझे कौतुकच करत होते. त्यांना माझे पुस्तक आवडल्याचेही त्यांनी मला सांगितले. मी त्यांना प्रतिप्रश्न केला, की जाझ, ब्लूज आणि इतर सर्व आफ्रिकन अमेरिकन लेखन व काव्य म्हणजे गुलामगिरीला दिलेल्या मानवंदना होत्या का? आणि एकंदर दक्षिण अमेरिकन साहित्य म्हणजे स्पॅनिश आणि पोर्तुगीज वसाहतवादाला वाहिलेली आदरांजली होती का?

माझा सात्विक संताप बाजूला ठेवला, तरी दोन्ही प्रसंगांत मी दिलेले प्रतिसाद या बचावात्मक प्रतिक्रिया होत्या. ती चपखल उत्तरे नव्हती. कारण ते प्रसंग अनेक दाहक प्रश्नांना स्पर्श करत होते - वसाहतवाद, राष्ट्रवाद, अस्सलपणा, अभिजनवाद, देशीवाद, जात आणि सांस्कृतिक अस्मिता. हे सगळे प्रश्न एखाद्या हाडाच्या लेखकासाठी अत्यंत गंभीर आणि संवेदनशील आहेत. परंतु जसे त्या दोन पुरुषांनी केले त्याप्रमाणे भाषेला मूर्तरूप दिल्याने खरेतर भाषेचा आवाजच दाबला जातो. जेव्हा तसे घडते, जे की अशा प्रकारच्या वादविवादात सर्रास पाहायला मिळते, तेव्हा प्रत्यक्षात लिहिले गेले आहे त्याला काहीच अर्थ उरत नाही. हे पचवणे मला जड जात होते. आणि तरीसुद्धा मला ठाऊक आहे- ठाऊक होते की - भाषा ही अत्यंत खासगी गोष्ट असूनदेखील सर्वाधिक सार्वजनिक गोष्टींपैकी एक आहे. मला दिली गेलेली आव्हाने खरीखुरी होती. आणि अर्थातच, मी त्यांच्याविषयी बोलत आहे याचाच अर्थ मी अजूनही त्यांच्याबद्दल विचार करत असते असाच होतो.

कोलकाता हे माझ्या आईपासून विभक्त झालेल्या माझ्या वडिलांचे तसेच लांबलचक तांबडी जीभ आणि अनेक भुजा असणाऱ्या कालिमातेचे शहर आहे. या शहरातील आधी नमूद केलेल्या पुस्तक अभिवाचनाच्या रात्री मी माझी मातृभाषा प्रत्यक्षात कोणती होती या विचारात पडले. राजकीयदृष्ट्या संतुलित, सांस्कृतिकदृष्ट्या समर्पक आणि नैतिकदृष्ट्या योग्य अशी कोणती भाषा होती, किंवा आहे, जिचा मी विचार करण्यासाठी तसेच लिहिण्यासाठी वापर करते? मला असे जाणवले, की माझी दुसरी आई (भारतमाता) तर जणू 'एलियन' (परग्रहवासी) होती. तिच्याकडे असलेले हात कालिमातेपेक्षा संख्येने कमी होते, परंतु जिव्हा (भाषा) मात्र खचितच जास्त होत्या. इंग्लिश नक्कीच त्यांच्यापैकी एक होती. माझ्या इंग्रजीची लांबी-रुंदी आणि खोली माझ्या आईच्या इतर अनेक भाषांच्या ठेक्यामुळे आणि आरोह-अवरोहांमुळे विस्तारली आहे. मी तिला 'एलियन' म्हटले, कारण तिच्याकडे स्वतःचे म्हणावे असे काहीच नव्हते. राष्ट्राच्या आकाराच्या तिच्या देहाला आधी हिंसक पद्धतीने एकत्रित आणण्यात आले आणि त्यानंतर ब्रिटिशांनी साम्राज्यवादी लेखणीच्या एका फटकाऱ्याने तिचे पुन्हा एकदा हिंसक पद्धतीने तुकडे केले. तिच्या नावे, तिचा भाग बनून राहण्याची अजिबात इच्छा नसणाऱ्यांवर (उदा. काश्मिरी) आणि तशी इच्छा बाळगणाऱ्यांवरदेखील (उदा. भारतीय मुस्लीम आणि दलित) ज्याप्रमाणे बेछूट हिंसाचार केला जातो, त्यानुसार ती आईपणाला काळिमा फासणारी आई ठरते. तिला 'एलियन' म्हणण्यामागे हेसुद्धा कारण होते.

तिला किती भाषा येतात? शासकीय आकडेवारीनुसार अंदाजे ७८०. त्यांच्यापैकी केवळ २२ भाषांना भारतीय संविधानाने अधिकृत दर्जा प्रदान केला आहे. अजून ३८ भाषा तो दर्जा मिळावा यासाठी प्रतीक्षा करत आहेत. प्रत्येकीचा वसाहतीकरणाचा अथवा स्वतः वसाहत बनून राहण्याचा स्वतंत्र इतिहास आहे. त्यांच्यापैकी काही स्पष्टपणे केवळ शोषक वा केवळ शोषित आहेत. यापैकी कोणतीही राष्ट्रभाषा नाही. निदान अजूनतरी नाही. हिंदी आणि इंग्रजीला 'शासकीय कामकाजाच्या भाषेचा' दर्जा देण्यात आला आहे. भारतीय राज्यघटनेनुसार (जी इंग्रजीत लिहिली गेली होती याची आपण नोंद घ्यावयास हवी), २६ जानेवारी १९६५ पासून, अर्थात घटना अमलात आल्यानंतर पंधरा वर्षांनी, राज्याने शासकीय कामकाजासाठी इंग्रजी भाषेचा वापर थांबवणे अपेक्षित होते. तिची जागा देवनागरी लिपीत लिहिली जाणारी हिंदी घेणार होती.[१] तरीसुद्धा हिंदीला राष्ट्रभाषा करण्यासाठीच्या किंचितशाही गंभीर हालचालीला, देशातल्या गैर-हिंदी भाषिक राज्यात उफाळणाऱ्या हिंसाचाराशी तोंड द्यावे लागत असे. (एकच सामायिक भाषा पूर्ण युरोपभर सक्तीने लागू केली जाण्याच्या प्रयत्नांची कल्पना करा.) त्यामुळेच अपराधीपणाने, अनधिकृतरीत्या आणि आपसूकपणे इंग्रजी आपले स्थान इथे अधिकाधिक पक्के करत राहिली.

यातला 'अपराधभाव' खरेतर अप्रस्तुत आहे. भारत एक देश असणे, एक राष्ट्र-राज्य असणे ही मुळातच एक ब्रिटिश संकल्पना होती. म्हणूनच तितक्याच चांगल्या वा वाईट भावना इंग्रजीबद्दल बाळगता येतील. 'भारत' या संकल्पनेबद्दल बाळगता येतील. त्या ब्रिटिश साम्राज्यवादी इतिहासकाराने सुचवल्याप्रमाणे इंग्रजीत लिहिणे अथवा वार्तालाप करणे म्हणजे ब्रिटिश साम्राज्याला आदरांजली वाहणे असे मुळीच नाही. उलट त्या साम्राज्यवादाने उत्पन्न केलेल्या परिस्थितीतून मार्ग काढण्यासाठीचा हा एक व्यवहार्य तोडगा आहे.

वेगळ्या अंगांनी पाहता, मूलभूतरीत्या, भारत हे अजूनही एक साम्राज्यच आहे. भारताचा भूप्रदेश एकसंध राखण्यासाठी सशस्त्र फौजा तैनात कराव्या लागतात, सर्व कारभार दिल्लीतून चालवला जातो, जी तिच्या बहुतांश प्रजेसाठी एखाद्या दूरस्थ वासाहतिक राजधानीसमान आहे. जर भारताचे विभाजन स्वतंत्र भाषिक प्रजासत्ताकांमध्ये झाले असते, तर युरोपमधील राष्ट्रांनी करून दाखवल्याप्रमाणे, इथूनही इंग्रजी हद्दपार झाली असती. परंतु तरीसुद्धा, खरोखर असे काही झाले नसते असे वाटते. नजीकच्या भविष्यातही हे शक्य नाही. वस्तुस्थिती अशी आहे, की जरी एका लहानशा, अल्पसंख्य गटाकडून (जी संख्या तरीही कोटींमध्ये आहे) बोलली जात असली, तरी इंग्रजी ही दळणवळणाची, संधीची, न्यायालयांची, राष्ट्रीय वृत्तसंस्थांची, कायदेपंडितांची, विज्ञानाची, अभियांत्रिकीची आणि आंतरराष्ट्रीय संवादाची भाषा आहे. ही हक्क प्राप्त होण्याची आणि त्यापासून वंचित राहण्याची भाषा आहे. तसेच ही मुक्तीची भाषा आहे, जिचा वापर करून भेदभावाचा अत्यंत मुत्सद्दीपणाने समाचार घेतला गेला आहे. डॉ. बाबासाहेब आंबेडकरांनी आजवर खूप मोठ्या प्रमाणावर वाचले गेलेले, तसेच कित्येक भाषांत अनुवादित झालेले 'ॲनीहिलेशन ऑफ कास्ट' (जातिनिर्मूलन) इंग्रजी भाषेतच लिहिले होते. या पुस्तकातून त्यांनी हिंदू धर्मातील जातिव्यवस्थेचा अत्यंत कठोर शब्दांत धिक्कार केला आहे. कोणत्याही समाजाने ज्याचे केवळ स्वप्नच पाहिले असेल, अशा संस्थात्मक शोषणाच्या सर्वाधिक क्रूर व्यवस्थेसंदर्भातील चर्चेत क्रांती घडविण्याचे काम या पुस्तकाने केले. जर आंबेडकरांनी केवळ त्यांच्या जातीतील आणि समाजातील लोक वाचू शकतील अशाच भाषेत लिहावे यासाठी वरच्या जातींनी प्रयत्न करून त्यात यश मिळवले असते, तर आज गोष्टी कितीतरी निराळ्या असल्या असत्या. आज कित्येक दलित कार्यकर्ते, आंबेडकरांपासून प्रेरणा घेत, खालच्या जातीतल्या विद्यार्थ्यांना (राष्ट्रवादाच्या आणि वसाहतवादविरोधाच्या नावाखाली) चांगल्या प्रतीचे इंग्रजी शिक्षण नाकारले जात असेल, तर त्याकडे शूद्र आणि बहिष्कृत समजल्या जाणाऱ्यांसंदर्भातील शिक्षणविरोधी, साक्षरताविरोधी, तसेच ज्ञान आणि संपत्तीपासून वंचित ठेवू इच्छिणाऱ्या ब्राह्मणी परंपरेचे नवे प्रारूप म्हणून बघतात. या मुद्द्याकडे लक्ष वेधण्यासाठीच,

२०११ मध्ये दलित अभ्यासक चंद्रभान प्रसाद यांनी गावात दलित देवी 'इंग्रजी'चे देऊळ बांधले. ते म्हणतात 'ही देवी म्हणजे दलित पुनरुत्थानाचे प्रतीक आहे', 'या उतरंडीच्या तळापासून वर जाण्यासाठी आणि कायमचे मुक्त होण्यासाठी आम्ही इंग्रजीचा वापर करणार आहोत'.[२]

जशी या नव्या जगाची आर्थिक व्यवस्था कामाला लागते- ज्यामध्ये काहींना प्रकाशवाटा दाखवल्या जातात तर काहींना अंधाऱ्या गर्तेत ढकलले जाते, या अंधार आणि प्रकाशाच्या खेळात इंग्रजी माहीत असणे आणि माहीत नसणे यावर बरेच काही अवलंबून असते.

या विचित्र परिस्थितीवर कडी म्हणजे सांप्रतच्या हिंदू राष्ट्रवादी सत्तेद्वारे इथल्या जनतेवर 'एक राष्ट्र, एक धर्म, एक भाषा' हा त्यांचा दृष्टिकोन थोपवण्याचा केला जात असलेला प्रयत्न. स्थापनेपासून म्हणजे १९२० च्या दशकापासून हिंदू राष्ट्रवादाची गंगोत्री, तसेच आजच्या भारतातील सर्वांत शक्तिशाली संघटना असणाऱ्या राष्ट्रीय स्वयंसेवक संघाची (रास्वसं) 'हिंदी-हिंदू-हिंदुस्तान' ही नेहमीच एक कळकळीची मागणी राहिलेली आहे. यातला विरोधाभास म्हणजे, हे तिन्ही शब्द अल-हिंद या पर्शियन-अरेबिक शब्दापासून उगम पावले आहेत. तसेच हिंदुस्तान म्हणजे सिंधू नदीच्या पूर्वेस वसलेला प्रदेश. या शब्दातील 'स्तान'(ठिकाण) हा प्रत्यय आणि संस्कृतातील 'स्थान' (म्हणजेही 'ठिकाण'च) हा शब्द यांच्यादरम्यान गोंधळ उडायला नको. 'हिंदू' हे त्या प्रदेशात राहणारे लोक होते (धर्म नव्हे). दुसऱ्या देशांच्या अनुभवांवरून संघाने धडा घ्यावा अशी अपेक्षा करणे अतिशयोक्ती ठरेल. परंतु जेव्हा इस्लामी प्रजासत्ताक असलेल्या पाकिस्तानने पूर्व-पाकिस्तानातील त्याच्या बंगाली-भाषिक जनतेवर उर्दू थोपवण्याचा प्रयत्न केला तेव्हा त्याला स्वतःचे अर्धे राज्य गमवावे लागले होते. अनेक वर्षांच्या रक्तरंजित यादवी युद्धाच्या स्वरूपात श्रीलंकेला स्वतःच्या तामीळ जनतेवर सिंहली भाषा लादण्याच्या प्रयत्नांची भरपाई करावी लागली.

हे सर्व काही सांगण्याचा उद्देश म्हणजे जिथे आपण राहतो, काम करतो (आणि लिहितो) तो भारत एक अत्यंत गुंतागुंतीचा प्रदेश आहे. इथे कधीच सर्व काही सुरळीत होऊ शकत नाही. विशेषतः भाषेविषयीचा- किंवा भाषांविषयीचा प्रश्न.

२००२ मध्ये, ज्या वेळी सूझान सोनटॅग 'डब्लू. जी. सेबाल्ड लेक्चर' सादर करत होती, त्या वेळी यातल्या काही गुंतागुंतीची तिला निश्चितपणे कल्पना होती. तिच्या व्याख्यानाचे शीर्षक होते 'द वर्ल्ड ॲज इंडिया : ट्रान्सलेशन ॲज अ पासपोर्ट विदिन द कम्युनिटी ऑफ लिटरेचर' (भारत नावाचे जग : साहित्य समुदायात एखाद्या पासपोर्टसारखे असणारे अनुवादाचे अस्तित्व). मी ज्यासंदर्भात

बोलणार आहे तो विषय आहे 'ट्रान्सलेशन ॲज अ रायटिंग स्ट्रॅटेजी इन अ कम्युनिटी विदाउट पासपोर्ट्स' (पासपोर्टरहित समुदायासाठी लेखन-धोरण म्हणून अनुवादाचा वापर).

✷

'द गॉड ऑफ स्मॉल थिंग्स' प्रकाशित होऊन वीस वर्षे उलटल्यानंतर मी 'द मिनिस्ट्री ऑफ अटमोस्ट हॅपिनेस' नावाची माझी दुसरी कादंबरी लिहिली. मी हे बोलायला नको, परंतु कादंबरीचा जर एखादा शत्रू असू शकला असता, तर 'एक राष्ट्र, एक धर्म, एक भाषा' हे तत्त्वच माझ्या या कादंबरीचा शत्रू होते. ज्या वेळी मी या कादंबरीचे हस्तलिखित तयार करत होते, तेव्हा त्यावर लेखिकेच्या नावाच्या जागी 'अरुंधती रॉय यांच्याद्वारे अनुवादित' असे लिहिण्याचा मला मोह झाला होता. 'द मिनिस्ट्री ऑफ अटमोस्ट हॅपिनेस' ही इंग्रजी भाषेत लिहिलेली परंतु अनेक भाषांमध्ये कल्पना केली गेलेली कादंबरी आहे. निर्मितीचे प्राथमिक स्वरूप या नात्याने अनुवाद हा या कादंबरी लेखनाचा गाभा होता. (आणि मी या ठिकाणी भाषापूर्व अमूर्त विचारांना शब्दांत अनुवादित करण्याविषयी बोलत नाही). 'द मिनिस्ट्री' कोणत्याही भाषेत (तसेच कुणाच्याही मातृभाषेत) लिहिण्यात आलेली असली, तरी या विशिष्ट भवतालातील विशिष्ट लोकांविषयीच्या विशिष्ट कथानकाचे अनेक भाषांमध्ये चिंतन करणे क्रमप्राप्त होते. भाषेच्या महासागरातूनच तर हे कथानक उभे राहते. या महासागरात अधिकृत भाषारूपी मासे, अनधिकृत बोलींच्या स्वरूपातील मृदुकाय जीव तसेच जथ्थ्यांनी विहरणाऱ्या लहानखुऱ्या शब्द-मासोळ्या यांच्यापासून बनलेली जैवप्रणाली दाटीवाटीने संचार करत असते. त्यांच्यापैकी काही एकमेकांविषयी मित्रभाव बाळगतात तर काही उघड उघड शत्रुत्वाची भावना जोपासतात. काही तर मुळातच मांसाहारी असल्याने इतर सर्वांना त्यांचे भक्ष्य समजतात. परंतु हा महासागर त्या सगळ्यांचे पोषण करत असतो. 'द मिनिस्ट्री'मधील पात्रांसारखेच, या सगळ्यांना सहअस्तित्वाखेरीज आणि एकमेकांना समजून घेत तग धरून राहण्याखेरीज दुसरा कोणताही पर्याय नाही. त्यांच्यासाठी, अनुवाद म्हणजे सुसंस्कृत बहुभाषिकांनी निर्माण केलेला उच्च दर्जाचा साहित्यिक आविष्कार नाही. अनुवाद हा त्यांच्या सर्वसामान्य जीवनाचा अविभाज्य भाग, तसेच इथे सुरक्षित राहण्यासाठीची वरचेवर अत्यावश्यक बनत जाणारी बाब आहे. आणि म्हणूनच अनेक भाषांचा समुच्चय असणाऱ्या या माझ्या कादंबरीत केवळ तिची लेखिकाच नव्हे, तर त्यातली पात्रंही या मनोहारी अपूर्णतेच्या महासागरात डुंबत राहतात, सातत्याने एकमेकांसाठी अतर्क्य गोष्टींचा अनुवाद करत राहतात, तसेच बोलताना कायम विविध भाषांच्या सीमारेषा ओलांडत राहतात. त्यांना सदोदित ही जाणीव असते, की एकच भाषा बोलणारे एकमेकांना सर्वाधिक चांगल्या पद्धतीने समजून घेत असतील

असे खचितच नाही.

'द मिनिस्ट्री ऑफ अटमोस्ट हॅपिनेस'चे वेगवेगळ्या अठ्ठेचाळीस भाषांमध्ये अनुवाद झाले आहेत, अजूनही होत आहेत. प्रत्येक अनुवादकाला कादंबरीतील अनेक भाषांच्या सरमिसळीतून तयार झालेल्या भाषेशी आणि त्या उपर तिला अनेक भाषांची सरमिसळ असणाऱ्या नव्या भाषेत भाषांतरित करण्यासाठी बरेच झगडावे लागले. यामध्ये अनेक प्रकारच्या इंग्रजींचा (इंग्लिशेज) समावेश आहे. (हा मी शोधलेला शब्द आहे. खरेतर 'सोशिओलेक्ट्स' हा कदाचित योग्य शब्द ठरला असता. परंतु मी 'इंग्लिशेज' असाच योजला, कारण ही चूक मजेशीर वाटली). मी 'सरमिसळ' हा शब्ददेखील जाणीवपूर्वक वापरला आहे. कारण केवळ चमत्कृती साधण्यासाठी किंवा एक युक्ती म्हणून इतर भाषेतील शब्दांचा वा अवतरणांचा समावेश केल्या गेलेल्या एखाद्या मजकुराविषयी मी बोलत नाहीये. किंवा भारतीय इंग्रजीची थट्टा उडवणारा हा पीटर सेलर्ससदृश एखादा खेळही नाही. हा भाषांचा गोतावळा निर्माण करण्याचा गंभीर प्रयत्न आहे.

त्या अठ्ठेचाळीस अनुवादांपैकी दोन उर्दू आणि हिंदी भाषांतले आहेत. हिंदी आणि उर्दूला वेगळ्या भाषा म्हणून संबोधावे लागण्याच्या आणि या दोन भाषांत, वेगळ्या लिप्यांतली दोन वेगवेगळी पुस्तके छापावी लागण्याच्या आवश्यकतेमागे जो इतिहास दडलेला आहे त्याविषयी आपण पुढे बोलणारच आहोत. द मिनिस्ट्रीच्या कथेमध्ये हाच इतिहास बेमालूमपणे पेरला आहे. या कादंबरीची पार्श्वभूमी पाहता, हिंदी आणि उर्दू भाषांतला अनुवाद म्हणजे एकप्रकारची घरवापसीच होती. मला लवकरच लक्षात आले, की यामुळे अनुवादकांचे काम मात्र अजिबातच सोपे झाले नाही. एक उदाहरण सांगते : मानवी शरीर आणि त्याच्या विभिन्न अंगांना 'द मिनिस्ट्री' या कादंबरीत महत्त्वाचे स्थान आहे. आमच्या असे लक्षात आले, की 'प्रेम' या भावनेसाठी जगातल्या इतर कोणत्याही भाषेत नसतील इतक्या शब्दांची जंत्री आपल्यासमोर मांडणाऱ्या आणि सर्व भाषांमध्ये उठून दिसणाऱ्या उर्दूत 'योनी'साठी प्रतिशब्दच नव्हता. अरबी भाषेतल्या 'फुरी'सारखे जुने आणि वापराविना अस्तंगत झालेले काही शब्द आहेत. तसेच 'छुपे अंग', 'श्वास घेणारे छिद्र', 'नळी' आणि 'गर्भाशयाचा मार्ग' या अर्थाच्या काही पर्यायोक्ती योजल्या जातात. सामान्यतः सर्वाधिक वापरला जाणारा पर्याय म्हणजे 'औरत की शर्मगाह', अर्थात 'स्त्रीची लज्जास्पद जागा'. तुमच्या लक्षात आले असेल, आम्ही अडचणीत सापडलो होतो. कोणत्याही निष्कर्षाप्रत पोहोचण्याआधी आपण हे लक्षात घेतले पाहिजे, की लॅटिन भाषेतील 'पुंदेहा' म्हणजे 'एखाद्याला शरम वाटावी अशी जागा'. माझ्या एका अनुवादकाने सांगितल्यानुसार, डॅनिश भाषेत यासंदर्भात 'लज्जास्पद ओठ' हा वाक्प्रचार वापरला जातो. थोडक्यात काय, अॅडम आणि ईव्ह अजूनही धडधाकटरीत्या

जिवंत आहेत, तसेच त्यांचे लज्जारक्षण करणारी अंजिराची पानेही आपल्या जागी अबाधित आहेत.

'द मिनिस्ट्री ऑफ अटमोस्ट हॅपिनेस' या कादंबरीच्या इतर भाषांत होत असलेल्या अनुवादप्रकियेतील गमतीजमती सांगण्याचा मोह होत असला, तरीही आजमात्र मला लिखाणोत्तर अनुवादापेक्षा लेखनपूर्व अनुवादाविषयी बोलायचे आहे. यातले काहीही ठरवून केलेले अथवा पूर्वनियोजित नव्हते. मी पूर्णतः माझ्या आंतरिक ऊर्मीनुसार काम करत गेले. विविध भाषांनी एकमेकांसाठी जागा निर्माण करावी म्हणून त्यांना जाणीवपूर्वक इकडेतिकडे सरकावणे माझ्यासाठी किती महत्त्वाचे होते हे या व्याख्यानाची तयारी करत असताना कुठे माझ्या ध्यानात आले. या अपूर्णतेच्या महासागरात झेपावण्याआधी आणि तिथल्या रक्तरंजित संघर्षांच्या लाटांत आणि भोवऱ्यात गुरफटण्याआधी, मी ज्या प्रदेशाविषयी बोलत आहे त्याचा तुम्हाला ढोबळ अंदाज यावा यास्तव, या किनाऱ्यावरच्या माझ्या विशिष्ट ठिकाणापर्यंत मी कोणकोणत्या वाटांनी मार्गक्रमण करत पोहोचले त्याचा संक्षिप्त नकाशा रेखाटते.

माझी आई भारतीय उपखंडाच्या दक्षिणेतील शेवटचे टोक असणाऱ्या मल्याळम-भाषिक केरळ राज्यातली सीरियन ख्रिश्चन आहे. माझे वडील कोलकात्यात वास्तव्यास असलेले बंगाली होते. तिथेच या दोघांची भेट झाली होती. त्या वेळी ते आसाममधून कोलकात्यात ये-जा करत असत. आसाममधील एका चहाच्या मळ्याचे सहायक व्यवस्थापक म्हणून ते कार्यरत होते. इंग्रजी ही त्या दोघांतली सामायिक भाषा होती. तत्कालीन आसाममधील शिलाँगनामक छोट्याशा शहरातल्या 'वेल्श मिशन हॉस्पिटल'मध्ये माझा जन्म झाला. ते शहर आता मेघालय राज्याची राजधानी आहे. शिलाँगमध्ये खासी-भाषिक आदिवासी जमातीची लोकसंख्या सर्वाधिक आहे. ही कंबोडिया आणि मोनशी संलग्न असलेली ऑस्ट्रो-आशियायी भाषा आहे. उर्वरित भारताप्रमाणे शिलाँगमधल्या ख्रिस्ती धर्मप्रसारकांनीसुद्धा मौखिक भाषेला लिखित स्वरूप देण्यासाठी कठोर परिश्रम घेतले. यामागे अर्थातच बायबलचे स्थानिक भाषेत भाषांतर करून छापणे हाच प्राथमिक हेतू होता. खासी भाषा जरी रोमन लिपीत लिहिली जात असली, तरी तिची लेखनपद्धती मात्र वेल्श वळणाची आहे. इंग्रजीच्या झंझावातापासून वेल्श भाषेचा बचाव करण्याच्या खासगी मोहिमेचा एक भाग म्हणून त्यांनी ही तजवीज केली होती.

माझ्या आयुष्याची सुरुवातीची दोन वर्षे मी आसाममध्ये घालवली. माझा जन्म होण्यापूर्वीच माझ्या आईवडिलांमधील संबंध तुटण्यापर्यंत ताणले गेले होते. ते भांडत असले, की चहाच्या मळ्यातील मजुरांच्या निवासस्थानी माझी रवानगी करण्यात येत असे. तिथेच मी माझी पहिली भाषा शिकले. आईने सांगितले, की ती हिंदी भाषासमूहातील एक बोली होती. अत्यंत तुटपुंज्या मजुरीवर काम करणारे

चहाच्या मळ्यातील कामगार भारतातल्या सर्वाधिक शोषित जनसमूहांपैकी एक होते (आणि आहेत). ते पूर्व आणि मध्यभारतातल्या स्थानिक आदिवासी जमातींचे वंशज आहेत. त्यांच्या मूळ भाषा मोडूनतोडून तिचे रूपांतर 'बगानिया' भाषेत करण्यात आले आहे, ज्याचा 'बागेतली भाषा' असा शब्दशः अर्थ होतो. ती हिंदी, अहोमिया आणि त्यांच्या स्थानिक भाषांच्या सरमिसळीतून उद्‌भवलेली बोली आहे. बगानिया ही मी बोललेली पहिली भाषा होती. माझे पालक विभक्त झाले त्या वेळी मी तीन वर्षांचीही नव्हते. मी आणि माझा भाऊ आईसोबत दक्षिण भारताकडे रवाना झालो. सुरुवातीला तमिळनाडूमधल्या उटकमंड येथे आणि त्यानंतर (आगंतुकपणे) माझ्या आजीच्या गावी, आयेमेनम येथे. याच गावात 'द गॉड ऑफ स्मॉल थिंग्स' या माझ्या कादंबरीची कथा घडते. मी लवकरच बगानिया भाषा विसरून गेले. (त्यानंतर कित्येक वर्षांनी, माझ्या विशीत असताना, मी माझ्या खुशालचेंडू, परंतु आत्यंतिक दारूबाज असणाऱ्या वडिलांना पहिल्यांदा भेटले. तेव्हा त्यांनी मला विचारलेला पहिलाच प्रश्न होता 'तू अजूनही शिव्या देतेस का?' मला काही समजले नाही. ते पुढे म्हणाले 'अरे, लहानपणी तू फार शिवीगाळ करणारी मुलगी होतीस'. त्यांनी मला त्या वेळचा एक किस्सा सांगितला. एकदा त्यांच्याकडून माझ्या दंडाला अपघाताने सिगारेटचा हलकासा चटका बसलेला. तेव्हा मी त्यांच्याकडे रागाने बघत त्यांना 'चुत्या' म्हणाले होते म्हणे. (ही बगानियासमवेत इतर अनेक भारतीय भाषांमधली शिवी आहे. तसेच या शब्दाची उत्पत्ती 'पुदेंदा' या लॅटिन शब्दापासून झाली आहे.)

मी पाच वर्षांची असताना, माझ्या कफल्लक झालेल्या आईने स्वतःची एक शाळा सुरू केली. त्यासाठी तिने कोट्टायम शहरातील रोटरी क्लबच्या मालकीचे एक छोटेसे सभागृह केवळ दिवसा वापरण्यासाठी भाडेतत्त्वावर घेतले. प्रत्येक संध्याकाळी आम्ही सर्व बाकडी बाजूला सारून ठेवत असू, तसेच दुसऱ्या दिवशी सकाळी ती पुन्हा विध्यार्थ्यांसाठी व्यवस्थितरीत्या मांडून ठेवत असू. शेक्सपिअर, किपलिंग, कथकली (मंदिरात केला जाणारा एक नृत्यप्रकार) आणि साउंड ऑफ म्युझिकसोबतच मल्याळी आणि तमीळ सिनेमांनी युक्त असलेल्या सांस्कृतिक शिदोरीवर मी वाढले. किशोरावस्थेत प्रवेश करण्याआधीच मी शेक्सपिअरचे दीर्घ उतारे तोंडपाठ म्हणत असे; ख्रिस्ती प्रार्थना मल्याळींच्या विशिष्ट अशा शोकाकुल शैलीत गात असे तसेच 'जीजस' नावाच्या विचित्र तमीळ सिनेमातील कॅब्रे गाण्याची हुबेहूब नक्कल करत असे. (त्या सिनेमात मेरी मॅग्दालिनने एका पार्टीत ख्रिस्ताला अक्षरशः उत्तेजित करू पाहणाऱ्या महिलेची भूमिका साकारली आहे. त्यानंतर त्या दोघांसाठीही गोष्टी अधिकाधिक अवघड बनतात.)

तिच्या त्या लहानशा शाळेने यश मिळवल्यानंतर, माझ्या भवितव्याविषयी

चिंतीत असणाऱ्या माझ्या आईने मी केवळ इंग्रजीतच बोलले पाहिजे, असा फतवा काढला.[३] जेव्हा मल्याळम बोलत असताना मी पकडली जात असे, तेव्हा शिक्षा म्हणून मला 'आय विल स्पिक इन इंग्लिश' हे वाक्य हजार वेळा लिहावे लागत असे. अनेक दिवस, दुपारचे अनेक तास मी हे करण्यात घालवले. (नंतरच्या दिवसांत मी जुन्या शिक्षेचे कागद वापरून वेळ वाचवायला शिकले.) वयाच्या दहाव्या वर्षी मला तमीळनाडूमधल्या सर हेन्री लॉरेन्स या ब्रिटिश योद्ध्याने स्थापन केलेल्या निवासी शाळेत पाठवण्यात आले. अठराशे सत्तावनच्या 'भारतीय बंडात' लखनौमधल्या लढाईत ब्रिटिश रेसिडेन्सीचे रक्षण करताना लॉरेन्स धारातीर्थी पडले होते. पंजाबमध्ये त्यांनी वेठबिगारी, भ्रूणहत्या तसेच सती प्रथेवर निर्बंध आणणारी कायदे संहिता तयार केली होत होती. यावर विश्वास ठेवणे कदाचित कठीण जाईल, परंतु गोष्टी आपल्याला सांगितल्या जातात तितक्या सहजसोप्या कधीच नसतात.

'कधीही हार मानू नका' (नेव्हर गिव्ह इन) हे आमच्या शाळेचे ब्रीदवाक्य होते. आमच्यापैकी बहुतेकांचा (कोणत्याही ठोस पुराव्याशिवायच) असा समज होता, की लॉरेन्स यांनी खरेतर 'भारतीय कुत्र्यांसमोर कधीही हार मानू नका' असे म्हटले होते. त्या निवासी शाळेत मल्याळम आणि इंग्रजीसोबत मी हिंदीही शिकले. स्वतः मल्याळी असणाऱ्या आमच्या हिंदीच्या शिक्षकांनी आम्हाला मल्याळी शैलीतच हिंदी शिकवले. अशाप्रकारे मात्र आम्हाला फार काही शिकता आले नाही.

सोळा वर्षांची झाल्यानंतर माझे शालेय जीवन संपले होते. ट्रेनमध्ये बसून मी एकटीनेच दिल्लीला निघाले होते. या प्रवासासाठी तीन दिवस आणि दोन रात्री इतका वेळ लागणार होता. (घर सोडण्याचा फायदा होणार आहे याची तेव्हा मला कल्पना नव्हती) मी तिथे स्थापत्यशास्त्र शिकण्यासाठी जात होते. कशी कुणास ठाऊक, मला ठाऊक असलेल्या हिंदीच्या केवळ एकाच वाक्याने सज्ज होऊन मी या प्रवासावर निघाले होते. 'स्वामीभक्त कुतिया' नावाच्या धड्यातील ते एक वाक्य होते. एक निष्ठावान कुत्री कशा प्रकारे एका सापापासून आपल्या मालकाच्या बाळाचा बचाव करते आणि त्या प्रयत्नांत स्वतःचा जीव गमावते अशी ती गोष्ट होती. आणि माझ्या आठवणीतले ते वाक्य होते 'सुबह उठ के देखा तो कुतिया मरी पडी थी' (सकाळी उठल्यावर जेव्हा बघितले तेव्हा ती कुत्री मरून पडली होती). दिल्लीतल्या सुरुवातीच्या काही दिवसांत, माझा सहभाग असलेल्या हिंदीभाषिक संभाषणात माझ्याकडून एवढ्या एकाच वाक्याचे योगदान दिले जात असे. इतक्या वर्षांत हळूहळू माझी मल्याळम कमकुवत होत असताना, या एका वाक्याच्या किरकोळ पायावरच मी माझ्या हिंदीचा डोलारा उभा केला आहे.

हे स्पष्टच आहे, की स्थापत्यशास्त्र विद्यालयातल्या वसतिगृहात शहराबाहेरील

विद्यार्थ्यांचीच गर्दी होती. त्यातले बहुतेक गैर-हिंदीभाषिक होते. बंगाली, आसामी, नागा, मणिपुरी, नेपाळी, सिक्कीमी, गोवन, तमीळ, मल्याळी, अफगाणी. माझी पहिली रूममेट काश्मिरी होती. माझा सगळ्यांत जवळचा मित्र उडिया होता. त्याला इंग्रजी किंवा हिंदी या दोन्ही भाषा अवगत नव्हत्या. पहिल्या वर्षभरात आम्ही भागीदारीत ओढलेल्या गांजामार्फत, त्यात तो तरबेज होता व मी यथातथा, चित्रे, कार्टून्स आणि लिफाफ्यांच्या पाठीमागे काढलेल्या नकाशांमार्फत एकमेकांशी संवाद साधत होतो. यथावकाश आम्ही सगळे इंग्रजी आणि हिंदीचे मिश्रण असणाऱ्या खास दिल्ली विद्यापीठातल्या बोलीभाषेत एकमेकांशी संवाद साधायला शिकलो. 'इन विच ॲनी गिव्हज इट दोज वन्स' ही गांजा ओढणाऱ्या, बेलबॉटम परिधान करणाऱ्या १९७०च्या कालखंडातील एका स्थापत्यशास्त्र महाविद्यालयात घडणाऱ्या घडामोडींविषयीची माझी पहिली पटकथा याच भाषेत होती. 'ॲनी' हे आनंद ग्रोवर नावाच्या विद्यार्थ्याचे टोपणनाव होते. तो त्याच्या अंतिम शैक्षणिक वर्षात उत्तीर्ण होण्यासाठी चौथ्यांदा प्रयत्न करत आहे. 'गिविंग इट दोज वन्स' म्हणजे 'आपले नेहमीचे काम करत राहणे' ॲनीच्या बाबतीत ती गोष्ट म्हणजे, भारतातील लाखो किलोमीटर लांबीच्या लोहमार्गाच्या दोन्ही बाजूंना फळझाडे लावून, ग्रामीण अर्थव्यवस्थेचे पुनरुज्जीवन करणे, तसेच ग्रामीण-शहरी विस्थापनाचा ओघ उलट दिशेने वळवणे, या त्याच्या आवडत्या प्रकल्पांची जाहिरात करणे ही होती. कारण 'जनरल जनता (सामान्य लोक) लोहमार्गाशेजारीच संडासला बसतात, हो की नाही? त्यामुळे तिथली माती अत्यंत सुपीक असेल ना, यार.' एखाद्या सर्वसाधारण हॉलिवूड पटाच्या बॅकअप क्लिपबोर्डासाठी जितका खर्च येत असेल, तेवढ्या नगण्य भांडवलात बनवलेल्या त्या चित्रपटाचे दिग्दर्शन प्रदीप कृष्णन याने केले होते.

या आमच्या चित्रपटाच्या प्रसिद्धी पुस्तिकेवर (ज्यामध्ये कुणालाही रस नव्हता) खालील अवतरणे छापली होती :

> *'तुम्ही याचे शीर्षक बदलले पाहिजे, कारण 'गिव्हिंग इट दोज वन्स' या वाक्प्रचाराचा इंग्रजीमध्ये काहीच अर्थ प्रतीत होत नाही.'*
>
> – डेरेक माल्कम, द गार्डियन,
> चित्रपटाच्या मध्यात अचानक जागे होत

> *'अर्थातच, श्रीयुत माल्कम. इंग्लंडमध्ये तुम्ही आता इंग्रजी बोलतच नाही.'*
>
> – अरुंधती रॉय, काही काळानंतर,
> हे आधीच का सुचले नाही याचा विचार करत

हा चित्रपट केवळ एकदाच सरकारी वाहिनी असणाऱ्या दूरदर्शनवर दाखविण्यात आला. त्याने दोन राष्ट्रीय पुरस्कार पटकावले. पहिला, सर्वोत्तम पटकथेसाठी आणि दुसरा, माझा सार्वकालिक आवडता असलेला, भारतीय संविधानाच्या आठव्या परिशिष्टात विशेषीकृत केलेल्या भाषांव्यतिरिक्त इतर भाषेतल्या सर्वोत्तम चित्रपटासाठीचा पुरस्कार. (मी इथे हे सांगितले पाहिजे, की २०१५ मध्ये लेखकांच्या आणि विवेकवादी विचारवंतांच्या होत असलेल्या हत्यांमध्ये, तसेच मुस्लीम आणि दलितांवर हिंसक जमावांकडून केल्या जाणाऱ्या हल्ल्यांमध्ये सरकार सक्रियरीत्या सहभागी होत असल्याच्या निषेधार्थ लेखकांनी आणि चित्रकर्मींनी सुरू केलेल्या मोहिमेचा एक भाग म्हणून आम्ही हे दोन्ही पुरस्कार परत केले. परंतु त्याचा काहीही फायदा झाला नाही. जमावहल्ले अजूनही सुरूच आहेत आणि आमच्याकडे परत करण्यासाठी आता राष्ट्रीय पुरस्कारही उरले नाहीत.)[४]

मी दोन पटकथा लिहिल्या. या प्रक्रियेने मला संवाद लिहायला शिकवले. तसेच तिने मला मोजक्या शब्दांत आणि बचावात्मकरीत्या कसे लिहावे हेदेखील शिकवले. परंतु मला आता अधिक काहीतरी लिहायची आस लागली होती. मला माझ्या लहानपणीच्या प्रदेशाविषयी, आयेमेनेम मधल्या लोकांविषयी, तिथून वाहणाऱ्या नदीविषयी, त्या नदीच्या पाण्यावर झुकलेल्या झाडांविषयी, तिथला चंद्र, आकाश, मासे, गाणी, हिस्ट्री हाऊस, आणि त्या परिसराच्या भोवताली दबा धरून बसलेल्या निनावी दहशतीविषयी लिहिण्याची अतीव इच्छा दाटून येत होती. 'सीन १. बाहेर. दिवस. नदी.' अशी सुरुवात असणारे काहीसुद्धा लिहिण्याची कल्पनाही मला सहन होत नव्हती. मला टोकाचे दृश्यमय. परंतु तरीही ज्यावर चित्रपट बनवणे अशक्य होईल असे काहीतरी लिहायचे होते. या सगळ्याची परिणती 'द गॉड ऑफ स्मॉल थिंग्स' नावाच्या पुस्तकात झाली. मी ते इंग्रजीत लिहिले असले, तरी त्याबद्दलचा विचार मात्र इंग्रजी आणि मल्याळम अशा दोन्ही भाषांत केला होता. सात-वर्षीय जुळी भावंडे असणाऱ्या एस्ताप्पेन आणि राहेल यांच्या भावविश्वात परिसर आणि भाषेच्या संघर्षातून वेगळ्याच तऱ्हेचे आकलन त्यांना होत असते. उदा. जेव्हा त्यांची आई, अम्मू, त्यांना रागावते आणि जर त्यांनी यापुढे चारचौघांत तिचे म्हणणे ऐकले नाही, तर ती त्यांना अशा एखाद्या ठिकाणी पाठवेल जिथे ते 'जॉली वेल' (चांगल्या प्रकारे) पद्धतीने वागायला शिकतील. आता यातला 'वेल' हा शब्द त्यांचा मेंदू कुरतडण्यास सुरुवात करतो. केरळमधल्या अनेक घरांतल्या कुंपणाच्या आत कप्पी बसवलेल्या आणि त्यासोबत एक बादली व दोरी बांधलेल्या खोल, शेवाळलेल्या विहिरी सर्रास बघायला मिळतात. लहान मुलांना ते पाणी ओढण्याच्या योग्यतेचे होईस्तोवर त्या विहिरीपासून दूर राहण्याची सक्त ताकीद दिली जाते.

'जॉली वेल' ही नक्की काय भानगड असावी? जिच्यामध्ये आनंदी लोक राहतात अशी एखादी विहीर? परंतु विहिरीत राहणारे 'लोक'? त्यासाठी तर ते मृत असावे लागतील. नक्कीच. त्यानंतर मग एस्ता आणि राहेलच्या कल्पनेत ती एक हसणाऱ्या मृत लोकांनी भरलेली विहीर बनते. त्यामध्ये लहान मुलांना वळण लागावे म्हणून सोडण्यात येते. ही एकंदर कादंबरी तरुण आणि वृद्ध, इंग्रजी-भाषिक आणि मल्याळम-भाषिक, भाषेसोबत झगडणाऱ्या, लढणाऱ्या, नाचणाऱ्या आणि उत्सव साजरा करणाऱ्या लोकांभोवतीच गुंफलेली आहे.

माझ्यासाठी तसेच या भागांत कार्यरत असणाऱ्या बहुतांश समकालीन लेखकांसाठी भाषा ही आयती मिळणारी गोष्ट कधीच असू शकत नाही. तिला निर्माण करावी लागते. मंद आचेवर परतावी लागते.

'द गॉड ऑफ स्मॉल थिंग्स' लिहिल्यानंतर कुठे मला माझ्या धमन्यांमधून अधिक मुक्तपणे रक्त वाहत असल्यासारखे वाटले. स्वतःची हक्काची भाषा गवसण्याचा आनंद अवर्णनीय होता. अशी भाषा जिच्या मदतीने मी जसा विचार करते तसेच लिहूही शकत होते. अशी भाषा जिने मला मुक्त केले होते. परंतु हे समाधान दीर्घकाळ टिकले नाही. एस्ताला हे नेहमीच ठाऊक होते, 'एका दिवसात गोष्टी बदलू शकतात'.[५]

'द गॉड ऑफ स्मॉल थिंग्स' प्रकाशित झाल्यानंतरच्या वर्षभरातच एक हिंदू राष्ट्रवादी सरकार सत्तेत आले. त्यानंतर त्यांनी उचललेले पहिले पाऊल म्हणजे साखळी अणुचाचण्या. आतमध्ये काहीतरी थरथरले. काहीतरी बदलले. पुन्हा एकवार भाषेचा मुद्दा ऐरणीवर आला. लेखकाची खासगी भाषा नव्हे तर देशाची सार्वजनिक भाषा. देशाचा स्वतःबद्दलचा सार्वजनिक दृष्टिकोन काय आहे याविषयीचा मुद्दा. त्यानंतर लगोलग, ज्या गोष्टी सार्वजनिक अवकाशात उच्चारणे अशक्य वाटत असत, त्यांना स्वीकारार्हता मिळू लागली. अधिकृत स्वीकारार्हता. प्रेमापेक्षा द्वेषासोबतच अधिक देणेघेणे असणारी मदांध राष्ट्रभक्ती विषारी लाव्हा फसफसत पसरावा तद्वतच रस्त्यारस्त्यांमधून ओसंडून वाहत होती. अत्यंत अनपेक्षित चाकोरींमधून साजऱ्या केल्या जात असलेल्या उत्सवामुळे व्यथित झाल्यानेच मी माझा पहिला निबंध लिहिला. 'द एन्ड ऑफ इमॅजिनेशन' (कल्पनेचा अंत). माझी भाषासुद्धा बदलली होती. ती मंद आचेवर परतलेली नव्हती. ती कादंबरीसाठी वापरली जाणारी खासगी भाषा नव्हती. ती थेट, सडेतोड आणि सार्वजनिक होती. आणि ती सरळसोट इंग्रजी भाषा होती.

आता पुन्ह्यांदा 'द एन्ड ऑफ इमॅजिनेशन' वाचताना, ज्यांनी कुणी त्याकडे लक्ष देण्याची तसदी घेतली होती, त्यांच्यासाठी त्यामध्ये दिले गेलेले धोक्याचे इशारे किती सुस्पष्ट होते हे पाहणे चिंतनीय आहे.

आपल्याला वारंवार सांगण्यात आले होते, की या केवळ अणुचाचण्या नव्हेत. या राष्ट्रवादाच्या चाचण्या आहेत

या गोष्टीची पुन्हा पुन्हा उजळणी करण्यात येत आहे. बॉम्ब म्हणजे भारत. भारत म्हणजे बॉम्ब. केवळ भारत नव्हे, तर हिंदू भारत. म्हणूनच, लक्षात घ्या, यावर केलेली कोणतीही टीका केवळ राष्ट्रविरोधीच नाही तर हिंदूविरोधी ठरेल. (अर्थातच, पाकिस्तान हा इस्लामी बॉम्ब आहे. त्याव्यतिरिक्त दोन्ही बाजूंमध्ये कोणताही गुणात्मक फरक नाही.) अणुबॉम्ब जवळ असण्याचा एक विशेष फायदा आहे. सरकार त्याचा वापर केवळ शत्रूला घाबरवण्यासाठीच नव्हे, तर स्वतःच्या लोकांविरुद्ध युद्ध छेडण्यासाठीसुद्धा करू शकते. म्हणजेच आपल्याविरुद्ध...

हे सगळे इतके परिचयाचे का वाटत आहे? वास्तव आपल्या डोळ्यांदेखत विरघळून सराईतपणे जुन्या चित्रपटांतल्या मूक, कृष्णधवल प्रतिमांमध्ये परावर्तित होत असल्यामुळे असे होत असावे का? अशी दृश्ये ज्यामध्ये लोकांचे जीव हिरावून घेतले जात आहेत, ज्यांना एकत्र गोळा करून छावण्यांमध्ये डांबण्यात येत आहे. हत्याकांडाची, आगडोंबाची, मोडून पडलेल्या लोकांच्या दिशाहीन भविष्याकडे निघालेल्या अंतहीन रांगांची दृश्ये? इथे पार्श्वसंगीत का नाही? हे सभागृह इतके शांत कसे? मी खूप चित्रपट पाहत आहे का? मला वेड लागले आहे का? की मी बरोबर बोलत आहे?[६]

तो आगडोंब उसळलाच. ११ सप्टेंबरच्या दहशतवादी हल्ल्यानंतर तीनच आठवड्यांनी, ७ ऑक्टोबर २००१ रोजी गुजरातमध्ये सत्तेत असलेल्या भारतीय जनता पक्षाने (भाजप), केशूभाई पटेल या त्यांच्या निर्वाचित मुख्यमंत्र्यांना हटवून त्याजागी संघातील उगवता तारा असणाऱ्या नरेंद्र मोदींची वर्णी लावली. फेब्रुवारी २००२ मध्ये, एका जाळपोळीच्या घटनेत, गुजरातमधील गोध्रा रेल्वे स्थानकावर थांबलेल्या गाडीतल्या एकोणसत्तर हिंदू भाविकांचा जळून मृत्यू झाला. यासाठी स्थानिक मुस्लिमांना जबाबदार धरण्यात आले. याचा 'बदला' म्हणून, हिंदू जमावांकडून गुजरातमधील शहरांत आणि गावांत दिवसाढवळ्या दोन हजारांहून अधिक लोकांच्या कत्तली करण्यात आल्या, ज्यामध्ये बहुतांश मुस्लिमांचा समावेश होता. जवळपास दीड लाख लोकांना बेघर करून निर्वासितांच्या छावण्यांमध्ये डांबण्यात आले.[७] स्वातंत्र्योत्तर भारतात अल्पसंख्याकां विरुद्ध घडणारे हे काही पहिलेवहिले हत्याकांड नव्हते. परंतु आपल्या घराघरांत थेट प्रक्षेपण होणारे मात्र ते पहिलेच होते. आणि

काही दृष्टिकोनांतून पाहता, अभिमानाने 'आपलेसे' समजण्यात आलेलेही ते पहिलेच होते.

'द एन्ड ऑफ इमॅजिनेशन' ही त्यापुढील वीस वर्षांच्या माझ्या निबंधलेखनाची नांदी होती. माझा प्रत्येक निबंध लगोलग, आणि बऱ्याचदा मला कल्पना नसताना, हिंदी, मल्याळम, मराठी, उर्दू आणि पंजाबी भाषांत अनुवादित केला गेला. आपण भांबावून पाहत असताना १९९०च्या सुरुवातीच्या काळात आपल्यावर लादले गेलेले धार्मिक मूलतत्त्ववाद आणि निरंकुश मुक्त बाजार-मूलतत्त्ववाद दोन प्रेमी जिवांसारखे हातात हात गुंफून नृत्य करत होते. या अभद्र युतीमुळे आपला भवताल वेगाने बदलत गेला. हा वेग काहींसाठी विध्वंसक, तर उर्वरित काहींसाठी उल्हासदायी होता. महाकाय पायाभूत प्रकल्प लाखो ग्रामीण गरीब जनतेचे विस्थापन करत होते. त्यांना पाहू न शकणाऱ्या किंवा त्यांची दखल घेण्याची इच्छाच नसणाऱ्या लोकांच्या जगात त्या विस्थापितांना अधांतरी सोडले जात होते. परिस्थितीच अशी होती, की शहरी आणि ग्रामीण भागांना एकमेकांशी संवाद साधणेही शक्य नव्हते. भाषेशी काडीमात्र नसला, तरी अनुवादाशी मात्र याचा सर्वतोपरी संबंध नक्कीच होता. उदा. एखाद्या स्थानिक आदिवासी जमातीच्या सदस्याच्या जमिनीविषयीच्या भावना पैशांमध्ये अनुवादित केल्या जाऊ शकत नाहीत हे समजून घेणे सर्वोच्च न्यायालयात बसलेल्या न्यायाधीशांसाठी अशक्य होते. (इतर अनेक गोष्टींसोबतच, आदिवासी जमातीतील लोकांना त्यांच्या जमिनीच्या मोबदल्यात पैसे देऊ करणे हे सर्वोच्च न्यायालयांच्या न्यायाधीशांना त्यांचे वेतन खताच्या पिशव्यांच्या स्वरूपात देण्यासारखे आहे, असे वक्तव्य केल्याबद्दल माझ्यावर न्यायालयाच्या अवमानप्रकरणी खटला दाखल करण्यात आला होता.) त्यानंतरच्या वर्षांत, या निबंधांनी माझ्यासाठी अनेक नवी दालने उघडली. कोणताही लेखक याहून मौल्यवान मानधनाची अपेक्षा करू शकत नाही. मी प्रवास करत गेले तसे मला वाटेत असंख्य भाषा, गोष्टी आणि लोक भेटले. त्या लोकांच्या विचार करण्याच्या पद्धतींनी मला माझ्या कल्पनेपलीकडे समृद्ध केले.

या वाटेवरच कुठेतरी, पुन्हा एकदा मंद आचेवर परतण्याची प्रक्रिया सुरू झाली. माझ्या मनात लोकांची ये-जा सुरू झाली. त्यांच्या वारंवार भेटीगाठी होऊ लागल्या. त्या भेटींचा कालावधीही वाढत होता. आणि शेवटी, ते बेधडकपणे माझ्यासोबत वास्तव्य करायला लागले : दत्तक मुलगी जैनब आणि शांत, उदासवाण्या दिसणाऱ्या बिरू नावाच्या कुत्र्यासमवेत जुन्या दिल्लीतली उर्दू-भाषिक अंजुम आली. स्वतःचे नाव सद्दाम हुसेन असल्याचे सांगणारा एक तरुण पायल नावाच्या घोडीवर बसून आला. तो म्हणाला की त्याचे खरे नाव दयाचंद होते आणि तो जातीने चांभार होता. हरियानातले झज्झर हे त्याचे मूळ गाव. त्याने त्याच्या वडिलांसोबत काय

घडले याची भयानक गोष्ट मला सांगितली. तो काहीशा मेवाती-राजस्थानी भाषेत बोलत होता जे मला समजण्यास कठीण जात होते. त्याने मला इराकचा राष्ट्राध्यक्ष सद्दाम हुसेन याला फाशी दिली जात असल्याची चित्रफीत दाखवली. तो नेहमी त्याच्या मोबाईलमध्ये ती चित्रफित बाळगत असे. एक घृणास्पद माणूस असला तरी मृत्यू समोर उभा असताना हुसेनने जे धैर्य दाखवले त्यामुळे प्रभावित होऊन दयाचंदने इस्लाम धर्म स्वीकारला, तसेच स्वतःचे नाव बदलून सद्दाम हुसेन ठेवले. त्या चित्रफितीत आणि त्याच्या वडिलांमध्ये काय सहसंबंध होता याची मला कसलीही कल्पना नव्हती.

उजवा हात प्लास्टरमध्ये अडकवलेला आणि त्यामुळे एक बाही फडफडत असलेला अत्यंत किरकोळ देहयष्टीचा एक माणूस एखाद्या सावलीसारखा आत शिरला. खाण्या-पिण्यासंबंधीच्या सर्व प्रकारच्या विचारणेला त्याने सपशेल नकार दिला. त्या माणसाने माझ्या हातात एक कागदी चिटोरा दिला ज्यावर लिहिले होते:

माझे पूर्ण नाव : डॉ. आज़ाद भारतीय

माझा मूळ पत्ता : डॉ. आज़ाद भारतीय, लकी सराई रेल्वे स्थानकाजवळ, लकी सराई वस्ती, कोकर, बिहार

माझा सध्याचा पत्ता : डॉ. आज़ाद भारतीय, जंतर मंतर, नवी दिल्ली

माझी अर्हता : एमए हिंदी, एमए उर्दू (प्रथम श्रेणी), बीए इतिहास, बीएड, पंजाबी भाषेचा पायाभूत प्राथमिक अभ्यासक्रम, एमए पंजाबी एबीएफ (ॲपिअर्ड बट फेल्ड), पीएचडी (प्रलंबित), दिल्ली विद्यापीठ (तुलनात्मक धार्मिक तसेच बौद्धधर्माचा अभ्यास), व्याख्याता, आंतर महाविद्यालय, गाझियाबाद, संशोधन सहायक, जवाहरलाल नेहरू विद्यापीठ, नवी दिल्ली, संस्थापक सदस्य, विश्व समाजवादी स्थापना (वर्ल्ड पीपल्स फोरम) आणि भारतीय समाजवादी-लोकशाहीवादी पक्ष (भाववाढीविरोधात).

मी त्यांना एक सिगारेट देऊ केली. ते सिगारेट पिण्यासाठी घराबाहेर गेले आणि त्यानंतर थेट काही आठवड्यांनीच पुन्हा उगवले. डॉ. भारतीय यांची त्यांच्या मर्जीने माझ्या घरात ये-जा करण्याची ती सुरुवात होती. हे अजूनही सुरूच आहे. नंतर आलेले विप्लव दासगुप्ता, पायाला भिंगरी लावलेल्या त्या इसमाच्या अगदीच विरुद्ध होते. ते इंग्रजी भाषेच्या विश्वातून आले होते. अत्यंत मानाच्या अशा गुप्तचर सेवेत ते मोठ्या अधिकारपदावर होते. सध्या त्यांची काबूलमध्ये नियुक्ती झालेली. त्यांचे मित्र ज्याप्रकारे संबोधतात, त्या गार्सन होबार्ट याच नावाने हाक मारण्याची त्यांनी मला विनंती केली. महाविद्यालयात असताना त्यांनी या नावाची एक

व्यक्तिरेखा साकारली होती. येताना त्यांनी एक महागडी व्हिस्कीची बाटली सोबत आणली होती आणि त्यातून ते संथपणे घोट-घोट घेत राहिले. ते माझ्या टेबलवर बसले होते आणि फारशी विचारणा न करता त्यांनी माझे पेन घेऊन काहीतरी लिहिण्यास सुरुवात केली. काही वेळा, बहुधा नावातील अक्षरांची खातरजमा करण्यासाठी असावे, एका पक्ष्याच्या लॅटिनमधील नावाचा उच्चार करतानाचा अपवाद वगळता त्यांनी लिहिताना अजिबात वरती पाहिले नाही. नंतर मला असे जाणवले, की ते बहुतेक भावी अनुवादकारांना गोंधळात टाकण्यासाठी असे करत असावेत. त्यांच्या भाषेमध्ये पक्षी आणि झाडांची तसेच स्वतंत्र वैशिष्ट्ये बाळगणाऱ्या त्यांच्या असंख्य प्रजातींसाठीची वैज्ञानिक नामावली अस्तित्वातच नव्हती. जेव्हा बेल वाजली आणि दार उघडल्यावर एक पुरुष आणि एक स्त्री बाहेर उभी असलेली दिसली, तेव्हा होबार्टच्या चेहऱ्यावरचे भाव झर्रकन बदलले. खरेतर त्यांच्यासंदर्भातील सगळ्याच गोष्टी बदलल्या. ती स्त्री होबार्टची भाडेकरू असल्याचे कळले. ती बहुधा बेपत्ता झाली होती. तिचे नाव तिलोत्तमा. तिच्यासोबतच्या काश्मिरी पुरुषाचे नाव मुसा होते. तो तिचा प्रियकर होता. मुसा होबार्टलासुद्धा ओळखत असावा असे वाटले. ते खोकी भरभरून कागदपत्रे, फायली तसेच धुळीने माखलेल्या दस्तऐवजांचे गठ्ठे सोबत घेऊन आले होते. चुंबकाचा वापर करत तिने त्यातले काही कागद फ्रिजवर चिटकवले. ती एक शब्दांची यादी होती, आकारविल्ह्यांनुसार मांडलेला शब्दकोश :

काश्मिरी-इंग्रजी वर्णमाला

ए : आज़ादी/आर्मी/अल्ला/अमेरिका/ॲटॅक/एके-४७/ॲम्युनिशन/अँबुश/आतंकवादी/आर्म्ड फोर्सेस स्पेशल पावर्स एक्ट/एरिया डॉमिनेशन/अल बद्र/अल मन्सुरीअन/अल जेहाद/अफगाण/अमरनाथ यात्रा

बी : बीएसएफ/बॉडी/ब्लास्ट/बुलेट/बटालियन/बार्बड वायर/ब्रस्ट (बर्स्ट)बॉर्डर क्रॉस/बूबी ट्रॅप/बंपर/बाइट/बेगार (फोर्स्ड लेबर)

सी : क्रॉस-बॉर्डर/क्रॉसफायर/कॅम्प/सिव्हिलिअन/कर्फ्यू/क्रॅकडाउन/कॉर्डन-अँड-सर्च/सीआरपीएफ/चेकपोस्ट/काउंटर-इंसर्जन्सी/सिजफायर/काउंटर-इंटेलिजन्स/कॅच अँड किल/कस्टोडिअल किलिंग/कॉम्पेन्सेशन/सिलिंडर (सरेंडर)/कॉन्सरटिना वायर/कोलॅबोरेटर

डी : डिसॲपिअर्ड/डिफेन्स स्पोक्समन/डबल क्रॉस/डबल एजंट/डिस्टर्ब्ड एरियाज ॲक्ट/डेड बॉडी

अशाप्रकारे एपासून झेडपर्यंत सर्व इंग्रजी वर्णांना सामावून घेणारा हा शब्दकोश होता. मी जेव्हा याचे प्रयोजन विचारले, तेव्हा निरागस भारतीय पर्यटकांना काश्मीरमध्ये फिरताना स्थानिकांशी संवाद साधण्यात मदत व्हावी म्हणून ही यादी बनवल्याचे तिलोत्तमाने सांगितले. तिच्या चेहऱ्यावर उपरोधाचा लवलेशही नव्हता. मुसा काहीच बोलला नाही. तो सभोवतालच्या वातावरणात इतक्या बेमालूमपणे मिसळून गेला, की तो तिथे उपस्थित होता हेच मी विसरले.

काही वेळानंतर तिलोत्तमाचा पूर्वाश्रमीचा पती नागराज हरिहरन तिला धुंडाळत, परंतु वरकरणी तसे न भासवता तिथे पोहोचला. काहीएक कारणासाठी त्याने त्याच्या सासूची, मरियम इपेची, कोचीन हॉस्पिटलमधली जाडजूड फाइल सोबत आणली होती. पूर्णतः अनोळखी असलेल्या लोकांच्या रक्ताचे नमुने आणि ऑक्सिजनच्या संहितेचे तक्ते चाळण्यात मला काडीचेही स्वारस्य नसल्याचे स्पष्ट करूनदेखील, त्याने मला ती फाइल दाखवली. बऱ्याच कालावधीनंतर मी त्या फाइलमध्ये मरियम इपेच्या आयसीयू भ्रांतीमानतेच्या नोंदी पहिल्या. याची मी कधीच कल्पना करू शकले नसते. तुम्ही लोकांना होत असलेल्या भासांचा अभ्यास केला तर ते तुम्हाला समोरासमोर बसून केलेल्या संभाषणापेक्षा कितीतरी अधिक गोष्टी त्यातून सांगतील. मेजर अमरिक सिंग नावाचा एक उंचापुरा, भारतीय सैन्यातील शीख अधिकारी, मी त्याच्यावर कुठला ठपका न करताही, स्वतःवरचा अनेक गैरन्यायिक हत्यांचा आरोप फेटाळत तिथे हजर झाला. त्याला 'बळीचा बकरा' केले जात असल्याचे आग्रही प्रतिपादन करत राहिला. इथल्या आरोप-विरहित वातावरणाचा अंदाज घेतल्यानंतर मात्र त्याने त्याच्या गुप्तचर-विरोधी कारवायांविषयी आणि छुप्या मोहिमांची मागणी म्हणून कशाप्रकारे स्वतःला एक हिंदू, एक शीख किंवा एक पंजाबी भाषिक पाकिस्तानी मुस्लीम असल्याचे भासवले याविषयी बढाया मारण्यास सुरुवात केली.

एक तान्ही मुलगी दारात अवतरली. तिच्यासोबत कुणीही नव्हते. अंजुम कमालीच्या वेगाने तिकडे सरसावली, त्या मुलीला उचलून घेतले आणि त्यानंतर किमान दोन आठवडे तरी तिच्या आसपास कुणाला फिरकू दिले नाही. बस्तरच्या जंगलांमधून हातोहात पाठवलेले एक पत्र आले. ते छोट्याशा जागेत, गिचमिड अक्षरांत लिहिले होते. माझ्या अंदाजानुसार पत्राची भाषा इंग्रजी होती. ते डॉ. आज़ाद भारतीय यांना उद्देशून लिहिलेले होते, जे कुठल्यातरी कारणासाठी ते पत्र त्यातल्या तर्जुम्याचा उर्दूमध्ये अनुवाद करत अंजुमला मोठ्याने वाचून दाखवत होते.

प्रिय कॉम्रेड आज़ाद भारतीय गारू,

माझ्या जंतर-मंतर वरील तीन दिवसांच्या वास्तव्यात मी तुमचे बारकाईने निरीक्षण केले असल्यामुळेच हे पत्र मी तुम्हाला लिहीत आहे. माझ्या बाळाचा ठावठिकाणा तुमच्याखेरीज कुणी सांगू शकणार नाही. मी एक तेलुगू स्त्री आहे आणि मला हिंदी येत नसल्याबद्दल मी आधीच दिलगिरी व्यक्त करते. माझी इंग्रजीसुद्धा यथातथाच आहे. त्याबद्दलही क्षमस्व. माझे नाव रेवती आहे आणि मी भारतीय साम्यवादी पक्षाची (माओवादी) पूर्णवेळ कार्यकर्ती म्हणून काम करते. तुमच्या हाती जेव्हा हे पत्र पडेल तोपर्यंत मी मारली गेली असेन....

माझे घर म्हणजे विविध भाषांची संयुक्त आघाडी असलेला अड्डा बनला होता. कालानुरूप आम्ही घरातले सर्व जण संवाद साधायला आणि एकमेकांचा अनुवाद करायला शिकलो.

या नव्या मंद आचेवरच्या पाककृतींमध्ये मोठा धोका दडलेला होता. 'द गॉड ऑफ स्मॉल थिंग्स'ची भाषा मला गगनचुंबी इमारतीच्या छतावरून खाली फेकावी लागली. आणि नंतर (पायऱ्यांवाटे) खाली जाऊन तिचे तुकडे गोळा करावे लागले. अशा रीतीने 'द मिनिस्ट्री ऑफ अटमोस्ट हॅपिनेस'च्या भाषेचा जन्म झाला.

द मिनिस्ट्री ऑफ अटमोस्ट हॅपिनेसच्या वाचकांना या कादंबरीचा पाया असणाऱ्या भाषांच्या जटिल नकाशाची माहिती वा समज असण्याची आवश्यकता नाही. या पुस्तकाचे व्यवस्थित आकलन होण्यासाठी वाचकांना दिशादर्शनाची आवश्यकता भासली, तर मी ते माझे अपयश समजेन. पुस्तकांच्या दुकानात पल्प फिक्शन आणि राजकीय थरारपटांच्या जोडीने ठेवलेल्या या कादंबरीला पाहून मला निखळ आनंद होतो. भाषिक नकाशाची हीच तर खरी मजा आहे. वास्तविकतः द मिनिस्ट्रीमधला भाषिक नकाशा आणि त्याच्या एकमेकांत गुंतलेल्या इतिहासावरच याहून मोठे पुस्तक बनू शकते. त्यामुळेच मला जे म्हणायचे आहे ते अधिक स्पष्ट करण्यासाठी मी या पुस्तकातील सुरुवातीच्या काही प्रकारणांबद्दल अधिक खोलात जाऊन चर्चा करणार आहे. मी पुस्तकाच्या पहिल्या वाक्यापासूनच सुरुवात करते : 'ती त्या कब्रस्तानात एखाद्या झाडासारखी राहिली'[८]

'ती' म्हणजे अंजुम. आता ती वयस्कर झाली असून, तिने ख्वाबगाह (स्वप्नांचे घर) मधल्या तिच्या घराचा त्याग केला आहे, जिथे ती तिच्यासारख्याच लोकांच्या समूहासोबत कित्येक वर्षे राहिली होती. ती सध्या जिथे राहते ते मुस्लीम कब्रस्तान तटबंदीने वेढलेल्या दिल्लीपासून हाकेच्या अंतरावर आहे. दोन भाषांमध्ये टक्कर

होत असतानाच ती खरी कोण आहे याविषयी अंजुम आपल्याला पहिल्यांदा संकेत देते. इथे नियंत्रणासाठी नेमलेला ट्रॉफिक पोलीस म्हणजे खुद्द विल्यम शेक्सपिअर आहे.

> खूप वर्षांपूर्वी इंग्रजी जाणणाऱ्या एका माणसाने तिला सांगितले, की इंग्रजीत तिचे नाव उलट लिहिले तर ते 'मजनू' (Majnu) होते. तो पुढे म्हणाला, की लैला आणि मजनू यांच्या गोष्टीच्या इंग्रजी अवतारात मजनूला रोमिओ म्हणतात, तर लैलाला ज्युलिएट. तिला याची मौज वाटली. 'म्हणजे तुला असं म्हणायचंय, की मी त्यांच्या गोष्टीची खिचडी केली?' तिने विचारले. त्यांना जेव्हा हे कळेल की लैला ही प्रत्यक्षात मजनू असू शकते तसेच रोमी हा खरेतर जुली होता तेव्हा ते काय करतील बरं? पुढच्या वेळी जेव्हा तो तिला भेटला, तेव्हा त्या इंग्रजीच्या जाणकाराने त्याच्याकडून चूक झाल्याचे सांगितले. अक्षरे उलट करून तिचे नाव लिहिल्यानंतर ते 'मुजना' (Mujna) होते, ते खरेतर नावच नव्हे आणि त्यातून काहीही अर्थ निघत नाही. यावर ती म्हणते 'यामुळे काही फरक पडत नाही. माझ्यात ते सगळेजण आहेत. मी रोमी आहे, जुली आहे, लैला आणि मजनूही मीच आहे. आणि मुजना सुद्धा. का नाही? माझे नाव अंजुम आहे म्हणून कुणी सांगितले? मी अंजुम नाही तर अंजुमन आहे. मी एक महेफिल आहे. सर्वांची आहे तसेच कुणाची नाहीही. सर्व गोष्टींची आहे आणि कुठल्याही गोष्टींची नाही. अजून कुणाला निमंत्रण देण्याची तुला इच्छा आहे का? इथे सर्वांचे स्वागत आहे.
>
> इंग्रजीचा जाणकार असणारा तो माणूस म्हणाला, की अंजुम हुशार होती त्यामुळेच तिला हे सुचले. तो पुढे म्हणाला, की त्याने असा विचार कधीच केला नव्हता. ती म्हणाली ' तुमच्या उर्दूचा दर्जा बघता तुम्ही असा विचार करू शकाल असे वाटत नाही. तुम्हाला काय वाटले? इंग्रजीमुळे तुम्ही आपोआप हुशार बनता?'[१]

स्वातंत्र्यानंतरच्या काही वर्षांतच जुन्या दिल्लीतील शिया मुस्लीम मातापित्यांच्या पोटी अंजुमचा जन्म झाला. आपल्या कुटुंबाची नाळ मंगोल सम्राट चंगेज खानापर्यंत जोडली गेली असल्याचा दावा करणारे अंजूमचे वडील, मुलाकत अली व्यवसायाने औषधी जडीबुटींद्वारे उपचार करणारे एक हकीम (वैद्य) आहेत. ते 'रूह-अब्जा' (पर्शिअन भाषेत 'आत्म्यासाठीचे दैवी पेय') तयार करण्याचा व्यवसाय असलेल्या

एका कुटुंबासाठी काम करतात. अंजूमची आई, जहाँआरा बेगम गांधी टोप्या शिवते आणि चांदणी चौकातल्या हिंदू व्यापाऱ्यांना त्यांचा पुरवठा करून कुटुंबाच्या उत्पन्नास हातभार लावते. अंजूमच्या आधी तिला तीन मुली झाल्या आहेत. 'ख्वाबगाह' नावाच्या दुसऱ्या प्रकरणात आपल्याला अंजुमच्या जन्माचा प्रसंग पाहायला मिळतो. तिच्या आई आणि दाईसमवेत तिची सदोष मातृभाषाही तिथे उपस्थित आहे :

> बाळंतपण सुखरूपपणे पार पडणारी दाई अहलाम बाजी, शालीमध्ये व्यवस्थित गुंडाळलेल्या नवजात अंजुमला तिच्या आईच्या कुशीत ठेवत म्हणाली 'मुलगा झाला आहे'. ती वेळ लक्षात घेता तिच्याकडून अशी चूक घडणे साहजिक होते.
>
> दुसऱ्या दिवशी सकाळी, स्वच्छ सूर्यप्रकाशात खोली न्हाऊन निघत असताना जहाँआरा बेगमने लहानशा आफताब वर गुंडाळलेले कापड बाजूला सारले. तिने अत्यंत सावकाशपणे, आनंदाने आणि समाधानाने त्याचे इवलेसे शरीर -डोळे, नाक, डोके, मान, काखा, हातापायांची बोटे न्याहाळायला सुरुवात केली.त्यानंतर तिला त्याच्या पुरुषी अवयवाखाली विसावलेला, लहानसा, अर्धवट परंतु निश्चितपणे स्त्रियांशी निगडित असणारा एक भाग दिसला. आपल्या बाळामुळे एखादी आई भयकंपित होऊ शकते का? होय. जहाँआरा बेगमच्या पायाखालची जमीन सरकली होती.
>
> तिला ठाऊक असणाऱ्या एकमेव भाषेत अर्थात उर्दूमध्ये सजीव गोष्टींसोबतच गालिचे, कपडे, पुस्तके, लेखण्या, वाद्ये अशा निर्जीव गोष्टींनाही लिंग असते. तिचे मूल वगळता प्रत्येक गोष्ट एकतर पुरुषी असते किंवा बायकी. तिला अर्थातच माहीत होते की अशांसाठी 'हिजडा' हा एक शब्द होता. खरेतर हिजडा आणि किन्नर असे दोन शब्द होते. परंतु केवळ दोन शब्द एखाद्या भाषेची निर्मिती करू शकत नाहीत.
>
> भाषेपासून विलग होऊन राहणे शक्य होते का? अर्थात, हा प्रश्न तिच्या मनात अगदी याच सुस्पष्ट शब्दांत उमटला नव्हता. तो तिच्या आत एखाद्या भ्रूणाच्या मूक टाहोसारखा फुटत होता.[१०]

अत्यंत जवळून आणि काहीशा हटवादीपणे भाषेमध्ये गुरफटलेल्या एका कुटुंबासमोर अंजुमच्या जन्मामुळे भाषेपासून विलग होऊन राहण्याचे संकट उभे राहिले आहे. सुरुवातीची काही वर्षे जहाँआरा बेगमने हे गुपित लपवून ठेवले. परंतु

शेवटी पतीच्या कानावर ही गोष्ट घालण्याची वेळ तिच्यावर आलीच. मुलाकत अलीला खरे पाहता उर्दू आणि पर्शियन काव्याचा शौक आहे. त्यांच्याकडे शेरोशायऱ्यांचा भरभक्कम खजिना आहे. आणि ते भावनिक अथवा राजकीय उलथापालथीच्या कोणत्याही घटनेवेळी चपखल, प्रसंगोचित ओळी उद्‌धृत करू शकतात. कविता कोणताही आजार पूर्णपणे बरा करू शकते किंवा त्यामध्ये जवळपास यश मिळवू शकते अशी त्यांची पक्की धारणा आहे. आणि म्हणूनच त्यांच्याकडे आलेल्या रुग्णांना ते औषधाऐवजी कवितांचा खुराक देतात. जेव्हा आपल्या पत्नीने कित्येक वर्षे दडवलेले रहस्य त्यांना समजते तेव्हा यातून सावरण्यासाठी एकही कविता त्यांना सापडू शकत नाही. ते हवालदिल होतात. सत्य स्वीकारण्याचा आणि स्वतःला सांभाळण्याचा ते आटोकाट प्रयत्न करतात, परंतु त्यात त्यांना यश मिळत नाही.

मुलाकत अलींना भेटल्यानंतर आपल्याला भाषेच्या क्लेशदायक इतिहासाचे पहिलेवहिले सूतोवाच मिळते. ते खरेतर भारतीय उपखंडाच्या क्लेशदायक इतिहासाचेच प्रतिबिंब आहे. ज्या घुसळणीचे पर्यवसान फाळणीच्या रक्तपातात झाले, तिने केवळ जमीन आणि लोकांचेच नव्हे तर भाषेचेही विभाजन केले. भाषेचा एक तुकडा 'मुस्लीम' आणि दुसरा 'हिंदू' होता. आठवड्याच्या शेवटी जुन्या दिल्लीतल्या भरजरी संस्कृतीविषयी आणि खानपानाविषयी माहिती छापून वेगवेगळ्या वर्तमानपत्रांच्या पुरवण्यांची पाने भरली जात असत. त्यासंदर्भात मुलाखती घेण्यासाठी वेळोवेळी येणाऱ्या तरुण, उथळ पत्रकारांसोबत मुलाकत अली कसे वागायचे याचे वर्णन पुढे देत आहे.

> मुलाकत अली त्यांना भेटायला येणाऱ्या पाहुण्यांचे आपल्या छोट्या-छोट्या खोल्यांमध्ये एखाद्या पूर्वाश्रमीच्या उमरावासारखे स्वागत करत असत. ते भूतकाळाविषयी अभिमानाने बोलायचे, परंतु त्यात स्मरणरंजनाचा लवलेशही नसे. तेराव्या शतकात त्यांच्या पूर्वजांनी कशाप्रकारे आताच्या व्हिएतनाम आणि कोरियापासून ते हंगेरी आणि बाल्कनपर्यंत, तसेच उत्तर सायबेरियापासून ते दख्खनच्या पठारापर्यंत पसरलेल्या जगाच्या इतिहासातील सर्वांत विस्तृत साम्राज्यावर राज्य केले होते याचे वर्णन करायचे. प्रत्येकवेळी ते मीर तकी मीर या त्यांच्या आवडत्या कवीच्या ओळींनी भेटीचा शेवट करायचे :
>
> जिस सर को गुरुर आज है यां ताज-वरी का
> कल उसपे यहीं शोर है फिर नौहागरी का

आज जे शीर अभिमानाने स्वतःचा मुकुट मिरवत आहे
उद्या त्याच्यावरच शोकसागरात बुडण्याची वेळ येणार आहे

अतिआत्मविश्वासाने ओसंडून वाहणाऱ्या तसेच स्वतःमधल्या तारुण्यसुलभ अहंकाराची जाणीवही नसलेल्या त्या पाहुण्यांतल्या बहुतेकांना या ओळींतल्या गर्भितार्थाचे पूर्णांशाने आकलनही होत नसे. या ओळी त्यांच्यासाठी चहाला साथसंगत म्हणून समोर ठेवलेल्या अल्पोपहारासारख्या होत्या. अर्थातच, त्यांच्या हे लक्षात यायचे, की हे एका ढासळलेल्या साम्राज्यासाठीचे शोकगीत होते ज्याच्या आंतरराष्ट्रीय सीमा आता आक्रसल्या आहेत आणि आता जुन्या शहराच्या तटबंदींनी वेढलेल्या एका गलिच्छ घेट्टोमध्ये त्याचे रूपांतर झाले आहे. तसेच ही मुलाकत अलीच्या वैयक्तिक विपन्नावस्थेवरची त्याची स्वतःची प्रतिक्रिया असल्याचेही त्यांच्या ध्यानात येत असे. परंतु या ओळी म्हणजे त्यांना शालजोडा मारला होता या गोष्टीने मात्र त्यांना खो दिलेला असायचा. एका विद्वान माणसाने वरपांगी शालीनता दाखवत आणि श्रोत्यांच्या उर्दूविषयीच्या अज्ञानाबद्दल खात्री बाळगत शोकाच्या वेष्टणाआडून दिलेला तो एक जळजळीत इशारा होता. उर्दू भाषेचे, ती बोलणाऱ्या बहुतेकांप्रमाणेच, घेट्टोकरण होत होते.[११]

प्राचीन काळी हिंदवी या नावाने ओळखली जाणारी आणि आता उर्दू/हिंदी/ हिंदुस्थानी म्हणवली जाणारी ही भाषा उत्तर भारतातल्या रस्त्यांवर आणि बाजारांत जन्माला आली. दिल्ली आणि आसपासच्या परिसरात - जो आता पश्चिम उत्तर प्रदेशचा भाग आहे, बोलली जाणारी खडी बोली हा उपरोक्त भाषेचा पाया आहे. खडी बोलीमध्ये नंतरच्या काळात अनेक पर्शियन शब्द समाविष्ट झाले. पर्शियन - अरेबिक लिपीत लिहिली जाणारी उर्दू उत्तर भारत आणि दखखनच्या पठारावरील हिंदू तसेच मुस्लिमांकडून बोलली जात असे. नेहमी दर्शवले जाते तसे उर्दू ही न्यायालयात वापरली जाणारी उच्चभ्रू भाषा कधीच नव्हती. त्या काळात पर्शियन भाषेला तो दर्जा होता. त्याचप्रमाणे ती साधारणतः सगळीकडे बोलली जाणारी सर्वसामान्यांची भाषाही नव्हती. उर्दू ही रस्त्यावरची भाषा असली, तरी तिचा वापर सर्वसामान्यांच्या घराघरांतल्या खासगी संभाषणांत, विशेषतः महिलांकडून, केला जात नसे. ती हिंदू आणि मुस्लिमांसाठी सारख्याच प्रमाणात एक साहित्याची आणि कवितेची औपचारिक भाषा म्हणून नावारूपाला आली. उर्दूचा लहेजा स्थानपरत्वे बदलत असे. हरेक

प्रदेशातील जाणकार आपल्या भागातील उर्दूच खानदानी असल्याचा दावा करत असत. वास्तविकतः मुघल साम्राज्याच्या ऱ्हासानंतर या भाषेने स्वतःचा सुवर्णकाळ अनुभवला.

१८५७ च्या फसलेल्या स्वातंत्र्यसंग्रामानंतर (ब्रिटिशांच्या दृष्टीने बंड) म्हणजेच एकोणिसाव्या शतकाच्या उत्तरार्धात उर्दूच्या विभाजनाची सुरुवात झाली. तेव्हापासून भारत हा ब्रिटिशांसाठी केवळ एक जहाँगीर उरला नाही. नामधारी मुघल सम्राट बहादूर शाह जफर यास औपचारिकरीत्या पदच्युत करण्यात आले आणि भारताला प्रत्यक्षपणे ब्रिटिश सत्तेच्या नियंत्रणाखाली आणण्यात आले. मुस्लिमांकडे त्या उठावाचे मुख्य सूत्रधार म्हणून पाहिले गेले. त्याबद्दल त्यांना कठोर शिक्षेचा सामना करावा लागला, तसेच त्यानंतर ब्रिटिश प्रशासनाकडून त्यांच्याकडे नेहमी संशयाने पाहिले जाऊ लागले. सत्ताकेंद्रे बदलण्यास सुरुवात झाली, अधिकारश्रेण्या बदलल्या. त्यामुळे आजवर दबून राहिलेला संताप आणि सळसळणारी ऊर्जा धूम्रवलयांसारखी संधी मिळेल तिथून डोके वर काढू लागली. फर्मान आणि सैनिकी सामर्थ्याच्या बळावर सत्ता गाजवण्याच्या जुन्या संकल्पनांचे रूपांतर प्रातिनिधिक शासनासारख्या आधुनिक कल्पनांमध्ये होऊ लागले. सत्ता आणि रोजगारांच्या संधीचे लाभ मिळविण्यासाठी जुने सरंजामी समुदाय एकत्र येऊन त्यापासून आधुनिक 'मतदारसंघ' निर्माण व्हायला लागले. अर्थातच, जितका मोठा मतदारसंघ, तितके अधिकचे फायदे.

लोकसंख्येची संरचना अत्यंत महत्त्वाची बनल्यामुळे ब्रिटिशांद्वारे घेण्यात आलेली पहिली जनगणना हा अत्यंत औत्सुक्याचा विषय ठरला होता. 'हिंदू' नेत्यांनी 'अस्पृश्य' जातींतल्या लाखो लोकांकडे आपले लक्ष वळवले. भूतकाळात, जातीच्या जोखडातून मुक्त होण्यासाठी लाखो दलितांनी इस्लाम, शीख किंवा ख्रिश्चन धर्म स्वीकारला होता. परंतु आतामात्र वरच्या जातींकडून त्यांच्या या धर्मांतराला आत्मघातकी समजण्यात येऊ लागले. या कृत्यांना आळा घालण्यासाठी सुधारक धावले. 'हिंदू' एक प्रचारकी धर्म बनला. जातिव्यवस्थेवर गाढ विश्वास असणाऱ्या आणि स्वतःला युरोपिअन वंशीय आर्य समजणाऱ्या सवर्ण जातींच्या संघटनांनी 'घर वापसी' नामक कर्मकांडे करत अस्पृश्यांनी आणि स्थानिक आदिवासींनी 'हिंदू समूहाचा' भाग बनून राहावे यासाठी प्रयत्न चालवले. 'आध्यात्मिकरीत्या शुचिर्भूत' करण्याचा तो एक प्रतीकात्मक देखावा होता. स्वतःचे अस्तित्व सुस्पष्टपणे अधोरेखित व्हावे, तसेच स्पर्धेतल्या इतरांहून आपण उठून दिसावे यासाठी हिंदुत्ववादी समूहांना सांस्कृतिक प्रतीकांची गरज भासत होती. या धर्माच्या प्रचारकांच्या आणि संभाव्य उमेदवारांच्या आकांक्षा चेतावण्यासाठीची ही निकड होती. पवित्र गाय आणि पवित्र धर्मग्रंथ या मोहिमेसाठीचे निर्वाचित शिलेदार ठरले. गोरक्षकांची फौज फोफावली. त्यासोबतच

देवनागरीला (देवांची लिपी) उर्दूलेखनासाठीची दुसऱ्या क्रमांकाची लिपी म्हणून मान्यता मिळावी ही मागणी जोर धरू लागली. पूर्वी बाभनी या नावाने ओळखली जाणारी देवनागरी ही ब्राह्मणांची लिपी होती.[१२] खालच्या जातींच्या 'दूषित प्रादुर्भावापासून' तिच्या शुद्धतेचे रक्षण व्हावे यास्तव संस्कृतप्रमाणेच तिलाही कडेकोट बंदोबस्तात ठेवण्यात आले होते. कित्येक शतके खालच्या जातींना संस्कृत शिकण्याची मुभा नव्हती. परंतु आताच्या बदलत्या काळात, 'देवनागरी' इथल्या जनतेची स्थानिक लिपी असल्याचा प्रचार करणे क्रमप्राप्त होते. खरेतर, त्या काळी कैथी लिपीचा सर्वाधिक वापर होत असे. परंतु मुस्लिमांविषयी सद्भावना बाळगणाऱ्या केवळ कायस्थांसारख्या काही जातीच तिचा वापर करत होत्या. पुढच्या काही दशकांतच, विलक्षण पद्धतीने, कैथी केवळ हटवण्यातच आली नाही तर लोकस्मृतींमधून तिचे नामोनिशाण मिटवण्यात आले.[१३]

साक्षरतेचा दर नगण्य असणाऱ्या काळात नव्या लिपीसाठीच्या संघर्षाचे लोकप्रिय अशा सामाजिक चळवळीत रूपांतर करणे सोपे नव्हते. ज्या गोष्टीचा लोकांच्या आयुष्याशी काहीही संबंध नाही, तिच्यासाठी त्यांनी लढावे याकरिता त्या लोकांना तयार करणे कसेकाय शक्य आहे? याचे अत्यंत सोपे परंतु कल्पक उत्तर होते. 'हिंदी नॅशनॅलिझम' (हिंदी राष्ट्रवाद) या विद्वत्ताप्रचुर ग्रंथात, आलोक राय, देवनागरी लिपीसाठीच्या चळवळीला हिंदू ऐक्य, गोसंरक्षण आणि घरवापसी या मुद्द्यांसोबत कसे जोडण्यात आले याविषयी विस्ताराने लिहितात. नागरी प्रचारणी सभा आणि गोरक्षक व घरवापसी प्रचारक यांची कार्यालये तसेच पदाधिकारी एकच होते. बहुधा अजूनही असतील. देवनागरी साठीच्या आंदोलनांची ध्येये नजीकच्या भविष्यातली आणि व्यवहार्य होती. उदा. सरकारी कार्यालयातील नोकऱ्या मिळवण्यासाठीच्या पात्रतेच्या अटी, ज्यासाठी, त्या काळी पर्शियन भाषा वाचता येणे ही मूलभूत अर्हता होती. मुस्लीम अभिजनांकडून झालेल्या विरोधामुळे देवनागरीसाठीच्या चळवळीने उसळी मारत वेग पकडला. त्या काळातील सुप्रसिद्ध सुधारक आणि आधुनिकतावादी असणाऱ्या सर सय्यद अहमद खान यांच्यासारख्या मुस्लीम नेत्यांच्या परिस्थिती 'जैसे थे' ठेवण्यासाठीच्या आग्रहामागे त्यांचा स्वार्थ लपलेला होता. पर्शियन-अरेबिक हीच अधिकृत लिपी असावी या मुद्द्याचे समर्थन करणारा त्यांचा युक्तिवाद पुढीलप्रमाणे : 'एखादी निम्नजातीय, साधारण मूळ असणारी कुणी व्यक्ती, जरी तिच्याकडे बीए, एमए या पदव्या तसेच आवश्यक क्षमता असली, तरी वरच्या पदावर बसून इतर सर्वांच्या आयुष्यावर आणि मालमत्तेवर परिणाम साधणारे कायदे बनवायला लागली तर ते इथल्या अभिजनवर्गाला चालेल का? कदापि नाही!'[१४]

एकमेकांचे कट्टर शत्रूसुद्धा परस्परांच्या सर्वाधिक वाईट पूर्वग्रहांमध्ये कशाप्रकारे

समान धागा शोधतात हे विलक्षण आहे. नेहमीप्रमाणेच, हा जुन्या आणि नव्या अभिजनांदरम्यानचा संघर्ष होता. नेहमीप्रमाणेच, तो संघर्ष नव्या संधींसाठी, तसेच स्वतःच्या व्यक्तिगत आकांक्षा 'जनतेची' इच्छा म्हणून सगळ्यांवर थोपवण्यासाठी होता.

१९०० मध्ये देवनागरी चळवळीला पहिले यश मिळाले. वायव्य प्रांत आणि अवधचे लेफ्टनंट गव्हर्नर असणाऱ्या सर अँथोनी मॅकडोनेल यांनी प्रांतिक न्यायालयांमध्ये पर्शियनसोबतच देवनागरी लिपीलाही अधिकृत मान्यता देणारा आदेश काढला. त्यानंतरच्या काही महिन्यांतच हिंदी आणि उर्दू या भिन्न भाषा म्हणून गणल्या जाऊ लागल्या. दोन्ही बाजूंच्या भाषिक जहागीरदारांनी या फाळणीत भाग घेऊन शब्दांची आपापसांत वाटणी केली. हिंदीच्या संदर्भात पर्शियन भाषेचा प्रभाव असणारे, तसेच इतर स्थानिक भाषांची सावली पडलेले शब्द असंस्कृत समजले गेल्याने काढून टाकण्यात आले. (हिंदी, हिंदू आणि हिंदुस्थान हे शब्द मात्र या निर्मूलन मोहिमेतून कसेतरी बचावले). संस्कृतने पर्शियनची जागा घेण्यास सुरुवात केली. परंतु संस्कृत ही कर्मकांडांची आणि धर्मग्रंथांची भाषा होती. ती पुरोहितांची आणि पवित्र धर्ममार्तंडांची भाषा होती. संस्कृतची शब्दसंपदा सर्वसामान्य मानवी अनुभवाच्या ऐरणीवर ठोकून घडवलेली नव्हती. मर्त्य प्रेम, काबाडकष्ट, थकवा किंवा उत्कट इच्छा त्या भाषेतून व्यक्त केल्या जाऊ शकत नव्हत्या. ती सामान्यांच्या गाण्यांची किंवा कवितांची भाषा नव्हती. त्यासाठी त्यांच्याकडे अवधी, मैथिली, ब्रज भाषा, भोजपुरी किंवा इतर असंख्य बोलींचे पर्याय उपलब्ध होते. भाषेला समृद्ध करण्याऐवजी तिचा ऱ्हास होण्यासाठी हातभार लावण्याचे अशा प्रकारचे उदाहरण इतिहासात क्वचितच बघायला मिळेल. हे म्हणजे एका महासागराला हटवून त्याजागी काचेचे मत्स्यालय बसवण्यासमान होते.

दोन्ही बाजूंनी आपापला पाया मजबूत केल्यानंतर, महान साहित्यिकांचीही वाटणी सुरू झाली. 'उर्दू' गटांनी कबीर, सूरदास, मीरा तसेच कृष्णाचा एक निस्सीम भक्त असणारा मुस्लीम रसखान या भक्ती संप्रदायातील जातविरोधी संतांना नाकारले. तर हिंदी अभिमान्यांनी मीर आणि गालिब या महान उर्दू कवींना थारा दिला नाही. (हिंदुस्थानी शास्त्रीय संगीतविश्वात जवळपास याच धर्तीवर घडामोडी घडत आहेत. मात्र अजूनतरी त्याच्यावर हिंदू शास्त्रीय संगीत आणि मुस्लीम शास्त्रीय संगीत अशा प्रकारच्या फाळणीचे दुर्दैव ओढवलेले नाही) सुदैवाने, सर्वोत्कृष्ट पुरोगामी लेखक आणि कवींनी या दडपशाहीचा प्रतिकार केला. ते सकस आणि खोली असणारे तसेच त्यांच्या भाषेसोबत जे घडत आहे त्याविषयी पूर्णतः जागरूक असलेले साहित्य आणि काव्य निर्माण करत राहिले. परंतु हळूहळू, जुनी पिढी नाहीशी झाल्यावर मात्र त्यानंतरच्या नव्या पिढ्यांना त्यांच्या हक्काचा असलेला

आणि वर्णनातीत सौंदर्याने ओतप्रोत असा वारसा परत मिळवणे खूप कठीण जाईल कारण त्यांचे औपचारिक शिक्षण सरकारी समित्यांनी संमत केलेल्या 'नवीन' हिंदी पुस्तकांमार्फत आणि क्रमिक अभ्यासक्रमांमार्फत होत आहे.

या सर्व कारणांमुळेच, जेव्हा अंजुमचे वडील मुलाकत अली शोकमग्न भावनेच्या आड लपलेला इशारा देणाऱ्या मीरच्या ओळी उद्धृत करतात तेव्हा त्यांच्या 'नवीन' हिंदीवर पोसलेल्या तरुण पाहुण्यांना त्यातल्या गर्भितार्थाचे अजिबात आकलन होणार नाही याची त्यांना खात्री असते. त्यांच्या पाहुण्यांची उर्दू शब्दसंपदा त्यांच्या सांपत्तिक स्थितीसारखीच कमकुवत असल्याची त्यांना पुरेपूर कल्पना होती.

आज, तरुण पिढीतील कित्येक उर्दू-भाषिक पर्शियन लिपी वाचू शकत नाहीत. ते केवळ देवनागरी लिपीतच उर्दूचे वाचन करू शकतात. उर्दूकडे केवळ मुस्लिमांची भाषा म्हणूनच नव्हे, तर एक पाकिस्तानी भाषा म्हणून बघितले जाते, ज्यामुळे काही लोकांच्या नजरेत ती जवळ जवळ एक गुन्हेगार बनली आहे. मार्च २०१७ मध्ये, उत्तर प्रदेश विधानसभेत दोन सदस्यांना उर्दूत शपथ घेण्यापासून रोखण्यात आले होते.[१५] याच कृतीसाठी, अलिगड महानगरपालिकेतील एका सदस्यावर 'धार्मिक भावना दुखावण्याच्या' आरोपाखाली खटला दाखल करण्यात आला होता.[१६]

हिंदीचा दणदणीत विजय झालेला असला, तरी तिच्या राखणदारांची अस्वस्थता अजून पुरती शमली नव्हती. त्यांचे शत्रू असणारे मृत कवी काही केल्या खऱ्या अर्थाने मरायला तयार नव्हते हे कदाचित त्यामागचे कारण असावे. २००२च्या गुजरात हत्याकांडाच्या अध्यायांमध्ये एक कवितेविषयीचे उपकथानक होते. आपले वडील मुलाकत अली यांचे मित्र असलेल्या झाकीर मियाँसोबत जेव्हा अंजुम गुजरातला जाते तेव्हा तिला या गोष्टीचा साक्षात्कार होतो.

> अहमदाबादला गेल्यानंतर वली दखनी यांच्या समाधीला भेट देण्यासंदर्भात त्यांनी सुचवले. 'प्रेमाचा कवी' म्हणून ओळखला जाणारा वली दखनी सतराव्या शतकातील उर्दू कवी होता. मुलाकत अली त्याचे निस्सीम चाहते होते, तसेच ते त्याच्या कृपाभिलाषेची कामना करत असत. मुलाकत अलींना प्रचंड आवडणाऱ्या वलीच्या ओळी आळवतच अंजुम आणि झाकीर मियाँनी हसतमुखाने हा बेत पक्का केला होता :
>
> जिसे इष्क का तीर कारि लगे
> उसे जिंदगी क्यूँ ना भारी लगे

जो प्रेमरूपी बाणाने धारातीर्थी पडतो
त्याला आयुष्य हे ओझ्यासारखे वाटणार नाही का?[१७]

काही दिवसांनी, ते ट्रेनने आधी अजमेरला आणि नंतर अहमदाबादला गेले. त्यानंतर त्यांच्याबाबत कोणतीही बातमी समजली नाही. सईदाने (जिचे अंजूमवर प्रेम होते आणि अंजुमला तिच्याबद्दल असलेल्या संशयांविषयी जी पूर्णतः अनभिज्ञ होती) जेव्हा टीव्हीवरच्या घरगुती मालिका बंद भरून बातम्या लावण्याची सूचना केली, तेव्हा त्याला कुणीही आक्षेप घेतला नाही. त्यामुळे अंजुम आणि झाकीर मियाँसोबत नेमके काय घडले याविषयी काही धागेदोरे मिळण्याची अंधुक शक्यता निर्माण झाली असती. जेव्हा लालबुंद चेहऱ्याचे, नाटकी वार्ताहर हजारो गुजराती मुस्लिमांनी तुडुंब भरलेल्या निर्वासितांच्या छावण्यांसमोर उभे राहून जोरजोरात किंचाळत होते, तेव्हा इकडे ख्वाबगाहमध्ये त्या बातम्यांचा आवाज बंद करून, पार्श्वभूमीवर दिसणाऱ्या चित्रांत अन्नासाठी किंवा गोधड्यांसाठी रांगेत उभ्या राहिलेल्या अथवा तंबूमध्ये कोंबले गेलेल्या अंजुम आणि झाकीर मियाँची एखादी झलक पाहायला मिळेल म्हणून ते डोळ्यात प्राण आणून बघत होते. बातम्यांच्या ओघात वली दखनीची समाधी जमीनदोस्त करण्यात येऊन त्यावर डांबरी रस्ता बांधण्यात आल्याचे त्यांना समजले. तिचे अस्तित्वात असलेले सर्व नामोनिशाण मिटवण्यात आले होते. (त्या समाधीच्या जागी बांधण्यात आलेल्या डांबरी रस्त्याच्या मधोमध नित्यनेमाने फुले ठेवणाऱ्या लोकांविषयी मात्र पोलीस, झुंडी किंवा मुख्यमंत्री काहीच करू शकत नव्हते. भरधाव वेगाने जाणाऱ्या गाड्यांच्या चाकांखाली ती फुले चिरडली गेल्यानंतर त्यांच्याजागी नवी, ताजी फुले अवतरायची. निर्माल्य आणि कवितेदरम्यानच्या नात्याविषयी तसेही कोण काय करू शकते?)[१८]

एकविसाव्या शतकातील झुंडीच्या मनात तीनशे वर्षांपूर्वी होऊन गेलेल्या एका कवीविषयी इतका टोकाचा संताप का असावा? वली दखनी अर्थात दख्खनमधला शहाणा माणूस, हा सतराव्या शतकातील कवी होता. त्याला वली औरंगाबादी, तसेच वली गुजराती या नावांनीही ओळखले जात असे. त्याने लिहिताना दख्खनी उर्दूचा वापर केला, जिच्याशी उत्तरेकडचे दरबारी कवी परिचित नव्हते. ते त्या काळी मुख्यतः पर्शियनमध्ये लिहीत असत. उर्दू भाषेत लिहीत असला, तरी वली दखनी भारतीय उपखंडातला असा पहिला कवी होता ज्याने 'दिवाण'च्या स्वरूपात आपल्या

कविता सादर केल्या होत्या. 'दिवाण' ही पर्शियन साहित्यिक परंपरा होती ज्यामध्ये कवितांची आकारविल्ह्यांनुसार तीन अनिवार्य भागात विभागणी करण्यात येत असे : मसनवी (कथनात्मक कविता), मर्सिया (हुसेन यांच्या हौतात्म्याच्या आठवणीत लिहिलेल्या शोकात्म कविता) आणि कसिदा (योद्ध्यांची प्रशंसागीते गाण्याची परंपरा). वली दखनीच्या 'दीवाण'ने पर्शियन भाषेत लिहिणाऱ्या कवींच्या अभिजनवर्तुळात मोठे वादळ निर्माण केले. तो उत्तर आणि दक्षिण भारतातला एक सांस्कृतिक दुवा तसेच उर्दू कवितेचा आद्य संस्थापक बनला.

ज्याने पर्शियनमध्ये लिहिणाऱ्या कवींना उर्दूत लिहिण्यासाठी उद्युक्त केले, तसेच लिखित उर्दू साहित्याला अभिजात दर्जा मिळवून दिला त्या वली दखनीच्या समाधीला उद्ध्वस्त करणारी देशीवादाच्या नशेतली झुंड या कवीचे सहजपणे कौतुकही करूच शकली असती, कारण उर्दू ही हिंदुस्थानातल्या रस्त्यांवर जन्मलेलीच भाषा आहे. परंतु दुर्दैवाने, असे काही होऊ शकले नाही.

वली दखनीच्या समाधीची नासधूस हे २००२ गुजरात दंगलीमधील या प्रकारचे एकमेव उदाहरण नव्हते.[१९] त्या कालावधीतच एका जमावाने बडोद्यातल्या हिंदुस्थानी शास्त्रीय संगीतातील महान गायकांपैकी एक असणाऱ्या उस्ताद फैयाज खान यांच्या कबरीवर हल्ला चढवला. बऱ्याच वर्षांपूर्वी, सत्तरच्या दशकात उफाळलेल्या एका दंगलीत एका जमावाने रसलून बाईंचे (गार्सन होबार्ट यांची आवडती गायिका) घर पेटवून दिले होते.[२०] या समकालीन झुंडशाहीबद्दल सांगता येणारी एकमेव चांगली गोष्ट म्हणजे कलेमुळे समोर उभ्या राहू शकणाऱ्या धोक्यांची त्यांना जाणीव आहे तसेच त्यांची अभिरुची उच्च दर्जाची आहे.

या दीर्घ व्याख्यानाचा शेवट मी 'द मिनिस्ट्री ऑफ अटमोस्ट हॅपिनेस'मधल्या नाऱ्यांविषयीच्या आणि मंत्रांविषयीच्या छोट्याशा टिपणाने करेन.

अंजुम गुजरातमधील हिंसाचारातून सहीसलामत बचावते, कारण ती गतप्राण असल्याचा अभिनय करत झाकीर मियाँच्या पार्थिवावर पडून राहिलेली असताना ज्या झुंडीला सापडते, त्यांचा असा विश्वास होता, की हिजड्याला मारल्याने अपशकुन होतो. म्हणूनच, तिला ठार मारण्याऐवजी ते तिच्याभोवती जमतात आणि जबरदस्तीने तिला त्यांच्या घोषणा द्यायला लावतात :

भारत माता की जय ! वंदे मातरम !

तिने त्या घोषणा दिल्या. त्या वेळी ती रडत होती, थरथरत होती. हे तिच्या आजवरच्या वाईटातल्या वाईट स्वप्नापेक्षाही अधिक भयंकर होते.

त्यांनी तिला जिवंत सोडले. ठार न करता. कुठलीही दुखापत न

करता. तिला जेरबंद केले नाही वा निर्वस्त्रही केले नाही. तिला एकटीलाच.
कारण त्यांना वाटले असे करण्याने त्यांचे दैव फळेल.

खाटकाचे दैव.

तिचे अस्तित्व इतकेच होते. आणि जितकी वर्षे ती जगत राहिली
तितके दिवस त्यांच्यासाठी सुदैवाचे ठरले.[२१]

भारत, हिंदुस्थान आणि इंडिया ही आम्ही राहत असलेल्या देशासाठी अदलूनबदलून वापरण्यात येणारी नावे आहेत. पाकिस्तान आणि बांगलादेशचा समावेश असणारा 'अखंड भारत' हिंदू राष्ट्रवाद्यांसाठी आदर्शवत आहे. 'भारत माता की जय' या घोषणेकडे बहुतेक जण हिंदू राष्ट्रवादाच्या नव्हे, तर देशभक्तीच्या नजरेतून बघतात. परिस्थिती वेगळी असती तर, अंजुमने भरत राजा पुरुष असूनही त्याचे एकेकाळचे साम्राज्य असणाऱ्या या भारताला 'माता' का म्हणायचे आणि भारत ही मातृभूमी का आहे, पितृभूमी का नाही असे विचारणाऱ्या त्या विघ्नसंतोषींना आणि कल्पकतेचा पूर्ण अभाव असणाऱ्या वाचाळवीरांना चांगलेच खडसावले असते किंवा बदडलेही असते.

तिला जबरदस्तीने द्यावी लागलेली दुसरी घोषणा 'वंदे मातरम' हे सुप्रसिद्ध बंगाली लेखक बंकिमचंद्र चॅटर्जी यांनी लिहिलेल्या एका कवितेचे शीर्षक होते. १८८० मध्ये प्रकाशित झालेल्या 'आनंदमठ' या त्यांच्या कादंबरीत ही कविता होती. हिंदू राष्ट्रवाद्यांवर या कादंबरीची कायमच भुरळ पडत आली आहे, कारण तिने अशा एका काल्पनिक, आदर्श हिंदू योद्ध्याचे चित्र रंगवले होते जो चारित्र्यहीन मुस्लीम शोषकांविरुद्ध बंडाचे निशाण उभारतो. इतिहास विशद करत असताना, साहित्य भविष्यालाही कशी कलाटणी देऊ शकते याचे 'आनंदमठ' हे उत्कृष्ट उदाहरण आहे. त्या कवितेत मातृभूमीला हिंदूंची देवी असणाऱ्या दुर्गामातेच्या स्वरूपात चितारण्यात आले आहे. परंतु या कवितेची सुरुवातीची दोन कडवी राष्ट्रीय स्वातंत्र्यचळवळीचे अनौपचारिक राष्ट्रगीत बनले होते. कारण हिंदू आणि मुस्लिमांनाही त्या कडव्यांमध्ये 'मातेचा' जो उल्लेख होता तो 'भारतमातेला' उद्देशून असल्यासारखाच वाटला. ब्रिटिश वसाहतवादाच्या विरोधातील लढ्यातले हे अत्यंत लोकप्रिय गीत असले, तरी आजच्या निराळ्याच प्रकारच्या राष्ट्रवादाने दूषित झालेल्या वातावरणात तसेच दडपशाही व लादलेल्या देशभक्तीयुक्त भवतालात मात्र या गीताचे आयाम पूर्णतः बदलले आहेत. लोकांना, विशेषतः मुस्लिमांना, ज्यांपैकी बहुतेक जण या गीताच्या पूर्वेतिहासाविषयी अनभिज्ञ नसतात, त्यांना अपमानित करण्यासाठी 'वंदे मातरम' या घोषणा जबरदस्तीने द्यायला लावण्याचा प्रघात पडला आहे. विरोधाभास म्हणजे, नव्वदच्या दशकात ए. आर. रहमान नावाच्या सुफी

गायकाने या गीताचे आधुनिक रूप जनमानसांत मोठ्या प्रमाणावर लोकप्रिय केले होते. दुर्दैवाने, एकेकाळी सर्वांची आवडती असणारी ही घोषणा आतामात्र वादग्रस्त बनली आहे.

एखादी बंगाली घोषणा गैर-बंगाली भाषिक राज्यांत लोकप्रिय होणे यात काही आश्चर्य नाही. हल्ले करणारे जमाव वा निदर्शक, उजवे वा डावे समर्थक, किंवा सैनिकी नियंत्रणाखाली असणाऱ्या प्रदेशातील लोक वा मोठ्या धरणांना विरोध करणारे आंदोलनकर्ते अशा कुणाकडूनही दिल्या जात असल्या, तरी उपखंडातल्या या घोषणा म्हणजे उर्वरित देशापर्यंत आणि जगापर्यंत आपला आवाज पोहोचावा या उद्देशाने केलेले सादरीकरण असते. आणि म्हणूनच, बऱ्याचदा या घोषणा त्या प्रदेशातील लोकांच्या मातृभाषेत नसतात. काश्मीरमधील मोठ्या संघर्षात तुम्हाला उर्दू आणि इंग्रजीतल्या घोषणा मिळतील; काश्मिरी भाषेतल्या मात्र क्वचितच. आज़ादी! आज़ादी! या उर्दू घोषणेचे मूळ पर्शियन आहे. बहुधा इराणी क्रांतीमार्फत ती पूर्वेकडे सरकत आता काश्मिरी स्वातंत्र्यसंग्रामाची, तसेच महदआश्चर्य म्हणजे, भारतातल्या स्त्री चळवळींचीही ओळख बनली आहे. देशाच्या विरुद्ध टोकाला, केरळमध्ये, मी 'इन्किलाब जिंदाबाद!' (क्रांती चिरायू होवो!) या उर्दू भाषेतल्या घोषणेने दुमदुमणाऱ्या वातावरणात लहानाची मोठी झाले. तिथल्या लोकांना उर्दू बोलताही येत नव्हती आणि कळतही नव्हती. साम्यवादी पक्षाची अजून एक घोषणा होती 'स्वादंद्रियम, जनाधिपत्यम, सोशॅलिझम, झिंदाबाद!' (स्वातंत्र्य, लोकशाही, समाजवाद चिरायू होवो!). या एकाच घोषणेत संस्कृत, मल्याळम, इंग्रजी आणि उर्दू या चार भाषा अंतर्भूत आहेत.

'द मिनिस्ट्री ऑफ अटमोस्ट हॅपिनेस' मधल्या एका मंत्राच्या प्रवासाबाबत सांगून मी या व्याख्यानाचा शेवट करते.

अंजुम आणि झाकीर मियाँ बेपत्ता होऊन दोन महिने उलटल्यानंतर आणि गुजरातमधील हत्यांचे सत्र काहीसे थंडावल्यानंतर झाकीर मियाँचा मुलगा मन्सूर पित्याच्या शोधार्थ अहमदाबादला जातो. सावधगिरीचा भाग म्हणून, गरज पडली तर स्वतः हिंदू असल्याचे सांगता येण्यासाठी त्याने दाढी काढली होती. त्याला त्याचे वडील सापडत नाहीत, परंतु भयभीत अवस्थेतल्या अंजुमशी मात्र त्याची गाठ पडते. निर्वासितांच्या छावणीत तिला पुरुषांच्या विभागात ठेवलेले असते. पुरुषी वेषातल्या, केस कापलेल्या अंजुमला मन्सूर ख्वाबगाहमध्ये परत घेऊन येतो. तिच्यासोबत काय घडले होते याविषयी ती कुणाशीही चकार शब्द बोलत नाही. परंतु 'पुरुषांना कापले जात असल्याच्या आणि अनावृत्त स्त्रियांवरच्या अत्याचारांच्या' स्मृतींनी तिला झपाटले होते. एके दिवशी ती तिच्या रडत असलेल्या दत्तक मुलीला, झैनबला केशकर्तनालयात घेऊन जाते आणि तिचे केस कापायला लावते

तसेच तिला मुलांसाठीचे कपडे घालण्यासही सुरुवात करते. 'दिल्लीमध्ये गुजरातसदृश परिस्थिती उद्‌भवली तर' खबरदारी म्हणून ती या गोष्टी करत असते. तसेच सुरक्षिततेच्या दृष्टिकोनातून ती झैनबला संस्कृत भाषेतील गायत्री मंत्र शिकवते. तिच्या म्हणण्यानुसार, तिने गुजरातमधल्या निर्वासितांच्या छावणीत हा मंत्र शिकला होता. ती सांगते, की इतर अनेक निर्वासितांनीही तो मंत्र मुखोद्‌गत केला होता. कारण या मंत्राच्या साह्याने आपण हिंदू असल्याची खात्री पटवून देऊन, झुंडीच्या तावडीतून सहीसलामत सुटू शकतो, यावर त्या निर्वासितांचा विश्वास होता. अंजुम किंवा झैनबला या मंत्राचा अर्थ ठाऊक नसतो. परंतु शाळेत जाण्यासाठी तयार होताना आणि तिने पाळलेल्या शेळीला चारा भरवताना झैनब आनंदाने तो मंत्र म्हणत असे.

ॐ भूर्भुवः स्वः
तत्सवितुर्वरेण्यं
भर्गोऽ देवस्य धीमहि
धियो यो नः प्रचोदयात्

स्वर्ग-मृत्यू आणि पाताळ या तिन्ही लोकांत व्यापून असणाऱ्या, श्रेष्ठ परमतत्त्व श्री सूर्य नारायणाचे आम्ही ध्यान करतो. हे सूर्यदेव आमच्या बुद्धीला श्रेष्ठता आणि उत्तम कर्म करण्यास प्रवृत्त करो.[११]

'द मिनिस्ट्री ऑफ अटमोस्ट हॅपिनेस'मध्ये गायत्री मंत्राचा तीन वेळा उल्लेख येतो. पहिल्यांदा झुंडीच्या हिंसेविरोधात वापरण्यासाठीची गुरुकिल्ली म्हणून. दुसऱ्यांदा, भारतातल्या वेगाने वाढत असलेल्या मध्यमवर्गाला आकर्षित करण्यासाठी ब्रिटिश एअरवेजने बनवलेल्या जाहिरातीचा भाग म्हणून. आणि तिसऱ्यांदा एका मॉलमधल्या फास्ट-फूड विकणाऱ्या उपाहारगृहात. झैनब आता मोठी झाली आहे आणि सद्दाम हुसेन नावाच्या तरुणासोबत तिचे लग्न ठरले आहे. खूप वर्षांपूर्वी, आपल्या वडिलांना पोलीस स्थानकासमोरच एका जमावाने कशाप्रकारे ठेचून मारले होते याविषयीची गोष्ट सद्दाम त्यांना सांगतो. ज्या मॉलमध्ये ते बसलेले असतात त्या जागेवरच ते पोलीस स्थानक होते असेही तो सांगतो. तिला एक हिंदू प्रार्थना माहीत असल्याचे सांगत झैनब तिच्या भावी (आणि दिवंगत) सासऱ्याविषयी सद्‌भावना व्यक्त करण्यासाठी गायत्री मंत्र म्हणते.

लोकांनी अशाप्रकारे संस्कृतला स्वीकारले आहे.

मोडून पडलेल्या अवस्थेत गुजरातहून परतल्यानंतर तिच्या पूर्वीच्या आयुष्याशी

जमवून घेणे शक्य होत नसल्याकारणाने, काही महिन्यांनी अंजुम एका जुन्या कब्रस्तानात राहायला जाते, आणि तिथे स्वतःचे घर उभे करते. त्यानंतरच्या काही वर्षांत ती हळूहळू सावरते आणि जन्नत नावाचे एक अथितिगृह बांधते. जेव्हा सद्दाम हुसेन तिला सामील होतो तेव्हा व्यवसायाचा विस्तार करत ते अंत्यविधीविषयक सेवा पुरवण्यासही सुरुवात करतात. बाहेरच्या 'दुनिये'त ज्यांचा अंत्यसंस्काराचा हक्कही नाकारला जातो, अशा कुणाचेही - अगदी कुणाचेही - त्या कब्रस्तानात अत्यंत सन्मानाने दफन केले जाते. 'जन्नत अतिथीगृह आणि अंत्यविधी सेवा'च्या छत्रछायेत मृतांसाठी प्रसंगोचित प्रार्थना आळवल्या जातात. त्या प्रार्थनांमध्ये फातिहा, 'द इंटरनॅशनल'चे हिंदीतून केले जाणारे गायन तसेच शेक्सपिअरच्या पाचवा हेन्रीचे इंग्रजीतून अभिवाचन अशा विविध गोष्टींचा समावेश असतो.

या व्याख्यानाचे शीर्षक असणाऱ्या पाब्लो नेरूदाच्या त्या प्रश्नाचे उत्तर आपण कसे देणार?

विकल शहरांवर कोणत्या भाषेत पाऊस पडतो?[२३]

मी निःसंकोचपणे म्हणेन, अनुवादाच्या भाषेत.

२

धोकादायक लोकशाहीतील निवडणुकीचा हंगाम*

ज्या गोष्टीची आपण गेल्या काही काळापासून चर्चा करत होतो त्यावर मागच्या गुरुवारच्या वर्तमानपत्रांनी शिक्कामोर्तब केले. पाच राजकीय कार्यकर्त्यांच्या अटकेसंदर्भात इंडियन एक्सप्रेसच्या पहिल्या पानावरील मथळा होता 'सरकार उलथवून टाकण्यासाठी यांचा फॅसिस्ट-विरोधी कटात सहभाग - पुणे पोलिसांनी कोर्टात सांगितले'.[१] आतातरी हे लक्षात घेतले पाहिजे, अशा सत्तेविरुद्ध आपण उभे आहोत की जिची स्वतःची पोलिस यंत्रणाच तिला फॅसिस्ट संबोधते . आजच्या भारतात, अल्पसंख्यांक असणे हा गुन्हा आहे. मारले जाणे हा गुन्हा आहे. लचके तोडले जाणे हा गुन्हा आहे. गरीब असणे हाही गुन्हाच आहे. तसेच गरिबांच्या बचावासाठी प्रयत्न करणे हा सरकार उलथवण्याचा कट आहे.

ज्या वेळी महाराष्ट्र पोलीस दलाने एकाचवेळी अनेक सुपरिचित कार्यकर्ते, कवी, वकील, पाद्री यांच्या घरांवर धाडी टाकून हास्यास्पद आरोपांखाली आणि कुठल्याही ठोस कागदपत्रांशिवाय पाच जणांना अटक केली, ज्यात नागरी हक्कांसाठी लढणाऱ्या तिघांचा आणि दोन वकिलांचा समावेश होता, तेव्हा विरोधाचा भडका उडणार याची सरकारला पुरेपूर कल्पना असणार. हे पाऊल उचलण्याआधी देशाच्या विविध भागांत होऊ घातलेल्या विरोधी निदर्शनांसह सर्व प्रकारच्या प्रतिक्रियांचा आधीच विचार केला गेला असणार. तरीही असे का घडले?

---

* २९ ऑगस्ट २०१८ रोजी दिल्लीतील एका पत्रकार परिषदेत हे व्याख्यान देण्यात आले. सर्वप्रथम २९ ऑगस्ट २०१८ रोजी #MeTooUrbanNaxal या शीर्षकाखाली द वायर, स्क्रोल इत्यादी प्रकाशनांद्वारे प्रसिद्ध करण्यात आले. त्यानंतर ३ सप्टेंबर २०१८ रोजी न्यू यॉर्क रिव्ह्यू ऑफ बुक्समध्ये या लेखासाठी वापरलेल्या शीर्षकाखाली प्रकाशित.

वास्तविक मतदारांच्या आकडेवारीचे अलीकडेच करण्यात आलेले विश्लेषण तसेच अगदी नुकताच लोकनीती-सीएसडीएस-एबीपी यांच्या संयुक्त विद्यमाने प्रसिद्ध करण्यात आलेला 'मूड ऑफ द नेशन सर्वे'[२] यातून भारतीय जनता पक्ष (भाजप) आणि पंतप्रधान नरेंद्र मोदी यांची लोकप्रियता (त्यांच्यासाठी) चिंताजनक वेगाने घसरत असल्याचे निदर्शनास आले आहे. याचाच अर्थ आता आपण धोकादायक कालखंडात प्रवेश करत आहोत. लोकप्रियतेतील घसरणीमागच्या खऱ्या कारणांवरून लक्ष हटवण्यासाठी व विरोधकांतील वाढता एकसंधपणा नेस्तनाबूत करण्यासाठी निर्दयीपणे आणि सातत्यपूर्ण प्रयत्न केले जातील. २०१९ची सार्वत्रिक निवडणूक होईपर्यंत हा तमाशा सुरू राहील - अटकसत्र, हत्या, जमावहल्ले, बॉंबहल्ले, तोतया चकमकी, दंगे, वांशिक/धार्मिक नरसंहार इत्यादी. निवडणुकीच्या हंगामाचा सहसंबंध सर्व प्रकारच्या हिंसेच्या नांदीशी जोडायला आपण एव्हाना शिकलो आहोत. फोडा आणि राज्य करा - अलबत. परंतु त्यात अजून एक भर घाला - लक्ष भरकटवा आणि राज्य करा. आतापासून निवडणुक पार पडेपर्यंत आपल्या सगळ्यांवर कधी, कुठे आणि कशाप्रकारे आगीचे गोळे बरसणार आहेत, तसेच त्यांचे स्वरूप काय असणार याची काडीमात्र कल्पना आपणास नाही.

म्हणूनच, वकिलांच्या आणि कार्यकर्त्यांच्या अटकेसंदर्भात बोलण्याआधी काही गोष्टींचा पुनरुच्चार करणे क्रमप्राप्त आहे. आपल्यावर जरी आगीचा वर्षाव होत राहिला आणि आपल्या नज़रेसमोर चित्रविचित्र घटनाक्रम उभा राहिला, तरीही आपण आपले लक्ष विचलित होऊ द्यायचे नाही.

१. ८ नोव्हेंबर २०१६ रोजी पंतप्रधान मोदींनी टीव्हीवर येऊन वापरात असल्यापैकी ८०% चलनाचे विमुद्रिकरण करत असल्याच्या धोरणाची घोषणा करून एक वर्ष आणि जवळपास आठ महिने होत आले आहेत. त्यांच्या स्वतःच्या मंत्रिमंडळासाठीही हा आश्चर्याचा धक्का होता. अलीकडेच भारतीय रिझर्व्ह बँकेने ९९% चलन बँकिंग प्रणालीमध्ये परत आल्याचे जाहीर केले आहे. द गार्डीयनच्या वृत्तानुसार या धोरणामुळे स्थूल राष्ट्रीय उत्पादनाच्या (GDP) एक टक्का इतके नुकसान झाले आहे, तसेच याची परिणती पंधरा लाख नोकऱ्या गमावण्यात झाली आहे.[३] यादरम्यानच, केवळ नवीन चलन छापण्यासाठी देशाला कितीतरी हजार कोटी रुपये खर्चावे लागले आहेत. नोटाबंदीनंतर आला वस्तू आणि सेवा कर. आधीच नोटाबंदीमुळे पिचलेल्या लघू आणि मध्यम उद्योगांचे या कराच्या रचनेमुळे कंबरडेच मोडले.

जेव्हा छोट्या उद्योगांची, व्यापाऱ्यांची आणि विशेषतः गरिबांची वाताहत होत होती, त्याच वेळी बऱ्याच मोठ्या उद्योगांनी आपापली संपत्ती कितीतरी पटीत वाढवली आहे.[४] किंगफिशर एअरलाइन्स सारखे उद्योग, बिअरसम्राट विजय मल्ल्या

आणि हिरे व्यापारी नीरव मोदी यांना लोकांचे हजारो कोटी बुडवून पोबारा करण्याची संधी दिली जाते. सरकार मात्र याकडे पद्धतशीरपणे डोळेझाक करते. या सगळ्यांसाठी कोणत्या प्रकारच्या उत्तरदायित्वाची अपेक्षा आपण करू शकतो? कोणत्याच नाही? शून्य?

२. २०१६ मध्ये मुंबईत पार पडलेल्या आणि मोदींनी उद्‌घाटन केलेल्या मेक इन इंडियाच्या सोहळ्यातील तमाशा आपणा सर्वांच्या स्मरणात आहे. सांस्कृतिक कार्यक्रमादरम्यान मुख्य व्यासपीठ भलीमोठी आग लागल्यामुळे जळून खाक झाले होते. पण खऱ्या अर्थाने मेक इन इंडियाची होळी म्हणजे फ्रेंच सरकारसोबतचा राफेल लढाऊ विमानांचा करार. २०१५ मध्ये पॅरिस येथे भारतीय पंतप्रधानांनी या कराराची घोषणा केली, ज्याची वस्तुतः त्यांच्या संरक्षण मंत्र्यालाही कल्पना नव्हती. हे सर्व ज्ञात संकेतांविरुद्ध आहे. यातली खरी गोम आपल्याला ठाऊक आहे : विमाने खरेदी करण्याचा हा सौदा यापूर्वीच २०१२ मध्ये काँग्रेसच्या नेतृत्वाखालील संयुक्त पुरोगामी आघाडी सरकारने केला होता. या विमानांची जोडणीप्रक्रिया हिंदुस्थान एरोनॉटिक्स लिमिटेड ही सार्वजनिक क्षेत्रातील कंपनी करणार होती. मोदींनी तो करार रद्दबातल ठरवून त्याची पुनर्रचना केली. हिंदुस्थान एरोनॉटिक्सवर कठोरपणे वाढीव कर लादले. काँग्रेससहित या नव्या कराराचा अभ्यास करणाऱ्या इतर अनेक पक्षांनी यामध्ये कल्पनेपलीकडचा भ्रष्टाचार झाल्याचा आरोप केला आहे. तसेच रिलायन्स डिफेन्स लिमिटेड या खोलवर कर्जात बुडालेल्या आणि आजपावेतो एकही विमान न बनवलेल्या खासगी कंपनीशी[५] ऑफसेट करारासंदर्भात सरकार वाटाघाटी करत असल्याचा आरोपही त्यांनी केला आहे.

संयुक्त संसदीय समितीने या प्रकरणाची चौकशी करावी, अशी मागणी विरोधकांनी केली आहे. आपण तसे काही घडण्याची अपेक्षा करू शकतो? की इतर अनेक गोष्टींसारखाच विमानांचा हा ताफाही विनातक्रार पचवायचा आहे?

३. पत्रकार गौरी लंकेश यांच्या हत्येसंदर्भातील तपासात कर्नाटक पोलिसांनी अनेकांना अटक केली आहे. यातूनच सनातन संस्थेसारख्या अनेक विखारी हिंदुत्ववादी संघटनांचे कारनामे प्रकाशात आले आहेत. यातून एका छुप्या, संघटित दहशतवादी जाळ्याचे अस्तित्व निःसंदिग्धपणे स्पष्ट होते. त्यांच्याकडे स्वतःची खास हिटलिस्ट आहे, लपण्याच्या जागा, सुरक्षित घरे, पुरेसा शस्त्रसाठा आणि लोकांना मारण्याच्या, विषप्रयोग करण्याच्या, त्यांना बॉम्बने उडवण्याच्या विविध योजना आहेत.

यातल्या किती गटांबद्दल आपल्याला माहिती आहे? गुप्तपणे कोण-कोण कामे करत आहेत? सत्तास्थानाचा आणि बहुतकरून पोलिसांचाही वरदहस्त असलेल्या

या गटांच्या यापुढच्या योजना काय असतील? कोणते हल्ले खोटे? आणि कोणते खरे? ते कुठे होतील? काश्मीरमध्ये? अयोध्येत? (जिथे बाबरी मशिदीच्या जागेवर राममंदिर बांधण्याचे आश्वासन भाजपने दिले आहे. १९९२ मध्ये ज्येष्ठ भाजप नेत्यांच्या पाठिंब्याच्या बळावर हिंसक जमावाने ही मशीद जमीनदोस्त केली होती.)[६] आसाममध्ये? (जिथल्या ४० लाख लोकांना नुकत्याच प्रकाशित झालेल्या 'राष्ट्रीय नागरिक नोंदणी'मधून (National Register of Citizens) वगळण्यात आले आहे), की कुंभमेळ्यात? (ज्या हिंदू उत्सवात १ कोटीपर्यंतच्या संख्येने भाविक जमतात).[७] किती सहजपणे ते सर्व काही उद्ध्वस्त करू शकतात, नाही? लक्षात घ्या : सर्व काही. त्यासाठी त्यांनी पाळलेल्या माध्यमगृहांकडून अतिरंजितपणे वर्तवलेल्या एखाद्या छोट्या-मोठ्या हमल्याचीच केवळ आवश्यकता आहे. या खऱ्याखुऱ्या धोक्यापासून लक्ष हटवण्यासाठीच अलीकडे झालेल्या अटकसत्राबाबतचा छद्मविलाप सुरू आहे.

४. ज्या वेगाने शिक्षणसंस्था खिळखिळ्या केल्या जात आहेत, उत्तम कामगिरी करणाऱ्या विद्यापीठांना उद्ध्वस्त केले जात आहे, केवळ कागदोपत्री अस्तित्वात असणाऱ्या आभासी विद्यापीठांना प्रोत्साहन दिले जात आहे, ते सर्वाधिक दुःखद आहे. आणि हे वेगवेगळ्या मार्गांनी केले जात आहे. आपण जवाहरलाल नेहरू विद्यापीठ (JNU) आपल्या डोळ्यांसमोर खालसा केले जात असल्याचे पाहत आहोत. तिथल्या विद्यार्थी आणि कर्मचाऱ्यांवर सातत्याने हल्ले केले जात आहेत. कितीतरी टीव्ही वाहिन्या खोट्या बातम्या आणि बनावट चित्रफिती पसरवण्यात सक्रियरीत्या सहभागी आहेत त्यामुळे तिथल्या विद्यार्थ्यांच्या जिवाला धोका निर्माण झालाय. यातूनच अतिशय क्रूरपणे बदनाम केल्या गेलेल्या उमर खालिद या बुद्धिवादी तरुणाच्या हत्येचा प्रयत्नही झालाय.

याउपर खोटा इतिहास प्रसृत करणे व अभ्यासक्रमाचे अतिसुलभीकरण करणे सुरू आहे. येत्या काही वर्षांतच ज्यातून कधीही सावरता येणार नाही अशा मूर्खपणात याची परिणती होईल. आणि शेवटचे म्हणजे,आरक्षणाच्या धोरणामुळे (त्याची तुलना अमेरिकेतल्या 'Affirmative Action' शी करता येईल) जे काही थोडेफार विधायक घडले ते शिक्षणाच्या खासगीकरणामुळे मातीमोल होत आहे. आपण पुन्हा एकदा शिक्षणाचे ब्राह्मणीकरण होत असल्याचे पाहत आहोत. फरक इतकाच, की या वेळेस सुटाबुटात वावरणाऱ्यांकडून हे साकारले जात आहे. फी परवडत नसल्याकारणाने दलित, आदिवासी, इतर मागासवर्गीय विद्यार्थ्यांना परत एकदा शिक्षणसंस्थांच्या बाहेर ढकलले जात आहे. याची सुरुवात होऊनही आता बराच काळ लोटला आहे. हे संपूर्णतः असमर्थनीय आहे.

५. आणखी काही गोष्टी आहेत ज्याकडे आपले दुर्लक्ष होता काम नये : कृषी क्षेत्रातील प्रचंड अस्वस्थता, वाढत्या शेतकरी आत्महत्या, मुस्लिममांवरचे जमावहल्ले, दलितांवर सातत्याने होणारे अत्याचार, मारहाण, सवर्णांच्या अत्याचाराविरुद्ध ठामपणे उभे राहणारे भीम आर्मीचे (बहुजनांच्या हक्कांसाठी लढणारी संघटना) नेते चंद्रशेखर आज़ाद यांना झालेली अटक, अनुसूचित जाती आणि अनुसूचित जमाती (अत्याचार प्रतिबंध) कायदा, १९८९ मधील अल्पसंख्यांक गटांना प्रदान केलेल्या कायदेशीर संरक्षणास कमकुवत करणे इत्यादी. इतके सगळे नमूद केल्यानंतर, आता मी नजीकच्या काळात झालेल्या अटकसत्रांच्या मुद्द्यावर येते.

अटक झालेल्या -व्हर्नोन गोंझाल्वेस, अरुण फेरेरा, सुधा भारद्वाज, वरावरा राव आणि गौतम नवलखा या पाच व्यक्तींपैकी एकही जण नामवंत माजी न्यायमूर्ती सावंत आणि कोळसे-पाटील यांनी आयोजित केलेल्या आणि ३१ डिसेंबर २०१७ रोजी पुण्यात पार पडलेल्या एल्गार परिषदेत उपस्थित नव्हते. तसेच दुसऱ्या दिवशी भीमा-कोरेगाव विजयाचा दोनशेवा स्मृतिदिन साजरा करण्यासाठी जमलेल्या आणि मुख्यत्वेकरून दलितांचा सहभाग असलेल्या ३,००,००० लोकांच्या मोर्चातही ते सहभागी नव्हते. (दमणकारी पेशव्यांच्या राजवटीचा बीमोड करण्यासाठी या लढाईत दलित ब्रिटिशांना सामील झाले होते. दलितांनी अभिमानाने साजरा करावा अशा मोजक्या विजयांपैकी हा एक.)

या दुसऱ्या दिवशीच्या मोर्चावर हिंदुत्ववादी धर्मांधांनी हल्ला चढवला, ज्याची परिणती पुढच्या काही दिवसांतल्या अशांततेत झाली. सदर हिंसाचारामागे मिलिंद एकबोटे आणि सनातनी हिंदुत्ववादी संभाजी भिडे या दोघांचा हात असल्याचा आरोप आहे. दोघांवर अजूनही कसलीच कारवाई झालेली नाही. त्याऐवजी, जून २०१८ मध्ये त्यांच्या एका समर्थकाने दाखल केलेल्या तक्रारीवरून (FIR) पुणे पोलिसांनी पाच व्यक्तींना अटक केली : दिल्लीस्थित राजकीय कार्यकर्ते रोना विल्सन, मुंबईतले दलित कार्यकर्ते सुधीर ढवळे, नागपूरमध्ये प्राध्यापकी करणारे शोमा सेन, चळवळीत सक्रिय असणारे, तसेच प्रधानमंत्री ग्रामीण विकास कार्यक्रमाचे माजी फेलो महेश राऊत आणि वकिली व्यवसाय करणारे सुरेंद्र गडलिंग. या सर्वांवर १ जानेवारीच्या मोर्चात हिंसाचार घडवण्याचा, तसेच पंतप्रधान मोदींच्या हत्येची योजना आखण्याचा आरोप ठेवण्यात आला आहे. त्यांना अमानुष अशा 'बेकायदेशीर कृती प्रतिबंध कायद्या'खाली (UAPA) अटकेत ठेवण्यात आले आहे. एकोणीस वर्षीय इशरत जहाँ आणि सोहराबुद्दीन शेख-कौसर बी हे पतिपत्नी- यांच्यावर अशाच प्रकारचा आरोप होता. परंतु चकमकीच्या नावाखाली गोळ्या घातल्या

गेल्यामुळे त्यांना कोर्टात आपली बाजू मांडण्याची संधीच मिळाली नाही (इशरतचा मृत्यू २००४ मध्ये तर उर्वरित दोघांचा २००६ मध्ये). पोलिसांनी 'स्वसंरक्षणाचे' कारण दिले असले, तरी या हत्या होत्या असा संशय घ्यायला जागा आहेच. सुदैवाने, हे पाच लोक अजूनतरी जिवंत आहेत.

महाराष्ट्र पोलिसांच्या म्हणण्यानुसार हे अलीकडचे अटकसत्र जूनमध्ये ताब्यात घेतलेल्या लोकांकडून हस्तगत केलेल्या कागदपत्रांवर आधारित आहे. त्यांच्या मते, एल्गार परिषदेला आर्थिक पाठबळ देण्यात, भीमा-कोरेगाव द्विशताब्दी मोर्चात हिंसाचाराची ठिणगी पाडण्यात, तसेच पंतप्रधान नरेंद्र मोदींच्या हत्येचा कट रचण्यात या सर्व आरोपींचा हात होता याकडे ही कागदपत्रे स्पष्टपणे निर्देश करतात. न्यायमूर्ती सावंत आणि न्यायमूर्ती कोळसे-पाटील यांनी जाहीर निवेदन देऊन स्पष्ट केले आहे, की केवळ त्या दोघांनीच फूट पाडणाऱ्या हिंदुत्ववादी शक्तींविरुद्ध लोकांना एकत्र आणण्यासाठी एल्गार परिषदेचे आयोजन केले होते, तसेच त्यासाठी अर्थपुरवठाही केला होता. दोघांनी त्या कार्यक्रमाची पूर्ण जबाबदारी स्वीकारली आहे. तरीही, सरकार तसेच पोलिसांनी या दोघांकडे पूर्ण दुर्लक्ष केलं आहे. त्याची काही कारणे आहेत.

काँग्रेसप्रणीत संयुक्त पुरोगामी आघाडी (संपुआ) तसेच भाजपप्रणीत राष्ट्रीय लोकशाही आघाडी (रालोआ) या अलीकडच्या सरकारांसाठी आदिवासींवरचे हल्ले किंवा मुख्यत्वेकरून सध्याच्या भाजप सरकारसाठी दलितांवरचे हल्ले 'माओवाद्यांचा किंवा नक्षलवाद्यांचा बीमोड' या खोट्या आवरणाखाली दडपून टाकणे महत्त्वपूर्ण ठरत आहे. याचे मुख्य कारण म्हणजे, सर्व प्रमुख राजकीय पक्षांचा मतदार संघांतील दलित, तसेच आदिवासी मतांच्या गठ्ठ्यावर डोळा असतो. हे मुस्लीम मतदार संघांसारखे नाही. कारण त्यांना निवडणुकीय समीकरणातून जवळपास नामशेष करण्यात आले आहे. चळवळीतील कार्यकर्त्यांना अटक करून त्यांना माओवादी किंवा नक्षलवादी अशी नामाभिधाने देऊन सरकार एकाच दगडात दलित आकांक्षेचे खच्चीकरण करणे तसेच 'दलितांच्या प्रश्नां'बाबत संवेदनशील असल्याचे भासवणे असे दोन पक्षी लीलया मारत आहे. सध्या, देशभरात स्वतःच्या घरासाठी, जमिनींसाठी आणि प्रतिष्ठेसाठी लढणारे गरीब आणि पिचलेले नागरिक देशद्रोहाच्या आरोपाखाली कसल्याही सुनावणीशिवाय हजारोंच्या संख्येने तुरुंगात खितपत पडले आहेत.

तीन वकील आणि सात सुपरिचित कार्यकर्त्यांचा समावेश असलेल्या या दहा लोकांच्या अटकेमुळे वंचित, असहाय लोकांच्या न्याय आणि प्रतिनिधित्व मिळण्याच्या आशेवरही पाणी फिरले आहे. कारण ही लोकं त्यांचे प्रतिनिधी होते. काही वर्षांपूर्वी, निमलष्करी दलाने तसेच सरकारी पाठींबा असलेल्या सलवा जुडम या आदिवासी

दक्षता सेनेने (Adivasi Vigilante Army) बस्तरमधल्या खनिजसंपन्न जंगलांत हाहाकार माजवला होता. लोकांच्या हत्या केल्या जात होत्या, महिलांवर बलात्कार होत होते, तसेच अख्खी गावं जाळून बेचिराख केली जात होती. तेव्हा, छत्तीसगढ येथील 'पीपल्स युनिअन फॉर सिव्हिल लिबर्टीज' या संस्थेचे तत्कालीन महासचिव डॉ. विनायक सेन यांनी पीडितांच्या हक्कांसाठी आवाज उठवला होता. जेव्हा विनायक सेन यांना तुरुंगात डांबण्यात आले, तेव्हा त्यांची जागा या भागात अनेक वर्षे कार्यरत असलेल्या आणि पेशाने वकील असलेल्या कामगार नेत्या सुधा भारद्वाज यांनी घेतली. बस्तरमधल्या निमलष्करी दलांच्या कारवायांविरुद्ध सातत्याने मोहीम उघडणारे प्राध्यापक साईबाबादेखील विनायक सेन यांच्या समर्थनार्थ उभे राहिले. जेव्हा त्यांनी साईबाबांना अटक केली, तेव्हा त्यांच्यासाठी रोना विल्सन उभे राहिले. सुरेंद्र गडलिंग हे साईबाबा यांचे वकील होते. जेव्हा रोना विल्सन आणि सुरेंद्र गडलिंग यांना अटक झाली तेव्हा त्यांच्यासाठी सुधा भारद्वाज, गौतम नवलखा आणि इतर अनेक जण उभे राहिले... आणि ही मालिका उत्तरोत्तर चालतच राहते..

असहाय लोकांची मुस्कटदाबी केली जात आहे. त्यांना कोंडीत पकडले जात आहे. ठामपणे, निर्भीडपणे मत मांडणाऱ्यांना तुरुंगात डांबले जात आहे. आपला देश आपल्याला परत मिळावा यासाठी आता परमेश्वरच मदत करू जाणे.

३

काबीज केली गेलेली, आपली जखमी मने*

पाकिस्तानातल्या बालाकोटवर बेसावध क्षणी, अत्यंत बेपर्वाईने केल्या गेलेल्या हवाई हल्ल्यामुळे पंतप्रधान नरेंद्र मोदी यांनी त्यांच्यापूर्वीच्या सरकारांनी कित्येक दशके अगदी चमत्कार भासावा असे जे यश संपादित केले होते, त्यावर अजाणतेपणी बोळा फिरवला आहे. काश्मीर मुद्द्यावर आंतरराष्ट्रीय वाटाघाटींद्वारे तोडगा काढावा या सल्ल्याचा भारताने १९४७ पासून 'हा आमचा अंतर्गत प्रश्न आहे' असे आग्रही प्रतिपादन करत कडाडून विरोध केला आहे. पाकिस्तानला प्रतिहल्ला करण्यास उद्युक्त केल्यामुळे आणि त्या परिणामस्वरूप इतिहासात पहिल्यांदाच दोन अण्वस्त्रसज्ज देशांनी एकमेकांवर हवाई हल्ले करण्याचे कारण बनल्यामुळे मोदी यांनी खचितच काश्मीर विवादाचे आंतरराष्ट्रीयीकरण केले आहे. त्यांनी काश्मीर हा या पृथ्वीवरचा सर्वाधिक धोकादायक भूभाग असल्याचे आणि तिथे कधीही अणुयुद्धाचा भडका उडू शकतो हेच जगाला दाखवून दिले आहे. अणुयुद्धाची चिंता करणाऱ्या कोणत्याही व्यक्तीला, देशाला तसेच संस्थेला मध्यस्थी करण्याचा आणि तसे काही घडू नये यास्तव यथाशक्ती सर्व प्रकारचे प्रयत्न करण्याचा हक्क आहे.

१४ फेब्रुवारी २०१९ रोजी पुलवामा (काश्मीर) येथे अहमद दार या वीस वर्षीय काश्मिरी तरुणाने २५०० इतक्या संख्येत असलेल्या भारतीय निमलष्करी दलाच्या ताफ्यावर आत्मघातकी हल्ला चढवला. तो पाकिस्तानस्थित जैश-ए-मोहम्मद[१] या संघटनेचा सदस्य असल्याचे जाहीर करण्यात आले आहे. किमान ४० जवानांचा बळी घेणारा हा हल्ला म्हणजे काश्मीरमध्ये सुरू असलेल्या शोकांतिकेतील अजून एक भयाण प्रकरण.[२] १९९० पासून या संघर्षात सत्तर

---

* प्रथमतः १ मार्च २०१९ रोजी हफ पोस्ट इंडिया Huffpost India मध्ये प्रकाशित.

हजारांहून अधिक लोक ठार झाले आहेत, हजारो बेपत्ता आहेत, हजारोंवर अत्याचार झाले आहेत तर शेकडो तरुणांना छऱ्याच्या बंदुकांनी अपंग वा अंध करण्यात आले आहे. २००९ पासूनची आकडेवारी पाहता गेल्या बारा महिन्यांतील मृतांचा आकडा हा सर्वाधिक आहे.[३] द असोसिएटेड प्रेसच्या वृत्तानुसार या कालावधीत जवळपास ५७० लोकांनी आपला जीव गमावला आहे. त्यामध्ये २६० बंडखोर, १६० नागरिक तर आपले कर्तव्य बजावणाऱ्या भारतीय सशस्त्र दलातील १५० जवानांचा समावेश होता.[४]

या सशस्त्र बंडखोरांसाठी आतंकवादी, जहालमतवादी, स्वातंत्र्यसैनिक किंवा मुजाहिद यापैकी कोणती संज्ञा वापरायची हे आपण या संघर्षाकडे कोणत्या चष्म्यातून बघतोय त्यावर ठरते. बहुतांश काश्मिरी त्यांना 'मुजाहिद' संबोधतात तसेच त्यांच्या कार्यपद्धतींबद्दल मतैक्य असो वा नसो, ते मारले गेल्यावर लाखोंच्या संख्येने शोक व्यक्त करण्यासाठी आणि निरोप देण्यासाठी त्यांच्या अंत्यविधीवेळी उपस्थित राहतात. खरंतर मागच्या वर्षभरात मारल्या गेलेल्या नागरिकांपैकी बहुतेकांनी या बंडखोरांना सैनिकांपासून वाचविण्याच्या प्रयत्नांत आपले जीव गमावले आहेत.

पुलवामा येथे झालेला हल्ला बऱ्याच कालावधीपासून सुरू असलेल्या या रक्तरंजित पर्वातील सर्वाधिक भयावह आणि क्रूर प्रकरण होते. काश्मीर खोऱ्यात आदिल अहमद दार सारखे तरुण शेकडोंच्या संख्येत आहेत. त्यांचा जन्मच अशा युद्धजन्य परिस्थितीत झाला आहे. त्यांनी पाहिलेली परिस्थिती इतकी भयावह होती, की आताशा भीतीचा लवलेशही त्यांना स्पर्श करत नाही. त्यामुळेच ते स्वातंत्र्यासाठी बलिदान देण्याच्या तयारीत आहेत. आता कोणत्याही दिवशी पुलवामापेक्षा कमी-अधिक तीव्रतेचा हल्ला होऊ शकतो.

अशा तरुणांच्या हिंसक कृतींनी या देशाचे आणि एकंदर उपखंडाचे भविष्य नियंत्रित करावे अशी या सरकारची इच्छा आहे की काय? अत्यंत कोरडी आणि नाटकी प्रतिक्रिया देऊन नरेंद्र मोदींनी आपण अगदी हेच करत असल्याचे दाखवून दिले आहे. खरेतर त्यांनी देशाच्या भविष्याला दिशा देण्याची ताकदच या तरुणांच्या हाती सुपूर्द केली आहे. पुलवामामध्ये आत्मघातकी हल्ला करणाऱ्या त्या तरुणाला याहून अधिक काय हवे असणार?

ब्रिटिशांविरुद्धच्या आपल्या स्वातंत्र्यलढ्याचे महत्त्व ओळखणारे, तसेच त्या लढ्याचे नेतृत्व करणाऱ्या नेत्यांची अक्षरशः पूजा करणारे बहुतांश भारतीय देखील समान ध्येयासाठी लढणाऱ्या काश्मिरींच्या संघर्षाबाबत मात्र कमालीचे निर्विकार असतात. काश्मीरमधील जनतेच्या दृष्टीने 'भारतीय सत्तेविरुध्द'चा हा सशस्त्र लढा जवळपास तीस वर्षे जुना आहे. पाकिस्तान या लढ्यासाठी शस्त्र, मनुष्यबळ आणि संसाधने पुरवतो हे आता उघड गुपित आहे (एकदा अधिकृतरीत्या आणि आता बहुतकरून गैर-शासकीय मार्गाने). तसेच स्थानिक जनतेच्या पाठिंब्याशिवाय काश्मीरच्या

युद्धभूमीवर कोणताही उग्रवादी हालचाल करू शकत नाही हेही आता लपून राहिलेले नाही. डोके ठिकाणावर असलेल्या कुणाही व्यक्तीला असे वाटणार नाही, की इतक्या जटिल आणि भयावह युद्धजन्य प्रश्नाची सोडवणूक घाईघाईत नियोजन केलेल्या एखाद्या नाटकी सर्जिकल स्ट्राइकमुळे होईल. तो हल्ला पुरेसा 'सर्जिकल' नव्हता हेदेखील नंतर उजेडात आलेच, की नाही? असाच एक स्ट्राइक २०१६ मधील उरी येथील भारतीय सैन्य शिबिरावर झालेल्या हल्ल्यानंतर करण्यात आला होता. याची फलश्रुती म्हणजे हा हल्ला एका बॉलिवुड चित्रपटाची प्रेरणा ठरला. बालाकोट मोहीम ही खरेतर चित्रपटावरून प्रेरित आहे असे म्हणायला जागा आहे. आणि माध्यमांत आलेल्या बातम्यांनुसार बॉलिवूडमधील निर्माते त्यांच्या पुढच्या चित्रपटांसाठी 'बालाकोट' या शीर्षकाचे हक्क घेण्यासाठी आतापासूनच रांगा लावत आहेत असे कळतेय.[५] एकूणात, असे म्हणावे लागेल, हा सगळा हास्यास्पद खेळ म्हणजे संरक्षणात्मक प्रतिबंध नसून निवडणूकपूर्व नियोजनच आहे.

एखाद्या पंतप्रधानांनी आपल्या कार्यक्षम वायुदलास अशा प्रकारचे धोकादायक साहस करायला भाग पाडणे हे अत्यंत अपमानास्पद आहे. यातला विरोधाभास म्हणजे, एका बाजूला भारतीय उपखंडात एकमेकांना अण्विक शक्तीची भीती दाखवणारा बेजबाबदार पोरखेळ सुरू असताना दुसरीकडे बलाढ्य अमेरिका सतरा वर्षे सरळ युद्धात नमवू न शकलेल्या तालिबानी शक्तींशीच आता वाटाघाटी करत आहे.

भारतीय उपखंडात दिवसागणिक वाढत जाणारा संघर्ष वाटतोय त्याहून अधिक धोकादायक आहे. परंतु हे सगळे इतके साधे-सरळ आहे का?

काश्मीर हा जगातील सर्वाधिक सैन्यप्रवण भाग आहे. जवळपास पाच लाख सैनिक तिथे तैनात आहेत. भारतीय गुप्तचर विभाग, संशोधन आणि विश्लेषण विभाग (RA&W) आणि इतर राष्ट्रीय गुप्तचर संस्थांसोबतच वर्दीधारी फौजा - सैन्य, सीमा सुरक्षा दल, केंद्रीय राखीव पोलीस दल आणि अर्थातच जम्मू आणि काश्मीर पोलीस. या प्रत्येकांच्या गुप्तचर यंत्रणा आहेत. तिथले लोक माहीतगारांच्या, दुहेरी-तिहेरी खबऱ्यांच्या भीतीच्या सावटाखाली राहतात. हे माहीतगार जुन्या वर्गमित्रांपासून ते कुटुंबीयांपर्यंत कुणीही असू शकतात. अशा परिस्थितीत पुलवामा येथे झालेला एवढा मोठा हल्ला खूपच धक्कादायक आहे. ट्विटरवर एका मुलीने हे अत्यंत बोचऱ्या शब्दात मांडले आहे. ती म्हणते जो भाजप तीन किलो गोमांस कोठे लपवले आहे याचा लगोलग माग काढतो, त्याला ३५० किलो आरडीएक्सचा सुगावा का लागला नसेल बरे?[६] (उत्तर भारतातील हिंदुत्ववादी गटांकडून गोहत्येच्या आरोपाखाली मुस्लिमांवरच्या वाढत्या अत्याचारांकडे ती निर्देश करत होती).

कुणास ठाऊक?

या हल्ल्यानंतर जम्मू आणि काश्मीरच्या राज्यपालांनी हे 'गुप्तचर विभागाच्या

अपयशाचे फलित' असल्याचा दावा केला.[७] काही निर्भिड वृत्तसंस्थांनी मात्र जम्मू आणि काश्मीर पोलिसांनी संभावित हल्ल्याचा इशारा आधीच दिला होता अशी माहिती दिली.[८] या इशाऱ्याकडे दुर्लक्ष का केले गेले याबद्दल माध्यमांतील कुणालाही फिकीर नाही. तसेच अधिकारश्रेणीतील नेमक्या कोणत्या पायरीवर गफलत घडली याबद्दलही सगळीकडे सामसूम आहे.

दुर्दैव म्हणजे नरेंद्र मोदींसाठी पुलवामा हल्ला ते ज्या गोष्टीत निपुण आहेत, त्यासाठीची उत्तम राजकीय संधी ठरला. ती गोष्ट म्हणजे शोबाजी. राजकीय पाया डळमळीत होत असलेला भाजप निवडणुकीपूर्वी काहीतरी तिकडम लढवेल असा कयास आपल्यापैकी बहुतेकांनी वर्तवला होता. आणि तो कयास खरा ठरताना आपणास भेदरल्या नजरांनी पाहावा लागला.[९] तसेच सत्ताधारी पक्ष साळसूदपणे पुलवामातील शोकांतिका स्वतःच्या फुटकळ राजकीय स्वार्थासाठी वापरताना आपण उघड्या डोळ्यांनी पाहिले. पुलवामा हल्ल्याच्या परिणामस्वरूप संतप्त जमावांनी भारतात इतरत्र काम करणाऱ्या वा शिकणाऱ्या काश्मिरींवर हल्ले केले. तरीही मोदी कमालीचे शांत राहिले. या काश्मिरींचे संरक्षण करणे ही सरकारची जबाबदारी आहे अशा कानपिचक्या सर्वोच्च न्यायालयाने दिल्यानंतर कुठे त्यांनी प्रतिक्रिया दिली. परंतु हवाई हल्ल्यानंतर मात्र त्याचे श्रेय घेण्यासाठी ते लगोलग टीव्हीवर अवतरले. जणू काही त्यांनी स्वतः विमान चालवून बॉम्ब टाकला असावा अशाच अविर्भावात ते जगाला संबोधत होते. त्यानंतर लगोलग अंदाजे चारशे भारतीय वृत्तवाहिन्यांनी -त्यांच्यापैकी बहुतांश विशिष्ट पक्षाशी बांधील आहेत, मोदींच्या या कामगिरीचे तिखटमीठ लावून उच्चरवात पोवाडे गायला सुरुवात केली. स्वतःला सीमेवरचे जवान असल्यागत भासवणाऱ्या या वाहिन्यांच्या सूत्रसंचालकांनी चित्कारत, वेडसर आणि विजयोन्मादाने भारलेल्या राष्ट्रवादाचा तमाशा उभा केला. त्यांच्या म्हणण्यानुसार या हवाई हल्ल्याने जैश-ए-मोहम्मदचा 'अतिरेक्यांचा कारखाना' उद्ध्वस्त झाला होता, तसेच यामध्ये तीनशेहून अधिक अतिरेकी ठार झाले होते. दुसऱ्या दिवशी सकाळी अत्यंत संयत राष्ट्रीय वृत्तपत्रांनीही यांचीच री ओढत विचित्र, खेदजनक मथळे छापले. दि इंडियन एक्स्प्रेस म्हणाले, 'पाकिस्तानात खोलवर घुसून भारताचा दहशतवादावर प्रहार.'[१०] या दरम्यान 'रॉयटर्स'ने आपल्या एका पत्रकाराला पाकिस्तानात प्रत्यक्ष जिथे बॉम्ब पडला होता त्या घटनास्थळी पाठवले. त्याने दिलेल्या वृत्तानुसार या कारवाईत केवळ काही झाडांना व खडकांना नुकसान पोहोचले होते, तसेच एक गावकरी जखमी झाला होता.[११] असोसिएटेड प्रेसनेही याच धर्तीवर वृत्तांकन केले होते.[१२] दि न्यू यॉर्क टाइम्स म्हणाले, 'दिल्लीस्थित विश्लेषकांच्या आणि मुत्सद्यांच्या मते भारताने केलेल्या हवाई हल्ल्याची लक्ष्यनिश्चिती संदिग्ध आहे, कारण काश्मीरवर झालेल्या हल्ल्यानंतर पंतप्रधान मोदींनी प्रतिहल्ल्याची प्रतिज्ञा केल्यामुळे गेल्या काही दिवसांत

सीमेलगत कार्यरत असणाऱ्या अतिरेकी गटांनी तिथून काढता पाय घेतला असणार.[१३]

मुख्य धारेतल्या भारतीय माध्यमांनी रॉयटर्सच्या वृत्ताची दखल घेतली नाही. त्यामुळे न्यू यॉर्क टाइम्स न वाचणाऱ्या बहुसंख्य भारतीय मतदारांच्या मते ५६ इंच छातीसाठी प्रसिद्ध असणाऱ्या त्यांच्या पंतप्रधानांनी दहशतवादाचा कायमचा निःपात केला होता. क्षणभरासाठी का होईना, मोदींनी त्यांच्या राजकीय विरोधकांना चारी मुंड्या चीत केल्यासारखे वाटले. विरोधकांना ट्विटद्वारे शूर भारतीय वैमानिकांच्या धाडसाचे कौतुक करत राहण्याशिवाय प्रत्यवाय नव्हता दरम्यान, मोदी आणि त्यांचे साथीदार प्रचारासाठी बाहेर पडलेसुद्धा. या कारवाईवर संशय घेणाऱ्यांना आणि विरोध करणाऱ्यांना हिंदुत्ववादी टोळ्यांनी देशविरोधी संबोधत भंडावून सोडले, तसेच उत्तर भारतातील चौकाचौकांत दबा धरून बसलेला आणि हाकेसरशी लचके तोडण्यास तयार असणारा जमाव त्यांना अजूनच असहाय बनवू लागला.

परंतु चित्र पालटण्यासाठी केवळ एक दिवस पुरेसा असतो. पाकिस्तानने पलटवार करत एका भारतीय लढाऊ विमानावर हल्ला चढवून त्याचा वैमानिक विंग कमांडर अभिनंदन वर्धमान याला ताब्यात घेताच या दांभिक विजयाची चमक लगोलग ओसरली.[१४] पुन्हा एकदा भाजपच्या हिंदकळणाऱ्या निवडणुकीय भवितव्याचा गुलाबी रंग झर्रकन उतरला.

निवडणुकीय राजकारणाचा व्यवहार आणि आगामी निवडणुकीतील संभाव्य विजेत्याचा प्रश्न बाजूला ठेवला तरी मोदींचे कारनामे माफीयोग्य नाहीत. त्यांनी एक अब्जाहून अधिक लोकांचे भवितव्य धोक्यात घातले आहे आणि काश्मीरमधील सर्वसामान्यांच्या दाराशी युद्ध आणविले आहे. टीव्हीवर तिन्ही-त्रिकाळ डोस पाजल्यागत सुरू असलेला वेडगळपणा लोकांना त्यांची दुःखं, बेरोजगारी,भूक, छोट्या उद्योगांचे बंद पडणे, घरातून निर्वासित होणे, न्यायाधीशांच्या संदिग्ध हत्त्यांबद्दलचे प्रश्न, आजवरच्या भारतीय इतिहासातील प्रथमदर्शनी तरी सर्वांत मोठा भासणारा संरक्षण मंत्रालयाच्या व्यवहारातील भ्रष्टाचार, त्यांच्या मनातील मुस्लीम, दलित वा ख्रिश्चन असल्यामुळे कधीही हल्ला होऊ शकण्याची भीती हे सर्व काही विसरून त्याऐवजी राष्ट्राभिमानाखातर ज्या लोकांमुळे ही विदारक परिस्थिती ओढवली आहे त्यांनाच मतदान करण्याबद्दल सुचवत आहे.

या सरकारने भारताच्या आत्मभानाला खोलवर क्षती पोहोचवली आहे. यातून सावरण्यास आपल्याला कित्येक वर्षे लागतील. ती प्रक्रिया सुरू होण्यासाठी सर्वप्रथम आपण या धोकादायक, प्रसिद्धी लोलुप भोंदूंना सत्तास्थानावरून हटवण्यासाठीच मतदान केले पाहिजे

एके रात्री अवचितपणे देशातील ८०% चलन अवैध ठरवून एक अब्ज लोकसंख्येच्या अर्थव्यवस्थेचा कणा मोडणाऱ्या लहरी राजकोषीय धोरणामुळे निर्माण

झालेल्या परिस्थितीत अडकून पडणे आपल्याला परवडणारे नाही. इतिहासात आजवर कुणीतरी असे काही केले आहे का? आपल्याकडे आण्विक ताकद हाती असलेला असा एक पंतप्रधान आहे जो देशावर भलेथोरले संकट गुदरले असताना राष्ट्रीय उद्यानात स्वतःबद्दलच्या चित्रपटाचे चित्रीकरण करण्यात व्यग्र असतो आणि त्यानंतर सहजगत्या जाहीर करतो, की या परिस्थितीत काय करावे याचे सर्वाधिकार त्याने भारतीय सेनेकडे दिले आहेत. आजवरच्या इतिहासात लोकशाही मार्गाने निवडून आलेल्या कोणत्या नेत्याने असे केले आहे?

कोणत्या नैतिक अधिकाराने मोदी आपल्या पदावर चिकटून बसले आहेत? या सरकारच्या जागी येऊ शकणारा भांडखोर,विभाजित,अस्थिर असा संयुक्त पर्याय ही आपली डोकेदुखी नाही. उलट हेच तर लोकशाहीचे खास वैशिष्ट्य आहे. तो येऊ घातलेला पर्याय यापेक्षा बराच जास्त बुद्धिमान आणि याहून बराच कमी बेदरकार असेल हे मात्र नक्की.

पाकिस्तानने ताब्यात घेतलेल्या विंग कमांडरबद्दल बोलायचे राहिलेच. पाकिस्तानविषयी कोणाचे काही का मत असेना आणि काश्मीर वादाबाबत त्यांची भूमिका कितीही वादग्रस्त का असेना, पाकिस्तानी पंतप्रधान इम्रान खान या एकंदर प्रकरणात मात्र अत्यंत स्वाभिमानाने आणि सचोटीने वागले आहेत. जिनेव्हा कराराने युद्धकैद्यांना बहाल केलेले सर्व हक्क वर्धमान यांना मिळावेत ही भारत सरकारची मागणी रास्तच होती. रेडक्रॉसच्या आंतरराष्ट्रीय समितीला (आयसीआरसी) पाकिस्तानी तुरुंगात असलेल्या वर्धमान यांना भेटण्याची परवानगी देण्याची मागणीही योग्यच होती. आज पंतप्रधान खान यांनी घोषणा केली आहे, की एक सदिच्छाकृती म्हणून ते कमांडर अभिनंदन वर्धमान यांची सुटका करत आहेत.

भारतदेखील काश्मीर आणि देशाच्या इतर भागांत कैदेत असलेल्या राजकीय कैद्यांबाबत कदाचित हेच सौजन्य दाखवेल का? जिनेव्हा करारानुसार त्यांच्या हक्कांचे संरक्षण तसेच आयसीआरसीला तुरुंगात या कैद्यांना भेटण्याची मुभा मिळेल का?

ज्या युद्धाच्या मधोमध आपण अडकून पडलो आहोत ते खरेतर भारत आणि पाकिस्तानमधले युद्ध नव्हे. ही काश्मिरातली लढाई आहे. तिचं पर्यवसान अजून एका भारत-पाकिस्तान युद्धाच्या नांदीत झाले आहे. काश्मीर ही अशा नृशंस हिंसाचाराची आणि नैतिक अधःपतनाची जिवंत रंगभूमी आहे, जी आपल्या सगळ्यांना कोणत्याही क्षणी अपरिमित हिंसाचाराच्या आणि अणुयुद्धाच्या खाईत लोटू शकते. यापासून वाचण्यासाठी काश्मीरमधील संघर्षाचा प्रश्न जाणीवपूर्वक ऐरणीवर घेऊन सोडवावा लागेल. हे तेव्हाच शक्य होईल, जेव्हा काश्मिरी जनतेला ते कशासाठी लढत आहेत आणि त्यांना नेमके काय हवे आहे हे मुक्तपणे आणि निर्भीडपणे जगासमोर सांगण्याची संधी मिळेल.

आता जगालाच यातून मार्ग काढावा लागणार आहे.

४

साहित्याची भाषा*

'पेन अमेरिका'तर्फे या वर्षीचे 'आर्थर मिलर फ्रीडम टू राइट' व्याख्यान देण्यासाठी मिळालेले निमंत्रण ही माझ्यासाठी खरोखर सन्मानाची गोष्ट आहे. जर आर्थर मिलर आणि मी एकाच पिढीतले असतो आणि जर मी अमेरिकेची नागरिक असते, तर माझ्या मते हाउस अन-अमेरिकन ॲक्टिव्हिटीज कमिटीच्या चौकशीत उत्तरे देताना आमची नक्कीच भेट झाली असती. भारतात माझी प्रतिमा अगदी खास आहे. माझे नाव राष्ट्रविरोधी लोकांच्या अ-गटात अगदी वरती आहे, पण त्या गटाची सुरुवात 'अ' या अक्षराने होते हे काही त्याचे कारण नव्हे. आताशा ही यादी इतकी लांबली आहे, की लवकरच ती देशभक्तांच्या यादीपेक्षा मोठी होण्याची शक्यता संभवते. आजकाल राष्ट्रविरोधी म्हणून गणले जाण्याचे निकष अगदीच सोपे करण्यात आले आहेत. जर तुम्ही पंतप्रधान नरेंद्र मोदी यांना मत दिले नाही, तर तुम्ही आपसूक पाकिस्तानी बनता. अशाप्रकारे वाढत जाणाऱ्या आपल्या लोकसंख्येबाबत पाकिस्तानच्या नेमक्या काय भावना आहेत याबद्दल मला कल्पना नाही.

दुर्दैवाने या वेळेस मला कुणालाही मत देता येणार नाही; कारण आज १२ मे २०१९ रोजी दिल्लीत म्हणजेच माझ्या शहरात मतदान केले जाणार आहे. माझे मित्र आणि कॉम्रेड्स (तुरुंगात असलेले वगळता) आपल्या देशाचे भवितव्य तुर्कस्थान किंवा ब्राझीलसारखे असू नये ही आशा बाळगत धडधडत्या अंत:करणाने मतदान केंद्राबाहेर उभे आहेत.

---

* अपोलो थिएटर न्यू यॉर्क येथे १२ मे २०१९ रोजी देण्यात आलेले 'द पेन आर्थर मिलर फ्रीडम टू राइट व्याख्यान' सर्वप्रथम १३ मे २०१९ रोजी 'द गार्डियन'मध्ये प्रकाशित झाले होते. पुनरावृत्ती टाळण्यासाठी हे व्याख्यान काही प्रमाणात संपादित केले आहे.

असं काही होणार नाही याची मला खात्री आहे. तुमच्या माहितीस्तव नमूद करते, की भारतीय निवडणुकांच्या तारखा जाहीर होण्यापूर्वीच मी इथे व्याख्यान देण्यासंदर्भातले निमंत्रण स्वीकारले होते. त्यामुळे मोदी जर केवळ एका मताने जिंकले तर तो दोष तुम्हा सर्वांचा असेल हे लक्षात घ्या.

असो. आपण इथे या महान हारलेममधील अपोलो थिएटरात जमलो आहोत ज्यांच्या भिंतींनी येथे बनवण्यात आलेले हृदयाचा ठोका चुकवणारे संगीत ऐकलेले आहे आणि कदाचित गुप्तपणे जतनही करून ठेवलेले आहे. कुणीही ऐकत नसताना या भिंती बहुदा स्वतःशी गुणगुणतही असतील. किंचितसा अरेथा फ्रांकलीन, थोडाफार जेम्स ब्राउन, स्टीवी वंडर किंवा लिटल रिचर्डची एखादी धून. काळाच्या पटलावर या क्षणी, आपल्याला अंधुकसे तरी ज्ञात असलेले हे युग अस्ताकडे सरकत असताना, एकत्र जमून साहित्याच्या स्थानाविषयी विचार करण्यासाठी इतिहासाने भारून राहिलेल्या या सभागृहाव्यतिरिक्त उत्तम अशी दुसरी जागा मिळाली नसती.

जेव्हा आपण 'याहून वेगळे असे दुसरे एखादे जग शक्य आहे का?' हे स्वप्न बघत होतो, तेव्हा इतर काही लोकही तेच स्वप्न बघत होते. आणि आपल्यासाठी दुःस्वप्न ठरू शकणारी बाब म्हणजे त्या लोकांचे स्वप्न जवळपास सत्यात उतरण्याचा धोका निर्माण झाला आहे.

भांडवलशाहीने लादलेली अनावश्यक युद्धे आणि तिची सर्वव्यापी हाव यांनी या ग्रहाचे भवितव्य धोक्यात घातले आहे आणि त्याला निर्वासितांनी भरून टाकले आहे. याचा बहुतांश दोष अमेरिकन सरकारच्या माथ्यावर येऊन पडतो. अफगाणिस्तान वर आक्रमण केल्यानंतर आणि तालिबानी सत्तेला उलथवून टाकण्याच्या एकमेव ध्येयाने बॉम्बहल्ले करून त्या देशाला पाषाणयुगात लोटल्यानंतर आता सतरा वर्षांनी अमेरिकन सरकार त्याच तालिबानशी वाटाघाटी करत आहे. यादरम्यान अमेरिकेने इराक, लिबिया आणि सीरियाला उद्ध्वस्त केले. युद्ध आणि निर्बंधामुळे लाखो लोकांचे प्राण गेले. एक अखंड प्रदेश अराजकाच्या खाईत लोटला गेला. प्राचीन शहरांची धूळधाण उडाली. या सगळ्या गदारोळात दईश (आयसिस) नावाच्या राक्षसी शक्तीचा उगम झाला आणि या संघटनेने अमेरिकन युद्धांशी कोणत्याही प्रकारचा संबंध नसलेल्या सर्वसामान्य जनतेच्या कसलाही विधिनिषेध न बाळगता कत्तली करत जगभर आपले पाय पसरले. गेल्या काही वर्षांत अमेरिकेने जी युद्धे जगावर लादली आहेत व आंतरराष्ट्रीय करारांचे ज्या मनमानी पद्धतीने उल्लंघन केले आहे ते पाहता अमेरिकन सरकार स्वतःच बनवलेल्या 'विध्वंसक राष्ट्रा'च्या व्याख्येत चपखलपणे बसते. आणि आता त्याच त्या घाबरवण्याच्या जुन्या हिकमती लढवत, खोटारडेपणा करत, आण्विक शास्त्रास्त्रांबद्दलच्या बनावट बातम्या प्रसवत ते इराणवर बॉम्बहल्ला करण्याच्या तयारीत आहेत. ही अमेरिकेची

आजवरची सर्वांत मोठी घोडचूक ठरेल.

मग, चोहोबाजूंनी होत असलेल्या मूर्खपणाच्या वर्षावात, फेसबुकवरचे लाइक्स, फॅसिस्टांचे मोर्चे, खोट्या-नाट्या बातम्यांच्या गदारोळात आणि जणू नामशेष होण्याच्या दिशेने सुरू असलेल्या या शर्यतीत साहित्याची नेमकी जागा काय आहे? साहित्य म्हणजे काय? ते कोण ठरवणार? अर्थातच याचे एकमेव व समाधानकारक उत्तर नाही. त्यामुळेच, माफ करा, पण मी या कालखंडात लेखक म्हणून कार्यरत असण्याच्या माझ्या स्वतःच्या अनुभवांबद्दल बोलणार आहे. विशेषतः हा अनुभव विशद करताना मी एकाच वेळी अनेक शतकांमध्ये वावरणाऱ्या भारतासारख्या देशात याघडीला लेखक म्हणून कसे असावे याबद्दल भाष्य करेन.

काही वर्षांपूर्वी मी एका रेल्वे स्थानकात माझ्या ट्रेनची वाट पाहत वर्तमानपत्र वाचत बसले होते. आतल्या पानावरच्या एका लहानशा बातमीने माझे लक्ष वेधले. त्यात बंदी घातलेल्या भारतीय साम्यवादी पक्षासाठी (माओवादी) संदेशवाहक असण्याचा आरोप ठेवून दोन व्यक्तींना अटक केल्याबद्दल लिहिले होते. त्या वृत्तानुसार त्या इसमांकडून हस्तगत केलेल्या वस्तूंमध्ये 'अरुंधती रॉय यांची काही पुस्तके'ही होती. यानंतर काही दिवसांनी राष्ट्रविरोधी कारवायांसाठी अटकेत असलेले कार्यकर्ते - ज्यामध्ये बहुतकरून तरुण विद्यार्थी आणि गावकऱ्यांचा समावेश असे, अशांसाठी कायद्याची लढाई लढणाऱ्या एका महाविद्यालयातील प्राध्यापिकेशी माझी भेट झाली. मुख्यत्वेकरून त्यांचा लढा हजारो लोकांच्या विस्थापनास कारणीभूत ठरलेल्या खाणव्यवसायातील उद्योगसमूहांविरुद्ध आणि पायाभूत सुविधा प्रकल्पांविरुद्ध होता. तिने मला सांगितले, की सहसा बळजबरीने घेतलेल्या त्या कैद्यांच्या कबूलनाम्यांत त्यांना या मार्गाला नेण्यासाठी प्रेरित करण्यात माझ्या लिखाणाचा उल्लेख प्रामुख्याने असतो. पोलिसांच्या मते हा 'चुकीचा मार्ग' आहे.

'ते सापळा रचत आहेत. तुझ्याविरुद्ध खटला उभा करण्याच्या तयारीत आहेत,' ती म्हणाली.

ज्या पुस्तकांबद्दल मी बोलत आहे त्यात माझ्या कादंबऱ्यांचा समावेश नव्हता (तोवर मी केवळ 'द गॉड ऑफ स्मॉल थिंग्स' ही एकच कादंबरी लिहिली होती). ही माझी नॉन-फिक्शन पुस्तके होती. यात असलेल्या गोष्टी वेगळ्या प्रकारच्या होत्या. तरीही गोष्टीच त्या. जंगले, नद्या, पिके, बिया, जमिनी, शेतकरी, कामगार कायदे आणि धोरणप्रकियेवर उद्योग समूहांकडून मोठ्या प्रमाणावर केल्या जाणाऱ्या अतिक्रमणाच्या गोष्टी. आणि हो ११ सप्टेंबर नंतरची अमेरिका आणि नाटोच्या एकामागोमाग विविध देशांवरच्या आक्रमणाबद्दलच्या गोष्टीही. बहुतांश गोष्टी अशा हल्ल्यांविरुद्ध लढलेल्या लोकांबद्दलच्या होत्या. विशिष्ट गोष्टी, विशिष्ट नद्यांबद्दलच्या, विशिष्ट पर्वतांबद्दलच्या, विशिष्ट उद्योग समुहांबद्दलच्या, विशिष्ट लोकचळवळींबद्दलच्या.

यापैकी जवळपास सगळेच वेगवेगळ्या पद्धतीने भरडले गेले होते. वैश्विक संदेश देणारी ही स्थानिक लोकं खऱ्या अर्थाने पर्यावरणयोद्धे होते. इतरांच्या लक्षात येण्याआधीच त्यांना या संकटाची चाहूल लागली होती,आणि तरीही त्यांना सातत्याने प्रगती आणि विकासाच्या मार्गात बाधा ठरणारे राष्ट्रविरोधी खलनायक म्हणून संबोधण्यात आले. मध्य भारतातल्या जंगलातील औद्योगिक खाणकाम प्रकल्पाविरुद्ध गनिमी काव्याने लढा देणाऱ्या, मुख्यतः स्थानिक आदिवासी लोकांना 'मुक्त बाजारपेठेचे खंदे पुरस्कर्ते' असलेल्या माजी पंतप्रधान मनमोहन सिंग यांनी 'अंतर्गत सुरक्षेला असलेला सर्वांत मोठा धोका' म्हणून संबोधले. 'ऑपरेशन ग्रीन हंट' नावाने एक युद्धच त्यांच्याविरुद्ध छेडण्यात आले. जंगलात सैनिकांचे ताफे पाठविण्यात आले ज्यांचे शत्रू म्हणजे जगातील सर्वाधिक गरीब लोक होते. आफ्रिका, ऑस्ट्रेलिया, दक्षिण अमेरिका... तिकडेही परिस्थिती काही वेगळी नाही

विरोधाभासाची परिसीमा म्हणजे वातावरणबदल ही जगासमोर असलेली सर्वांत मोठी समस्या आहे याबद्दल आता एकमत तयार होत आहे. हळूहळू या विषयाभोवतीच्या चर्चेला सैनिकी रंग चढत आहे. लवकरच या नव्या, अंतहीन युद्धात जे शोषित आहेत तेच शत्रू ठरतील याबद्दल कसलीही शंका नाही. चांगल्या अर्थाने असली तरी वातावरणीय आणीबाणीची ही हाक या आधीच सुरू झालेल्या प्रक्रियेचा वेग अजूनच वाढवू शकते. ही चर्चा यूएनएफसीसी (युनायटेड नेशन्स फ्रेमवर्क कन्व्हेन्शन ऑन क्लायमेट चेंज) कडून 'संयुक्त राष्ट्र सुरक्षा परिषदे'कडे हस्तांतरित करावी यासाठी दबाव टाकण्याचे प्रयत्न कधीचेच सुरू झालेत. वेगळ्या शब्दांत सांगायचे झाले तर या विषयासंबंधीच्या निर्णय प्रक्रियेतून उर्वरित जगाला वगळून केवळ त्या मोजक्या जुन्या संशयितांच्या हाती सर्वाधिकार असतील. पुन्हा एकदा, या भस्मासुराचा जन्म जिथे झाला ते उत्तरेकडचे जगच यावर उपाय सुचवेल आणि त्यातून त्यांनाच कसा नफा होईल याची तजवीज करेल. त्यांनी सुचवलेल्या उपायाचे मर्म अर्थातच बाजारपेठेच्या केंद्रस्थानी लपलेले असेल ज्यात खरेदी-विक्री, उपभोग आणि कमीत कमी लोकांच्या जास्तीत जास्त नफेखोरीचा अंतर्भाव असेल. थोडक्यात सांगायचे झाले, तर भांडवलशाहीची सरशी.

जेव्हा माझे निबंध सर्वप्रथम प्रकाशित झाले (आधी व्यापक प्रसार असलेल्या मासिकांत, त्यानंतर इंटरनेटवर आणि शेवटी पुस्तकरूपाने) तेव्हा काही चाकोरींतून त्यांच्याकडे विखारी संशयाने पाहिले गेले. तसे पाहणाऱ्यापैकी बहुतेकांना त्यात अंतर्निहित असलेल्या राजकारणाचे अजिबात वावडे नव्हते. रूढार्थाने ज्याला साहित्य म्हणतात, त्या साच्यात हे लेखन बसत नव्हते. संशयातिरेक ही भावना समजू शकते, विशेषतः ज्यांचा कल एखाद्या गोष्टीचे लगोलग वर्गीकरण करण्याकडे असतो त्यांच्या बाबतीत. कारण हे लिखाण नेमक्या कोणत्या साच्यात बसवायचे

याबद्दल त्यांना संभ्रम वाटतो. हे माहितीपत्रक आहे की लेखी वितंडवाद; अकादमिक की वृत्तपत्रीय लिखाण; प्रवासवर्णन की नुसतेच साहित्यिक धाडस. काही जणांसाठी तर हे लेखनच नव्हे. 'तू लिहायचं का थांबवलं? आम्ही तुझ्या पुढच्या पुस्तकाची वाट बघत आहोत.' इतर काहींनी कल्पना केली की मी भाडोत्री लेखिका आहे. सर्व प्रकारचे प्रस्ताव माझ्यापर्यंत येत होते. 'डार्लिंग, धरणांवरचा तो लेख मला खूप आवडला. माझ्यासाठी लहान मुलांच्या शोषणावर एक लेख लिहिशील का?' (हे खरोखर घडलेले आहे). बहुतेक वेळा उच्चजातीय पुरुषांकडून मी कसे लिहावे, कोणत्या विषयावर लिहावे, त्या लेखांचा सूर कसा असावा याबद्दल मला कठोर धडे मिळाले.

परंतु इतर ठिकाणी- आपण त्यांना हमरस्त्यापलीकडची ठिकाणे म्हणू या, या निबंधाची लगोलग इतर भारतीय भाषांमध्ये भाषांतरे करण्यात आली. माहिती पत्रकांच्या स्वरूपात ती छापली गेली. जंगलात, नद्यांच्या खोऱ्यात, हल्ले केले गेलेल्या गावांमध्ये, जिथल्या विद्यार्थ्यांना खोटेपणाचा उबग आला होता, अशा विद्यापीठांच्या आवारात मोफत वाटली गेली. याचे कारण म्हणजे साहित्य काय असते किंवा साहित्य कसे असावे याबद्दलच्या शोषणाच्या पहिल्या पायरीवर उभ्या असलेल्या आणि अन्यायाच्या वणव्याचे चटके आधीपासून सोसत असलेल्या या वाचकांच्या धारणा अगदीच भिन्न होत्या.

मी याचा उल्लेख केला कारण या गोष्टीने मला शिकवले की साहित्याची जागा लेखक आणि वाचक मिळून निर्माण करत असतात. काही दृष्टिकोनातून पाहता ही जागा नाजूक भासत असली, तरी ती तितकीच भक्कम असते. ती मोडून पडली की आपण परत उभी करतो, कारण आपल्याला निवारा हवा असतो. साहित्याकडे एक गरज म्हणून पाहण्याचा दृष्टिकोन मला भावतो. साहित्य जे निवारा प्रदान करते. सर्व प्रकारचा निवारा.

कालानुरूप आपोआप एक गोष्ट घडून आली. मला कार्यकर्ती-लेखिका म्हटले जाऊ लागले. यातून एकच गोष्ट अधोरेखित केली गेली, की मी लिहिलेले फिक्शन पुरेसे राजकीय नाही आणि माझे निबंध पुरेसे साहित्यिक नव्हेत.

एक प्रसंग आठवतो. तेव्हा मी हैदराबाद येथील एका महाविद्यालयाच्या व्याख्यानकक्षात पाचशे-सहाशे विद्यार्थ्यांसमोर व्यासपीठावर बसले होते. माझ्या डावीकडे स्थानापन्न झालेले विद्यापीठाचे कुलगुरू कार्यक्रमाचे अध्यक्षस्थान भूषवित होते, तर माझ्या उजव्या बाजूला एक कवितेचे प्राध्यापक बसले होते. कुलगुरू माझ्या कानात हळूच कुजबुजले 'तुम्ही फिक्शन लिहिण्यात यापुढे अधिक वेळ घालवू नका. तुमच्या राजकीय लेखनावर लक्ष केंद्रित करा.' काही वेळाने कवितेचे प्राध्यापकही कुजबुजत म्हणाले, 'तुम्ही फिक्शन लेखनाकडे पुन्हा कधी वळणार? तो तुमचा खरा पिंड आहे. ज्या इतर गोष्टी तुम्ही लिहिता त्या अगदीच अल्पजीवी आहेत.'

मी लिहिलेले फिक्शन आणि नॉन-फिक्शन वरचढ ठरण्यासाठी एकमेकांशी संघर्ष करतात असे मला कधीही वाटले नाही. निश्चितपणे ते एकसारखे नाहीत. परंतु त्यांच्यातला फरक स्पष्ट करणे मला वाटले होते त्याहून कठीण आहे. वास्तव आणि कल्पना हे एकमेकांचे व्यत्यास नव्हेत. एक दुसऱ्यापेक्षा अधिक सत्य, वस्तुस्थितिजन्य किंवा खरे नसते. अथवा माझ्या बाबतीतच बोलायचे झाले, तर एक दुसऱ्यापेक्षा अधिक वाचले गेलेलेही नसते. मी केवळ इतकेच सांगू शकते की लिहिताना मी माझ्या शरीरात होणारे बदल अनुभवते.

त्या दोन प्राध्यापकांच्या मध्ये बसून त्यांच्याकडून परस्परविरोधी सल्ले ऐकताना मला मौज वाटली. जॉन बर्गर यांच्याकडून मला आलेल्या पहिल्या संदेशाचा विचार करत मी तेथे हसत बसून राहिले. अनेक वर्षांपासून माझा आदर्श असलेल्या लेखकाकडून आलेले ते एक सुंदर हस्तलिखित पत्र होते. 'तुझे फिक्शन आणि नॉन-फिक्शन लिखाण तुझ्या दोन पायांसारखेच तुला जगाची सैर घडवते.' माझ्यासाठी हा विषय तिथेच संपला होता.

माझ्याविरुद्ध जो कोणता खटला उभा केला जात होता, तो किमान अद्याप फलद्रुप होऊ शकलेला नाही. मी अजूनतरी इथेच आहे, तुमच्याशी वार्तालाप करत स्वतःच्या दोन लिहित्या पायांवर उभी आहे. परंतु माझा व्याख्याता मित्र राष्ट्रविरोधी कृतींमध्ये सहभागी असल्याच्या आरोपाखाली तुरुंगात कैद आहे. भारतातले तुरुंग राजकीय कैद्यांनी खचाखच भरलेले आहेत. त्यापैकी बहुतेकांवर माओवादी असण्याचा किंवा इस्लामी दहशतवादी असण्याचा आरोप आहे. या संज्ञांच्या व्याख्या इतक्या ढोबळ आहेत, की सरकारी धोरणांविरुद्ध असहमती दर्शवणाऱ्या कुणाचाही ते यामध्ये अंतर्भाव करू शकतात. अलीकडच्या काळातील निवडणूकपूर्व अटकसत्रात पंतप्रधान मोदींच्या हत्येचा कट रचल्याच्या आरोपाखाली अनेक शिक्षक, वकील, कार्यकर्ते आणि लेखक यांना तुरुंगात डांबण्यात आले आहे. हा कथित हत्येचा कट इतका हास्यास्पद आहे, कि एखादे सहा-वर्षीय मूलही त्यातल्या त्रुटी ओळखेल. या फॅसिस्ट शक्तींनी एखाद्या चांगल्या फिक्शन लिहिणाऱ्याकडून धडे गिरवणे गरजेचे आहे.

'रिपोर्टर विदाउट बॉर्डर्स'च्या म्हणण्यानुसार भारत हा पत्रकारांसाठी जगातील पाचव्या क्रमांकाचा धोकादायक देश आहे. भारताचे स्थान अफगाणिस्तान, सीरिया, येमेन आणि मेक्सिकोच्या जरासेच वरती आहे. इथे मला थोडे थांबून 'पेन' या संस्थेचे आभार मानायचे आहेत, जी तुरुंगात असलेल्या, न्यायालयीन प्रक्रियेत गुंतलेल्या, निर्बंध लादलेल्या किंवा याहून वाईट परिस्थितीत अडकलेल्या लेखकांच्या आणि पत्रकारांच्या संरक्षणासाठी कार्यरत आहे. येणाऱ्या दिवसांत निशाण्यावर असलेल्या आमच्यापैकी कुणावरही ही वेळ येऊ शकते. त्या वेळी आमच्या बाजूने

उभी राहणारी अशी एक संघटना असणे समाधानकारक आहे.

भारतात ज्यांना तुरुंगात डांबले जाते ते खरोखर सुदैवी आहेत. सुदैवाची वानवा असणारे आता हयात नाहीत. अति उजव्या हिंदुत्ववादावर टीका करणाऱ्या गौरी लंकेश, नरेंद्र दाभोलकर, एम. एम. कलबुर्गी आणि गोविंद पानसरे या सर्वांच्या हत्या करण्यात आल्या. ही तरी मोठी नावे होती. माहितीचा अधिकार वापरून मोठमोठे भ्रष्टाचाराचे घोटाळे उघडकीस आणणाऱ्या कित्येक कार्यकर्त्यांना एकतर ठार करण्यात आले किंवा ते संशयित परिस्थितीत मृत आढळले. मागच्या पाच वर्षांपासून भारताने आपली ओळख जमावहल्ल्यांचा देश म्हणून ठळकपणे अधोरेखित केली आहे. हिंदू जमावांनी दिवसाढवळ्या दलित आणि मुस्लिमांवर सर्वदेखत अत्याचार केले आहेत, जीव जाईपर्यंत मारले आहे. आणि त्यानंतर अभिमानाने मारहाणीच्या चित्रफिती युट्युबवर लोकांसाठी खुल्या केल्या आहेत. ही क्रूरतापूर्ण, बेदरकार आणि खचितच पूर्वनियोजित हिंसा आहे. जरी मुस्लीम विरुद्धची हिंसा नवीन नसली, तसेच दलितांवरही प्राचीन काळापासून अत्याचार होत असले, तरीही या जमावहल्ल्यामागे विशिष्ट विचारधारेचा पाया आहे हे नक्की.

या हल्लेखोरांना पोलीस अथवा सरकार आपले काहीही वाकडे करणार नाहीत याची खात्री आहे. त्यांना हेही ठाऊक आहे, कि स्वतःच्या संरक्षणासाठी ते राष्ट्रीय स्वयंवसेवक संघ (रास्वसं) या भारतातील सर्वाधिक गुप्तपणे कार्य करणाऱ्या आणि सर्वांत ताकदवान असलेल्या अति उजव्या, आद्य-फॅसिस्ट संघटनेवर अवलंबून राहू शकतात. या संघटनेची स्थापना १९२५ मध्ये झाली होती. तिची स्थापना करणाऱ्या संस्थापक धुरिणांवर युरोपियन फॅसिझमचा कमालीचा प्रभाव होता. त्यांनी उघडपणे हिटलर आणि मुसोलिनीची प्रशंसा केली होती. स्थापनेपासून गेली पंचाण्णव वर्षे भारताला हिंदुराष्ट्र घोषित करण्याच्या उद्देशाने ही संघटना निरंतर कार्यरत आहे.

रास्वसं आपल्या देशभर पसरलेल्या हजारो शाखांमार्फत आणि वेगवेगळी नावे धारण करणाऱ्या, परंतु समान विचारधारेने जोडल्या गेलेल्या संघटनांच्या मार्फत (त्यांपैकी काही अत्यंत हिंसक कारवायांसाठी प्रसिद्ध आहेत) पडद्याआडून एक प्रतिसरकार चालवते. पारंपरिकरीत्या पश्चिम किनाऱ्यावरील चित्पावन ब्राह्मणांचे नियंत्रण असणाऱ्या रास्वसंला अमेरिका आणि युरोपमधील गोऱ्या वर्चस्ववाद्यांचा तसेच वर्णद्वेषींचा पाठिंबा मिळत आहे. ते हिंदू धर्मातल्या पुरातन काळापासून चालत आलेल्या जातिप्रथेबद्दल कौतुकाने लिहीत आहेत. खऱ्या अर्थाने 'ब्राह्मणवाद' म्हणता येईल अशा या सामाजिक उतरंड अधोरेखित करणाऱ्या आणि पुरातन काळापासून अबाधित असलेल्या अमानवी प्रथेतल्या विस्तृत आणि संस्थात्मक क्रौर्याचा त्यांना हेवा वाटतो. ब्राह्मणवादाचे काही पाठीराखे पाहून खरोखर अचंबा वाटतो. त्यापैकी एक नाव ऐकून तुम्हाला दुःख होईल -मोहनदास गांधी. त्यांच्या

मते जात हे हिंदू समाजाचे मर्मस्थान होते. 'द डॉक्टर अँड द सेंट' या पुस्तकात मी गांधीजींच्या जात आणि वर्ण याकडे बघण्याच्या दृष्टिकोनाबद्दल विस्ताराने लिहिलेले असल्यामुळे आत्ता इथे त्यावर फारसे खोलात जात भाष्य करणार नाही.

इथे केवळ एक उतारा देते : १९१६ मध्ये मद्रास येथील 'मिशनरी कॉन्फरन्स'मध्ये बोलताना गांधीजी म्हणतात :

> 'या विस्तृत जातीसंस्थेने समाजाच्या केवळ धार्मिकच नव्हे, तर राजकीय इच्छा-आकांक्षांची पूर्तता केली. गावकऱ्यांनी जातिव्यवस्थेमार्फत आपल्या अंतर्गत व्यवहारांचे व्यवस्थापन केले तसेच यामार्फतच सत्तास्थानावरून होणाऱ्या जुलमाचा प्रतिकार केला. जातिव्यवस्थेसारखी उत्कृष्ट संघटना उभी करणाऱ्या देशाच्या संघटन कुशलतेला अमान्य करणे केवळ अशक्य आहे.'[१]

भारत आपल्या आत्म्याची लढाई लढत आहे. जरी भाजप ही निवडणूक हरला -जे की इतर सर्व पक्षांच्या एकत्रित धनसंचयापेक्षा अधिक पैसे त्यांच्याकडे असताना आणि मुख्य धारेतल्या बहुतेक माध्यमांवर अंकुश असतानाही कदाचित होऊ शकते-तरीदेखील धोका पूर्णपणे टळला आहे, असे आपण म्हणू शकत नाही. रास्वसं रंग बदलणाऱ्या सरड्यासारखा आहे. तसेच तो लाखो पायांवर चालणारी गोम आहे. पाच वर्षांपूर्वी पूर्ण बहुमताने सत्ता हस्तगत केल्यानंतर या पायांना गती मिळाली. परंतु केवळ निवडणुकीतील पराभव संघाला नरकाकडे सुरू असलेल्या त्यांच्या दीर्घ प्रवासापासून परावृत्त करणार नाही. तो हवा तेव्हा रंग बदलू शकतो, हवा तेव्हा तर्काचा आणि सर्वसामावेशकतेचा मुखवटा परिधान करू शकतो. संघाने जमिनीवर तसेच भूमिगत असतानाही प्रभावीपणे कार्यरत असण्याची स्वतःची क्षमता सिद्ध केलेली आहे. हा एक संयमी, मेहनती राक्षस आहे ज्याने पद्धतशीरपणे देशातल्या महत्त्वाच्या संस्थांमध्ये शिरकाव केला आहे. उदा. न्यायालये, विद्यापीठे, वृत्तसंस्था, सुरक्षा दले, गुप्तचर यंत्रणा इत्यादी.

नवीन, गैरभाजप सरकार जर सत्तेत आले- जी फार फार तर तकलादू आघाडी असेल-, तर त्याचा सामना अत्यंत विखारी, नियोजनबद्ध धार्मिक हिंसाचाराशी आणि खोट्यानाट्या हल्ल्यांशी होऊ शकतो त्यांची आपल्याला एव्हाना सवय झालेलीच आहे. हमरस्त्यांवर गाईंचे सापळे दिसतील, मंदिरांत गोमांस सापडेल, आणि मशिदीत डुकरं फेकली जातील. जेव्हा देश जळत असेल तेव्हा हेच अति उजवे पुन्हा एकदा या संकटकाळातून मार्ग काढण्यासाठी आणि हे 'कठीण राष्ट्र' हाकण्यासाठी आपणच पात्र असल्याचे सांगतील. इतक्या टोकाचे ध्रुवीकरण

झालेल्या राजकारणाला हा खेळ पेलवेल? सांगणे कठीण आहे.

फिक्शन असो वा नॉन-फिक्शन, बऱ्याच वर्षांपासून हे सगळे माझ्या लिखाणाचे विषय राहिले आहेत.

*

१९९७ च्या उन्हाळ्यात प्रकाशित झालेली माझी 'द गॉड ऑफ स्मॉल थिंग्स' ही कादंबरी भाषेच्या आणि मी ज्या जगात वाढले ते जग स्वतःला आणि माझ्या प्रियजनांना- ज्यांच्यापैकी काही जण केरळविषयी पूर्णपणे अनभिज्ञ होते, उलगडून दाखविणाऱ्या आकृतिबंधाच्या शोधाचा परिपाक होती. मी स्थापत्यशास्त्र शिकले, पटकथा लिहिल्या आणि मला कादंबरी लिहायची होती. ती केवळ कादंबरी असायला हवी - एखाद्या चित्रपटाची पटकथा वा जाहीरनामा किंवा एखादा समाजशास्त्रीय करारनामा नव्हे. जेव्हा काही समीक्षकांनी या कादंबरीला जादुई वास्तववाद म्हटले, तेव्हा मला कमालीचे आश्चर्य वाटले. असे कसे होऊ शकते? या पुस्तकातील स्थळे - आयेमेनममधल्या टेकडीवरील ते जुने घर, मी जिथे वाढले तो माझ्या आजीचा लोणच्याचा कारखाना (माझ्याकडे अजूनही तिथली काही भांडी / बरण्या आणि लेबल आहेत), मिनाचल नदी - हे सगळे माझे ओबडधोबड वास्तव बऱ्याच पाश्चिमात्य समीक्षकांना मनोहारी आणि जादुई वाटले. बरं तेही ठीकच. पण मग मीसुद्धा न्यू यॉर्क किंवा लंडनबद्दल तसाच विचार करण्याचा हक्क स्वतःपाशी राखून ठेवते.

तिकडे स्वगृही केरळमध्ये मात्र या पुस्तकाचे स्वागत अतिशय थंडपणे झाले. १९५९ पासून केरळवर आलटून-पालटून राज्य केलेला भारतीय कम्युनिस्ट पक्ष (मार्क्सवादी) मात्र 'द गॉड ऑफ स्मॉल थिंग्स'मध्ये त्यांच्या पक्षावर टीका केली आहे असे समजून या पुस्तकावर नाराज होता. माझ्यावर लगोलग साम्यवादी-विरोधी असल्याचा शिक्का मारण्यात आला, तो सर्वार्थाने एक साम्राज्यवादी कट होता. पुस्तकात माझा सूर टीकेचा होताच त्याबद्दल दुमत नाही. परंतु माझ्या टीकेचा सारांश हा होता, की डावे अर्थात भारतातले विभिन्न साम्यवादी पक्ष 'जात' या विषयावर केवळ मूग गिळूनच बसलेले नाहीत तर बहुतेकदा त्यांचे स्वतःचे वर्तनच उघडपणे जातीयवादी राहिलेले आहे. अम्मू (एक सीरियन ख्रिश्चन स्त्री) आणि वेलुथा (एक दलित पुरुष) यांच्यातल्या रूढ संकेतांना धक्के देणाऱ्या नात्याकडेही अवघडून पाहिले गेले. या अवघडलेपणाचा संबंध लैंगिकतेसोबतच कादंबरीतल्या जातीय राजकारणाशीही होता. ज्या प्रकारे कादंबरीतील एक प्रमुख पात्र कॉम्रेड के. एन. एम. पिल्लई आणि त्यांची बायको कल्याणी यांच्यातल्या नात्याचे चित्रण केले होते, तसेच एक घटस्फोटिता अम्मू जिच्यात 'मातृत्वाचा अतीव नाजूकपणा आणि आत्मघातकी बॉम्बरचा बेदरकारपणा यांचा संगम होता', 'जिच्यावर रात्री असा पुरुष प्रेम करायचा ज्याच्यावर तिची मुलं दिवसा माया करायची' या गोष्टीं काही फारशा

उत्साहाने स्वीकारल्या गेल्या नाहीत. पाच पुरुष वकिलांनी एकत्र येऊन अश्लीलतेचा आणि सार्वजनिक नैतिकता भ्रष्ट केल्याचा ठपका ठेवत माझ्याविरुद्ध फौजदारी खटला दाखल केला.

काही कादंबरीबाह्य घटकांचाही त्या वेळी उलथापालथ सुरू होती. माझी आई मेरी रॉय हिने सर्वोच्च न्यायालयात एक खटला जिंकला होता त्यामुळे स्त्रियांना त्यांच्या वडिलोपार्जित मालमत्तेपासून दूर ठेवणारा १९१६ सालचा अत्यंत जुनाट असा 'त्रावणकोर ख्रिश्चन वारसाहक्क कायदा' रद्दबातल ठरला होता. स्त्रियांना आता समान वारसाहक्क मिळू शकणार होता. या गोष्टीमुळे मोठ्या प्रमाणावर संतापाचा उद्रेक झाला. या आई आणि मुलीला चांगला धडा शिकवणे गरजेचे आहे अशी तीव्र भावना पसरली होती. त्या खटल्याच्या तिसऱ्या की चौथ्या सुनावणीदरम्यानच 'द गॉड ऑफ स्मॉल थिंग्स'ला बुकर पारितोषिक मिळाले. त्यामुळे जनमत विभागले. एका स्थानिक मल्याळी स्त्रीने अत्यंत मानाचा आंतरराष्ट्रीय साहित्यिक पुरस्कार जिंकला याकडे त्यांना सहजपणे कानाडोळा करणे शक्य नव्हते. परंतु तिला धुडकावून लावायचे की स्वीकारायचे? मी माझ्या वकिलासोबत न्यायालयात हजर होते तेव्हा त्याला कादंबरीचा काही भाग अत्यंत अश्लील वाटल्याचे तो खासगीत म्हणाला. परंतु कायद्यानुसार एखाद्या कलाकृतीचे समग्रपणे अवलोकन करणे क्रमप्राप्त ठरते. ही समग्र कादंबरी अश्लील नसल्याकारणाने आपल्याकडे हा लढा जिंकण्याची संधी असल्याचेही त्याने सांगितले. 'प्रत्येक वेळी हा खटला समोर आला की माझ्या काळजात कळ उमटते' आपल्या जागेवर स्थानापन्न होताच न्यायमूर्ती म्हणाले. त्यांनी सुनावणी पुढे ढकलली. त्यांच्या नंतर आलेल्या न्यायाधीशांनीही हेच केले. दरम्यान, लोकांनी त्यातल्या पारंपरिक गोष्टींचे कौतुक केले, उदा. भाषा, बालपणीचे स्मरणरंजन. अजूनही बऱ्याच जणांना अम्मू आणि वेलुथाच्या नात्याकडे विचलित न होता पाहणे कठीण जाते. तो खटला निकालात निघण्यासाठी तब्बल दहा वर्षे लोटावी लागली.

'द गॉड ऑफ स्मॉल थिंग्स' प्रकाशित झाल्यानंतर वर्षभरातच म्हणजे मार्च १९९८ मध्ये भारतीय इतिहासात पहिल्यांदाच भाजपच्या नेतृत्वाखालील आघाडीने केंद्रात सरकार स्थापन केले. त्या वेळचे पंतप्रधान अटलबिहारी वाजपेयी हे संघाचे सदस्य होते. पदग्रहण केल्याच्या काही आठवड्यांतच त्यांनी साखळी अणुचाचण्या घेऊन संघाचे एक खूप जुने स्वप्न पूर्णत्वास नेले. पाकिस्तानने लगोलग स्वतः चाचण्या घेत प्रत्युत्तर दिले. या आण्विक चाचण्या राष्ट्रवादाच्या वेडसर प्रचाराकडे घेऊन जाणाऱ्या प्रवासाची नांदी ठरल्या. आजच्या भारतात तर तो प्रचार सार्वजनीक अभिव्यक्तीचा अविभाज्य भाग बनलाय. या अणुचाचण्यांनंतर जो उन्मादाचा अतिरेक बघायला मिळाला, त्यात काही अत्यंत अनपेक्षित नावांचा समावेश होता. त्यामुळे

मला काहीसा धक्का बसला होता. त्या वेळी मी माझा पहिला निबंध 'द एन्ड ऑफ इमॅजिनेशन' (कल्पनेचा अंत) लिहिला, त्यात या चाचण्यांचा निषेध केला होता. मी म्हणाले, की या आण्विक शर्यतीत उतरणे म्हणजे आपल्या कल्पकतेचे वसाहतीकरण करण्यासारखे आहे: 'जर स्वतःच्या मेंदूंमध्ये अणुबॉम्बरोपण करण्यास विरोध करणे, म्हणजे हिंदुविरोधी किंवा राष्ट्रविरोधी असेल, तर मला इथे राहण्यात स्वारस्य नाही.'

यावर काय प्रतिक्रिया उमटल्या असतील याची तुम्ही कल्पना करू शकता. 'द एन्ड ऑफ इमॅजिनेशन' हा येणाऱ्या वीस वर्षांतील माझ्या नॉन-फिक्शन लिखाणातला पहिला निबंध होता. या कालावधीत भारत विद्युतवेगाने बदलत होता. प्रत्येक लेखासाठी मी विशिष्ट आकृतिबंधाचा, भाषेचा, संरचनेचा तसेच कथनशैलीचा शोध घेत गेले. प्रेम, विरह किंवा बालपणाबद्दल मी जसं लिहू शकते, तितक्याच रसाळपणे जलसिंचनाविषयी लिहू शकेन का? मातीच्या वाळवंटीकरणाविषयी? संरचनात्मक तडजोडी आणि खासगीकरणाविषयी? विजेच्या प्रतियुनिट दराविषयी? सर्वसामान्यांच्या आयुष्यावर परिणाम करणाऱ्या गोष्टींविषयी? रिपोर्ताजच्या स्वरूपात नाही तर कथाकथनाच्या स्वरूपात? या विषयांना साहित्यात परावर्तित करणे शक्य होते का? सर्वांसाठीचे साहित्य - ज्यामध्ये असेही लोक असतील ज्यांना लिहिता-वाचता येत नाही, परंतु ज्यांनी मला विचार कसा करावा हे शिकवले आहे. अशांना ते वाचून दाखवता येऊ शकते.

मी प्रयत्न केला. जसजसे माझे लेख येत गेले, तसे पाच पुरुष वकील सक्रिय झाले. (आधीचे नव्हेत, हे वेगळे. बहुधा ही लोकं झुंडीनेच शिकारी करत असावेत). त्याचप्रमाणे फौजदारी खटले दाखल होऊ लागले, त्यातले बहुतांश न्यायालयाच्या अवमानासंदर्भात होते. त्यापैकी एकाची परिणती अल्पशा तुरुंगवासात झाली. दुसरा अजून न्यायप्रविष्ट आहे. यासंदर्भातले वादविवाद नेहमीच कडवट होते. काही वेळा हिंसकही. पण प्रत्येकवेळी ते तितकेच महत्त्वपूर्णही होते.

माझ्या प्रत्येक लेखामुळे मला इतका प्रचंड मनस्ताप झालेला आहे, की यानंतर आपण पुढचा लेख लिहायचा नाही असे मी स्वतःलाच वचन द्यायचे. परंतु अपरिहार्यपणे अशी काही परिस्थिती उद्‌भवायची, की त्यादरम्यान शांतता राखण्याच्या प्रयत्नात माझे डोके अधिकच भंजाळून जात असे. माझे रक्त उसळ्या मारू लागायचे आणि शेवटी मी हार पत्करून लिहायला बसायचे. मागच्या वर्षी माझ्या प्रकाशकांनी या निबंधांचा संग्रह एका खंडात प्रकाशित करण्याबाबत सुचवले. 'माय सीडीशिअस हार्ट' हा एक हजाराहून अधिक पानांचा संग्रह पाहून माझे मलाच आश्चर्य वाटले.

वीस वर्षांच्या लेखनानंतर, बंडखोरांच्या अंतरंगांपर्यंत प्रवास केल्यानंतर आणि

काही विलक्षण, अतिशय सुंदर अशा सर्वसामान्य लोंकांना भेटल्यानन्तर फिक्शन माझ्याकडे परत आले. माझ्या आत जे विश्व आकारास येत होते त्याला केवळ एक कादंबरीच न्याय देऊ शकत होती. मी ज्या भूप्रदेशांत भटकंती केली होती त्यातूनच हे कथाविश्व तयार होत होते. मला ठाऊक होते, की ही कादंबरी नि:संकोचपणे व्यामिश्र, राजकीय तसेच उत्कट असणार आहे. मला हेही ठाऊक होते, की जर 'द गॉड ऑफ स्मॉल थिंग्स' अशा एका घराविषयी, कुटुंबाविषयी होती, ज्याच्या गाभ्यात एक दुभंगलेलं हृदय होते, तर 'द मिनिस्ट्री ऑफ अटमोस्ट हॅपिनेस'च्या सुरुवातीसच डोक्यावरचे घराचे छप्परच उद्ध्वस्त झालेले असेल आणि चिंधड्या झालेल्या हृदयाचे तुकडे युद्धग्रस्त खोऱ्यात आणि शहरांतल्या रस्त्यांवर इतस्ततः पसरलेले दिसतील. ही एक कादंबरी असेल, परंतु यातले कथाविश्व कोणत्याही प्रकारच्या आशयाची परिणामकारकता कमी करण्याच्या प्रयत्नांना तसेच कादंबरी कशी असू शकते वा नसू शकते याविषयीच्या संकेतांना धुडकावून लावेल. हे माझ्या जगातील एक महान शहर असेल ज्यात वाचक एखाद्या विदेशी प्रवाशासारखा येईल- थोडीशी भीती, थोडा धसका आणि बरीचशी उत्सुकता घेऊन. त्या शहराला समजण्यासाठी त्यातून मार्गक्रमणच करावे लागेल, त्यात हरवून जावे लागेल आणि त्यात राहायलाही शिकावे लागेल. लहान-मोठ्या सर्व प्रकारच्या लोकांना भेटायला शिका. गर्दीवर प्रेम करायला शिका. जे एरवी बोलता येत नाही असे काहीतरी ही कादंबरी तुम्हाला सांगेल. विशेषतः काश्मीरबद्दल, जिथे गोष्टीच सत्य वाटू लागतात, कारण तिथले सत्य सांगता येत नाही. भारतात काश्मीरबद्दल थोड्याशा जरी प्रामाणिकपणे बोलले तर शारीरिक इजेचा धोका संभवतोच.

काश्मीर व भारत आणि भारत व काश्मीरबद्दलची गोष्ट सांगताना मला जेम्स बाल्डविनचे अतिशय चपखल वाक्य आठवते : 'ते माझ्यावर विश्वास ठेवणार नाहीत याचे मुख्य कारण म्हणजे मी जे बोललोय ते सत्य होते हे त्यांना ठाऊक आहे.' काश्मीरची गोष्ट म्हणजे मानवी हक्कांच्या अहवालांची गोळाबेरीज नव्हे. ती हत्याकांडे, अमानुष अत्याचार, बेपत्ता होणे, सामूहिक थडगे इत्यादी तपशिलांची किंवा शोषित आणि त्यांच्या शोषकांचीही गोष्ट नाही. काश्मीरमध्ये घडणाऱ्या आत्यंतिक भयानक गोष्टींपैकी काही गोष्टी मानवी हक्कांचे उल्लंघन म्हणून समाविष्ट करण्यासाठी पात्रही ठरणार नाहीत. एका लेखकासाठी काश्मीर म्हणजे मानवी अस्तित्वाबद्दल महत्त्वपूर्ण धडे देणारी जागा आहे. तसेच शक्ती, शक्तिहीनता, धोकेबाजी, निष्ठा, प्रेम, विनोद आणि श्रद्धेविषयीही. जी लोकं अनेक दशकांपासून सैनिकी प्रभुत्वाखाली राहतात त्यांचे नेमके काय होते? जेव्हा तिथल्या हवेवर दहशतीचा रंग चढतो तेव्हा कोणत्या प्रकारच्या वाटाघाटी होतात? तेव्हा भाषेचे काय होते?

जे लोक दहशतीचे नियोजन करतात, ती पचवतात आणि तिचे समर्थनही करतात त्यांचे काय होते? जे लोक त्यांच्या नावाखाली हे सगळं वर्षानुवर्षे घडू देतात त्यांचे काय होते? काश्मीरची व्यथा त्या जिगसॉ पझलसारखी झाली आहे ज्याचे कोणतेही दातेरी भाग एकमेकांत व्यवस्थितपणे बसू शकत नाहीत. इथे अंतिम चित्रच तयार होत नाही.

काही विचित्र लोक माझ्या पानांवर अवतरले. त्यात प्रामुख्याने गुप्तचर अधिकारी असलेल्या विप्लव दासगुप्ताचे नाव घ्यावे लागेल. जेव्हा त्यांचे प्रथम पुरुषी निवेदनातून आगमन झाले तेव्हा माझे अवसान गळाले होते. मला आधी वाटले मी त्यांच्या डोक्यात आहे. परंतु नंतर लक्षात आले, की कदाचित तेच माझ्या डोक्यात होते. त्यांच्या दुर्गुणांपेक्षा त्यांचा तर्काधिष्ठितपणा, हुशारी, विनोदबुद्धी, आत्मवंचना आणि असहायता मला थक्क करत असे.

तरीही दासगुप्तांचा सराईतपणा आणि सखोल राजकीय विश्लेषण जे पाहू शकत नसे ते 'द मिनिस्ट्री ऑफ अटमोस्ट हॅपिनेस'मधील एक दुय्यम पात्र असलेल्या बांधकाम कंत्राटदार डी. डी. गुप्ता यांना सहजपणे दिसत असे. श्रीयुत गुप्ता इराकमध्ये राहून कित्येक वर्षे आघातविरोधी भिंती (Blast walls) बांधून गुजराण केल्यानंतर भारतात परतले आहेत. त्या भिंतींची छायाचित्रे त्यांनी अभिमानाने आपल्या मोबाइलमध्ये जतन करून ठेवली आहेत. त्यांनी जे इराकमध्ये इतक्या वर्षांत पाहिलेय आणि भोगलंय त्याची शिसारी आल्यामुळेच ते आशेने ज्याला घर समजत असत त्या जागेकडे पाहत आहेत. आपल्या स्वतःच्या देशात काय चालू आहे याविषयीचे त्यांचे अनुभवजन्य आकलन म्हणजे 'येणाऱ्या वर्षांत या देशात आघातविरोधी भिंतींसाठी मोठी बाजारपेठ उभी राहील'.

कादंबऱ्या लेखकांना वेडेपणाच्या पातळीवर आणून उभ्या करू शकतात. कादंबऱ्या आपल्या लेखकांना आधारही देतात.

एक लेखिका म्हणून मी 'द गॉड ऑफ स्मॉल थिंग्स मधल्या' पात्रांचे संरक्षण केले कारण ती नाजूक, असहाय होती. 'द मिनिस्ट्री ऑफ अटमोस्ट हॅपिनेस' मधली बरीचशी पात्रं तर किंबहुना अधिकच असहाय आहेत. परंतु त्यांनी माझेच संरक्षण केलेय. विशेषतः अंजुमने, जिचा जन्म आफताब म्हणून झालेला. अंजुम शेवटी जुन्या दिल्लीच्या तटबंदीबाहेरील विदीर्ण स्मशानभूमीवर असलेल्या 'जन्नत अतिथिगृहा'ची मालकीण आणि व्यवस्थापक म्हणून काम बघू लागते. अंजुम स्त्री आणि पुरुषांमधल्या, प्राणी आणि मनुष्यामधल्या तसेच जीवन आणि मृत्यूमधल्या सीमारेषा सुसह्य बनवते. या वरचेवर क्रूर होत जाणाऱ्या जगातल्या कठोर सीमारेषांच्या अत्याचारापासून जेव्हा मला सुटका हवी असते तेव्हा मी आसऱ्यासाठी अंजूमकडेच धाव घेते.

५

शांततेचा आवाज गगनभेदी असतो*

भारत जेव्हा ब्रिटिश सत्तेपासून मिळवलेल्या स्वातंत्र्याचा त्र्याहत्तरावा वर्धापन दिन साजरा करत आहे, तेव्हा दिल्लीतल्या वाहतूक कोंडीतून मार्ग काढत फाटक्या कपड्यातली लहान मुले भल्याथोरल्या आकाराचे राष्ट्रीय ध्वज आणि ज्यावर 'मेरा भारत महान' लिहिले होते अशा भेटवस्तू विकत आहेत. प्रांजळपणे सांगायचे तर भारताबद्दल तसे काही वाटणे याक्षणी तरी अवघड आहे. कारण हे स्पष्टपणे दिसून येत आहे, आपल्या सरकारचा तोल पूर्णपणे ढळला आहे.

मागच्या आठवड्यात या सरकारने १९४७ च्या ज्या कराराद्वारे जम्मू आणि काश्मीर भारतीय संघराज्यात सामील झाले होते त्याचाच मनमानी पद्धतीने एकतर्फी भंग केला.[१] याची पूर्वतयारी म्हणून ४ ऑगस्टच्या मध्यरात्री संपूर्ण काश्मीरचे एका विशाल बंदीखान्यात रूपांतर करण्यात आले. सत्तर लक्ष काश्मिरींना त्यांच्या घरांत कैद करण्यात आले, त्यांचा इंटरनेट संपर्क तोडण्यात आला आणि त्यांचे दूरध्वनी संपर्काविना जणू निकामी झाले.[२]

५ ऑगस्ट रोजी भारतीय गृहमंत्र्यांनी घटनेतले ३७० वे कलम (ते काश्मीरच्या भारतातील सामीलीकरणाविषयीची कायदेशीर बांधिलकी अधोरेखित करते) रद्दबातल करण्याबाबतचा प्रस्ताव संसदेत मांडला.[३] विरोधी पक्षांनीही या प्रस्तावाला अनुमोदन दिले. दुसऱ्या दिवशी संध्याकाळी जम्मू आणि काश्मीर पुनर्संघटन कायदा, २०१९ संसदेच्या वरिष्ठ आणि कनिष्ठ अशा दोन्ही सभागृहांत मंजूर झाला होता.

या कायद्याने जम्मू आणि काश्मीरला मिळालेला विशेष राज्याचा दर्जा काढून घेतला. या

'विशेष' दर्जामध्ये स्वतंत्र ध्वज आणि स्वतंत्र राज्यघटनेचा समावेश होता. या

---

* सर्वप्रथम १५ ऑगस्ट २०१९ रोजी 'द न्यू यॉर्क टाइम्स'मध्ये प्रकाशित.

कायद्यामुळे ते आता राज्यही राहिले नसून, त्याचे दोन केंद्रशासित प्रदेशात तुकडे करण्यात आले आहेत. पहिला भाग म्हणजे जम्मू आणि काश्मीर ज्याची स्वतःची स्थानिकरीत्या निवडलेली विधानसभा पूर्वीप्रमाणेच अबाधित असली, तरी तिला अत्यंत जुजबी अधिकार असतील. तिथले प्रशासन थेट दिल्लीस्थित केंद्र सरकारमार्फत चालेल. लडाख हा दुसरा विभाग असेल ज्याची स्वतःची विधानसभा नसेल आणि तिथला कारभारही थेट दिल्लीतूनच पाहिला जाईल.[४]

हा कायदा संसदेत मंजूर झाल्यानंतर त्याचे अगदी ब्रिटिश परंपरेप्रमाणे बाक वाजवून स्वागत करण्यात आले. त्या वेळी तिथल्या हवेत जणू वसाहतवादाचा विशिष्ट दर्प होता. एक अराजकतावादी वसाहत शेवटी, कायदेशीररीत्या स्वतःच्या नियंत्रणाखाली आणल्याचा आनंद मालकांच्या चेहऱ्यावर दिसत होता. अर्थात, या सगळ्यामागे त्यांचाच स्वार्थ होता.

भारतीय नागरिकांना आता त्यांच्या या नव्या, हक्काच्या प्रदेशात जमिनी विकत घेणे तसेच स्थायिक होणे शक्य आहे. हे नवे भूप्रदेश आता उद्योगधंद्यांसाठीही खुले झाले आहेत. रिलायन्स उद्योग समूहाचे सर्वेसर्वा आणि भारतातले सर्वांत श्रीमंत उद्योगपती मुकेश अंबानी यांनी तर यासंदर्भात बऱ्याच 'घोषणा' करणार असल्याचे आश्वासनदेखील दिले आहे. या सगळ्याचा लडाख आणि काश्मीरमधील नाजूक परिसंस्थेवर, महाकाय हिमनद्यांनी आच्छादलेल्या भूप्रदेशावर, अतिशय उंचीवर वसलेल्या तलावांवर आणि पाच प्रमुख नद्यांवर काय परिणाम होऊ शकतो याबद्दल मात्र कुणीही विचार करताना दिसत नाही.[५]

काश्मीरला असलेला राज्याचा दर्जा काढून घेतल्यानंतर ज्याद्वारे स्वतःच्या भूमीचे राखणदार असण्याचे हक्क आणि विशेषाधिकार तिथल्या जनतेला बहाल केले होते, ते ३५अ कलमही रद्दबातल झाले.[६] म्हणूनच 'उद्योगांसाठी खुले' या संकल्पनेमध्ये इस्रायली पद्धतीचे वसाहतीकरण आणि तिबेटमध्ये झाले त्याप्रकारचे लोकसंख्येचे विस्थापन यांचा अंतर्भाव असू शकतो हे इथे स्पष्ट केले पाहिजे.

ही काश्मिरी जनतेला वाटणारी अत्यंत आदिम, मूलभूत भीती आहे. या निसर्गरम्य खोऱ्यात टुमदार घर असावे, या लालसेने प्रेरित झालेल्या आक्रमक भारतीयांच्या झुंडींद्वारे आपण इथून बाहेर फेकले जाऊ हे वारंवार पडणारे दुःस्वप्न (डोनाल्ड ट्रम्पद्वारे सातत्याने बिंबवण्यात येणाऱ्या भीतीच्या अगदी उलट) आता कदाचित सत्यातही उतरू शकते.

या नव्या कायद्याची बातमी पसरताच सर्व रंगांचे झेंडे अभिमानाने मिरवणाऱ्या राष्ट्रवाद्यांना उत्साहाचे भरते आले. मुख्य धारेतल्या बहुतांश माध्यमांनी लवून सलामी दिली. रस्त्यांवर, गल्लीबोळात नृत्याला तर इंटरनेटवर भयावह अशा स्त्रीद्वेषाला उधाण आले. दिल्लीला लागून असलेल्या हरियाना राज्याचे मुख्यमंत्री

मनोहरलाल खट्टर राज्याच्या चिंताजनक स्त्री-पुरुष गुणोत्तरात आपण कशी सुधारणा केली हे सांगत असताना विनोदाने म्हणाले : 'आमचे मंत्री धनखरजी म्हणायचे की लग्नासाठी आपल्याला बिहारहून मुली आणाव्या लागतील... आता लोक सांगत आहेत, की काश्मीर आपल्यासाठी खुले झाले आहे, तेव्हा आपण तिथूनही आता मुली आणू शकतो.'[७]

या सगळ्या विकृत जल्लोषात काश्मीरमधल्या गस्तींनी आणि अडथळ्यांनी व्यापलेल्या रस्त्यांचा, ड्रोन्सच्या देखरेखीखाली तारांच्या कुंपणात कोंडल्या गेलेल्या आणि संपर्काच्या सर्व साधनांपासून वंचित ठेवलेल्या अपमानित जनतेच्या स्मशानशांततेचा आवाज सर्वाधिक घणाघाती भासतोय. या माहितीच्या जगातही एखादे सरकार किती सहजपणे एका मोठ्या जनसमुदायाला उर्वरित जगापासून तोडू शकते ही बाब आपण कोणत्या प्रकारच्या भविष्याकडे मार्गक्रमण करत आहोत यासंदर्भात काहीएक गंभीर भाष्य नक्कीच करते.

असे नेहमी म्हटले जाते, की काश्मीर हे फाळणीतले एक राहून गेलेले काम आहे. 'फाळणी' या शब्दातून असे सूचित होते, की १९४७ मध्ये ब्रिटिशांनी निष्काळजीपणे या उपखंडातल्या सीमारेषा निर्धारित करण्यापूर्वी इथे एक 'एकसंध राष्ट्र' होते ज्याचे नंतर तुकडे करण्यात आले. वस्तुस्थिती ही आहे, की इथे कधीच 'एकसंध राष्ट्र' अस्तित्वात नव्हते. ब्रिटिश भारताच्या भूभागाव्यतिरिक्त इथे शेकडो सार्वभौम संस्थाने होती. यातल्या प्रत्येक संस्थानाने व्यक्तिगतरीत्या वाटाघाटी करून भारतात किंवा पाकिस्तानात विलीन होण्याचा निर्णय घेतला. ज्यांना विलीन होण्याची ईच्छा नव्हती त्यांच्यावर बळाचा वापर करण्यात आला.[८]

फाळणी आणि त्यापरिणामस्वरूप उद्भवलेल्या हिंसाचाराची जखम अजूनही ताजी आणि खोलवर रुतलेली आहे. त्या कालावधीत आणि नंतरही भारत आणि पाकिस्तानात घडलेल्या हिंसाचाराचा जितका संबंध फाळणीसोबत आहे, तितकाच तो संस्थानांच्या विलीनीकरणाच्या प्रक्रियेसोबतही आहे. भारतात राष्ट्रबांधणीच्या नावाखाली जो विलीनीकरणाचा प्रकल्प हाती घेण्यात आला त्याचे तात्पर्य म्हणजे, १९४७ नंतर सीमेवर आपल्याच लोकांविरुद्ध लढण्यासाठी भारतीय सैन्य तैनात करण्यात आले नव्हते, असे एकही वर्ष सांगता येणार नाही. काश्मीर, मिझोराम, नागालँड, मणिपूर, हैदराबाद, आसाम - अशा राज्यांची यादी बरीच मोठी आहे.

संस्थानांच्या विलीनीकरणाची प्रक्रिया व्यामिश्र आणि क्लेशदायक होती, तसेच त्यामध्ये कित्येक हजारो लोकांना आपला जीवही गमवावा लागला. पूर्वाश्रमीच्या जम्मू आणि काश्मीर राज्याच्या सीमेवर दोन्ही बाजूंना आज जे काही प्रत्ययास येत आहे ते म्हणजेच या विलीनीकरण प्रक्रियेतील राहून गेलेले काम.

गेल्या आठवड्यात संसदेत जे काही झाले ते सामिलीकरणाच्या कराराचे

(Instrument of Accession) दफन करण्यासारखेच होते. हा एक जटिल दस्ताऐवज होता ज्यावर स्थानभ्रष्ट झालेल्या एकाधिकारशहाने, अर्थात महाराजा हरिसिंगनामक हिंदू डोग्रा राजाने सह्या केल्या होत्या. त्याच्या नियंत्रणाखाली असलेले जम्मू आणि काश्मीर हे राज्य भारत आणि पाकिस्तानातल्या नव्याकोऱ्या सीमारेषेवरचा ज्वलंत निखारा ठरला होता.

१९४५ मध्ये राजा हरिसिंगांविरुद्ध बंडखोरांनी जे उठाव केले त्यांना फाळणीच्या वणव्याने स्वतःत सामावून घेत अजूनच बळ पुरवले. पश्चिमेकडच्या डोंगरातील पूंछ जिल्ह्यात बहुसंख्येने राहणाऱ्या मुस्लिमांनी महाराजांच्या सैन्यावर तसेच हिंदू नागरिकांवर हल्ले चढवले. जम्मूमध्ये, दक्षिण भागात इतर संस्थानांकडून मागवलेल्या सैन्यदलासोबत मिळून महाराजांच्या शिपायांनी मुस्लिमांच्या कत्तली केल्या. इतिहासकारांनी आणि त्या वेळच्या वृत्तपत्रांनी त्या कालावधीत जम्मू शहराच्या रस्त्यांवर आणि आजूबाजूच्या जिल्ह्यांत मिळून जवळपास ७०००० ते २००००० लोक मृत पावल्याचा अंदाज व्यक्त केला आहे.[९]

जम्मूत घडलेल्या हत्याकांडाच्या बातमीने बिथरल्यामुळे वायव्य सीमाप्रांतातल्या डोंगररांगातून पाकिस्तानी घुसखोर जाळपोळ आणि लूटमार करत काश्मीर खोऱ्यात घुसले. हरिसिंगने काश्मीरमधून जम्मूला पलायन केले. तिथून त्याने तत्कालीन भारतीय पंतप्रधान जवाहरलाल नेहरू यांना मदतीची हाक दिली. ज्या दस्तऐवजाने भारतीय सैन्याला काश्मीरमध्ये शिरकाव करण्यासाठीचे कायदेशीर कवच पुरवले, तोच हा 'सामीलीकरणाचा करार' होय.

भारतीय लष्कराने स्थानिकांच्या थोड्याफार मदतीने पाकिस्तानी घुसखोरांना हुसकावून लावले, परंतु केवळ खोऱ्याच्या सीमेवरच्या डोंगररांगांपर्यंतच. पूर्वाश्रमीचे डोग्रा साम्राज्य आता भारत आणि पाकिस्तानात विभागले गेले आहे. तो सामीलीकरणाचा करार खरेतर जम्मू आणि काश्मीरमधल्या रहिवाशांची नेमकी इच्छा जाणून घेण्यासाठी सार्वमत घेऊन मगच अमलात आणणे अपेक्षित होते.[१०] त्यांना दिलेली सार्वमताची हमी आजवर कधीच प्रत्यक्षात येऊ शकलेली नाही. यातूनच भारतीय उपखंडातली सर्वाधिक स्फोटक आणि भयावह राजकीय समस्या उदयास आली आहे.

तेव्हापासून गेल्या बहात्तर वर्षांत एकामागोमाग सर्वच सरकारांनी सामीलीकरणाच्या करारातील अटींकडे काणाडोळा करत त्या कराराला पुरते खिळखिळे करून टाकले. आता तर त्या कराराच्या उरल्यासुरल्या सापळ्यांचेही दहन करण्यात आले आहे.

विविध नाट्यमय घडामोडींमार्फत गोष्टी इथवर कशा पोहोचल्या हे सारांशरूपाने सांगण्याचा प्रयत्न करणे आततायीपणाचे ठरेल. असे म्हणूया, की अमेरिकेने पन्नास आणि साठच्या दशकात दक्षिण व्हिएतनाममधील त्यांच्या हातातील बाहुले बनलेल्या

राजवटींसोबत जे खेळ खेळले, हेसुद्धा तितकेच गुंतागुंतीचे आणि धोकादायक होते.

निवडणुकीय गैरकारभाराच्या मोठ्या इतिहासानंतर १९८७ मध्ये निर्वाणीचा क्षण आला, जेव्हा नवी दिल्लीतून राज्यातल्या निवडणुकांमध्ये उघड उघड हस्तक्षेप करण्यात आला. आजवर अहिंसात्मक मार्गाने केल्या जाणाऱ्या स्वयंनिर्णयाच्या मागणीने १९८९ वर्ष उजाडेपर्यंत संपूर्णपणे एका स्वातंत्र्यसंग्रामाचे रूप धारण केले होते.[११] लाखो लोक एकामागोमाग होत जाणाऱ्या कत्तलींमध्ये केवळ धारातीर्थी पडण्यासाठीच जणू रस्त्यावर उतरत होते.

सीमेच्या दोन्ही बाजूंना असलेल्या काश्मिरी तरुणांनी, सशस्त्र आंदोलनकर्त्यांच्या जथ्यांनी काश्मीर खोरे व्यापले गेले. तसेच देशाबाहेरून पाकिस्तानने प्रशिक्षित आणि शस्त्रसज्ज करून पाठवलेले सैनिकही होते, ज्यांना बहुतांश काश्मिरी जनतेने आपलेसे केले होते. पुन्हा एकदा, उपखंडात घोंघावत असलेल्या राजकीय वावटळीत काश्मीर पुरते अडकले होते - एका बाजूला काश्मिरी संस्कृतीसाठी नवा भासणारा आणि उत्तरोत्तर अधिक मूलतत्ववादाकडे झुकणारा पाकिस्तान-अफगाणिस्तानातील इस्लाम, तर दुसरीकडे भारतामध्ये त्यादरम्यानच वाढीस लागलेला माथेफिरू हिंदू राष्ट्रवाद.

काश्मिरी मुस्लीम आणि स्थानिकरीत्या 'पंडित' म्हणून ओळखला जाणारा तिथल्या अल्पसंख्य हिंदूंचा छोटा गट यांना कित्येक वर्षांपासून जोडून ठेवणारा दुवा हा या संघर्षाचा पहिला बळी ठरला. काश्मिरी पंडितांद्वारे चालवल्या जाणाऱ्या 'काश्मिरी पंडित संघर्ष समिती', अर्थात केपीएसएस या संघटनेच्या म्हणण्यानुसार हिंसाचारास सुरुवात झाल्यावर आंदोलनकर्त्यांनी जवळपास ४०० पंडितांना लक्ष्य करून त्यांची हत्या केली. सरकारी आकड्यांनुसार १९९०च्या अखेरपर्यंत २५००० पंडित कुटुंबांनी काश्मीर खोऱ्यातून काढता पाय घेतला होता.[१२]

त्यांनी स्वतःची जन्मभूमी, घरे आणि होते नव्हते ते सर्व काही गमावले. नंतरच्या वर्षांमध्ये हजारोंच्या संख्येने, जवळपास सर्व पंडित काश्मीरमधून बाहेर पडले.[१३] केपीएसएसच्या म्हणण्यानुसार हा संघर्ष चिघळल्यानंतर हजारो मुस्लिमांसोबत ६५० पंडितही मारले गेले.[१४]

तेव्हापासून कित्येक पंडित जम्मू शहरातील निर्वासित छावण्यांमध्ये विदारक अवस्थेत राहत आहेत. तीस वर्षे उलटली तरी दिल्लीत येणाऱ्या कोणत्याही सरकाराने त्यांच्या घरवापसीसाठी कसलेही प्रयत्न केले नाहीत. त्याऐवजी त्यांनी या काश्मिरी पंडितांना अधांतरी लटकत ठेवणे श्रेयस्कर समजले. त्यांच्या संतापाला आणि समजण्यायोग्य कडवटपणाला चिथावणी देत त्याचे रूपांतर अशा विखारात केले, की ज्याचा उपयोग भारताला काश्मीरविषयीचे स्वतःचे अत्यंत प्रभावी

राष्ट्रवादी धोरण रेटण्यास मदत होईल. या धोरणाचाच एक भाग म्हणजे, या अक्राळविक्राळ शोकांतिकेच्या एखाद्याच अंगाविषयी आकांडतांडव करायचे, जेणेकरून त्याच्याआड त्या गोष्टीचे अनेक भयावह पदर आपसूक लपुन राहतील.

आज काश्मीर हा जगातल्या सर्वाधिक सैन्यप्रवण भागांपैकी एक- किंबहुना, 'सर्वाधिक' सैन्यप्रवण म्हणता येईल असा भाग आहे. खुद्द लष्कराचेच म्हणणे आहे, की जिथे केवळ हातावर मोजण्याइतके अतिरेकी उरलेत त्यांचा पाडाव करण्यासाठी पाच लाखांहून अधिक सैनिक तैनात करण्यात आले आहेत. आधी संदिग्धता असली, तरी आता मात्र हे सूर्यप्रकाशाइतके स्पष्ट झाले आहे, की काश्मिरी जनताच त्यांची खरी शत्रू आहे. काश्मीरमध्ये मागील ३० वर्षांत भारताने जे काही केले आहे त्याला क्षमा नाही. या संघर्षात नागरिक, आंदोलनकर्ते आणि सुरक्षादलातील जवान मिळून अंदाजे ७०००० लोक मारले गेले आहेत. हजारो 'बेपत्ता' झाले तर खोऱ्यामध्ये जणू छोटेखानी अबू-गरीब तुरुंगाचे जाळे असल्यागत जागोजागी पसरलेल्या यातनागृहांतून लाखो लोकांना त्रास भोगावा लागलाय.[१५]

गेल्या काही वर्षांत गर्दी पांगविण्यासाठी सुरक्षादलाने निवडलेले नवे शस्त्र, अर्थात छऱ्याच्या बंदुका (पेलेट गन्स) वापरल्यामुळे शेकडो तरुणांना अंधत्व आले आहे.[१६] काश्मिरी खोऱ्यात कार्यरत असणाऱ्या आंदोलनकर्त्यांमध्ये बहुतकरून तरुणांचा समावेश आहे, ज्यांना स्थानिकरीत्या प्रशिक्षित आणि शस्त्रसज्ज केले जाते. ज्या क्षणी ते बंदूक हातात घेतात त्याक्षणीच आपले उर्वरित आयुष्य आता सहा महिन्यांहून अधिक असणार नाही याची त्यांना पुरेपूर जाणीव झालेली असते. एखादा 'दहशतवादी' मारला जातो, तेव्हा लाखोंच्या संख्येने काश्मिरी त्या तरुणाच्या दफनविधीसाठी जमा होतात. ते त्या तरुणाचा 'शहीद', अर्थात हुतात्मा म्हणून गौरव करतात.

हे तर तीस वर्षांच्या लष्करी नियंत्रणाचे केवळ एक ढोबळ चित्र आहे. काश्मीर खोऱ्याने या लष्करी नियंत्रणाच्या परिणामस्वरूप भोगलेले सर्वाधिक भयावह परिणाम इतक्या कमी जागेत मांडणे केवळ अशक्य आहे.

नरेंद्र मोदींच्या पंतप्रधानपदाच्या पहिल्या पर्वातील कठोर भूमिकेमुळे कश्मीरमधील हिंसाचार अजूनच भडकला. २०१९च्या फेब्रुवारीमध्ये एका काश्मिरी तरुणाने आत्मघातकी बॉम्बहल्ला करून ४० भारतीय सुरक्षा जवानांचा जीव घेतल्यानंतर भारताने पाकिस्तानवर हवाई हल्ला चढवला.[१७] पाकिस्ताननेही प्रत्युत्तर दिले. ही एकमेकांवर हवाई हल्ले करणारी इतिहासातली पहिली दोन अण्वस्त्रसज्ज राष्ट्रे ठरली. आतामात्र, नरेंद्र मोदींच्या दुसऱ्या कार्यकाळातल्या सुरुवातीच्या दोन महिन्यांतच त्यांच्या सरकारने अत्यंत धोकादायक खेळी खेळली आहे. स्फोटकांच्या ढिगाऱ्यावर त्यांनी अक्षरशः जळती काडी फेकली आहे.

हे पुरेसे वाईट नव्हते म्हणून की काय, ज्या पद्धतीने हे सर्व काही लपूनछपून केले गेले ते अत्यंत हीन दर्जाचे आणि किळसवाणे होते. जुलैच्या शेवटच्या आठवड्यात वेगवेगळी खोटी कारणे पुढे करत अधिकचे ४५००० सैन्यबळ काश्मीरमध्ये हलवण्यात आले.[१८] यासाठी ज्या सबबी पुढे करण्यात आल्या त्यातली सर्वाधिक लक्षवेधी म्हणजे अमरनाथ यात्रेत पाकिस्तानकडून दहशतवादी हल्ला होण्याची शक्यता. अमरनाथ यात्रेला दरवर्षी हजारो हिंदू भाविक चालत जातात (किंवा काश्मिरी वाहक त्यांना पाठीवर उचलून घेऊन जातात). त्या डोंगररांगातून चालत ते अमरनाथ गुहेपाशी पोहोचतात. तिथे नैसर्गिकरीत्या एक बर्फाकृती तयार होते, जिला ते शिवाचा अवतार मानतात.[१९] ते तिची पूजा करतात.

१ ऑगस्ट रोजी एका वृत्तवाहिनीने यात्रेच्या मार्गावर पाकिस्तानी सैन्यदलाची निशाणी असलेला एक भूसुरुंग सापडल्याची बातमी दिली.[२०] २ ऑगस्ट रोजी भारत सरकारने एक अधिसूचना जाहीर केली- ज्यात सर्व भाविकांना (आणि यात्रामार्गापासून हजारो किलोमीटर दूर असलेल्या पर्यटकांनाही) काश्मीर खोरे ताबडतोब सोडण्याचे निर्देश देण्यात आले.[२१] त्यामुळे तिथून बाहेर पडण्यासाठी एकच गोंधळ उडाला. काश्मीरमध्ये रोजंदारीवर काम करणाऱ्या जवळपास २००००० विस्थापित भारतीयांची मात्र सरकारला फिकीर नव्हती. माझा अंदाज आहे, की त्यांची आत्यंतिक गरिबी हेच त्यांना काडीचीही किंमत नसण्यामागचे कारण असावे. ३ ऑगस्टपर्यंत सर्व पर्यटक आणि भाविक काश्मीरमधून बाहेर पडले होते आणि सुरक्षा जवानांनी एकंदर खोऱ्यात आपापल्या जागा हेरून मोर्चेबांधणी केली होती.

रविवारच्या मध्यरात्रीपर्यंत सर्व काश्मिरींना आपापल्या घरी कैदेत टाकले गेले आणि सर्व प्रकारची संपर्कयंत्रणा त्यांच्यापासून तोडली गेली. दुसऱ्या दिवशी सकाळी बातमी कळली की इतर शेकडो लोकांसमवेत तीन माजी मुख्यमंत्र्यांनाही अटक करण्यात आली होती- नॅशनल कॉन्फरन्सचे फारुख अब्दुल्ला, त्यांचे चिरंजीव ओमर अब्दुल्ला तसेच पीपल्स डेमोक्रॅटिक पार्टीच्या नेत्या मेहबूबा मुफ्ती.[२२] ही सगळी भारताला अनुकूल असलेली नेतेमंडळी आहेत, ज्यांनी कित्येक वर्षे बंडाळीच्या काळात भारताची पालखी निष्ठेने खांद्यावर वाहिली आहे.

जम्मू आणि काश्मीर पोलीस दलाकडून त्यांची शस्त्रे काढून घेतली गेल्याच्या बातम्या वृत्तपत्रांनी दिल्या.[२३] इतर कुणाहीपेक्षा हे स्थानिक पोलीस संकटकाळी नेहमीच आघाडीवर राहिले, आवश्यक तेव्हा त्यांनी सर्व प्रकारची पूर्वतयारी केली, गुप्तचर संस्थांना हवी ती रसद पुरवली, वरिष्ठांच्या आदेशावरून घृणास्पद लिलाव केले आणि या सगळ्याच्या परिणामस्वरूप स्वतःच्याच लोकांचा रोष पत्करला. हे सर्व कशासाठी, तर काश्मीरमध्ये तिरंगा फडकावत ठेवण्यासाठी. आणि आता अशा स्फोटक वातावरणात तोफेच्या तोंडी दिल्यागत त्यांना संतप्त जमावाच्या

तावडीत मरण्यासाठी सोडून देण्यात आले आहे.

नरेंद्र मोदींनी भारताच्या सहयोगी राष्ट्रांचा ज्याप्रकारे विश्वासघात आणि जाहीररीत्या अपमान केला आहे, त्याचे मूळ उच्च कोटीच्या अहंकारात आणि अज्ञानात दडलेले आहे. त्यामुळे इतकी वर्षे धूर्त तरीही कुशल भारतीय राज्यसंस्थेने ज्या निगुतीने एका विस्तृत संरचनेची उभारणी केली होती तिलाच निर्णायक तडा गेला आहे. जे झाले ते झाले. आतामात्र हा सामना रस्त्यावरचे लोक विरुद्ध सैनिक असा पाहायला मिळतोय. रस्त्यावर उतरलेल्या काश्मिरी तरुणांसोबत जे होत आहे ते आपण पाहतच आहोत. त्यासोबतच, अशी कारवाई करण्याची वेळ आपल्या सैनिकांवर आणणे हेदेखील घृणास्पद आहे.

काश्मिरी जनसमुदायातील स्वयंनिर्णयाची अथवा पाकिस्तानात सामील होण्याची मागणी करणाऱ्या जहालवादी गटाला भारतीय कायद्याचे वा राज्यघटनेचे काहीही सोयरसुतक नाही. ज्यांच्याकडे ते शत्रूला सामील असणारे फितूर म्हणून पाहतात त्या लोकांचा परस्पर काटा काढला जातोय आणि हा खोट्या मुखवट्याआड सुरू असलेला आंधळी कोशिंबिरीचा खेळ एकदाचा संपुष्टात येतोय याचा त्यांना निश्चितपणे आनंद झालेला असणार. परंतु त्यांनी हा आनंद साजरा करण्याची घाई करू नये. कारण खोटारडेपणाचे पर्व नव्याने सुरू होईल. नवे राजकीय पक्ष उभे राहतील. एका नव्या खेळाला सुरुवात होईल.

टाळेबंदीच्या चौथ्या दिवशी, ८ ऑगस्ट रोजी नरेंद्र मोदी टीव्हीवर अवतरले आणि त्यांनी संभावितपणे उत्सवात बुडालेल्या भारताला आणि कैदेत असलेल्या काश्मीरला संबोधित केले. त्यांच्या बोलण्यावरून त्यांच्यात बदल झाल्याचे जाणवत होते. त्यांचा नेहमीचा आक्रमकपणा, घणाघाती दोषारोप करणारा सूर गायब होता. त्याऐवजी ते एखाद्या कोवळ्या मातेसारखे हळुवारपणे बोलत होते. हा त्यांचा आजवरचा सर्वाधिक थरकाप उडवणारा अवतार होता.

आता जुन्या, भ्रष्ट नेत्यांना हटवल्यामुळे आणि थेट नवी दिल्लीतून प्रशासन चालवले जाणार असल्यामुळे पूर्वाश्रमीच्या जम्मू आणि काश्मीर राज्यातल्या नागरिकांवर जो भरमसाट सवलतींचा वर्षाव होणार आहे, ती यादी सांगताना त्यांचा आवाज कंप पावत होता आणि त्यांचे डोळेही डबडबले होते. टाइममशिनमधून या जगात उतरलेल्या सरंजामी शेतकऱ्यांच्या एखाद्या समूहाला शिकवल्यागत ते भारतीय आधुनिकतेची वैशिष्ट्ये उलगडून सांगत होते. यापुढे बॉलिवूड चित्रपटांचे पुन्हा एकदा काश्मीरच्या हिरव्यागर्द दऱ्याखोऱ्यांत चित्रीकरण व्हायला लागेल याविषयीही ते बोलले.

या भावनेने ओथंबलेल्या भाषणात काश्मिरी जनतेला टाळेबंदीत टाकण्याची वा त्यांच्यापासून संपर्कसाधने तोडण्याची काय आवश्यकता होती हे काही त्यांनी स्पष्ट

केले नाही. जो निर्णय त्यांच्या भल्याचा आहे तो त्यांना विश्वासात न घेता का घेण्यात आला याबद्दलही ते काही बोलले नाहीत. लष्करी नियंत्रणाखाली राहताना महान भारतीय लोकशाहीची फळे तिथल्या जनतेला कशी चाखता येतील याविषयी त्यांनी चकार शब्द काढला नाही. त्यांनी काश्मिरी जनतेला काही दिवसांवर येऊन ठेपलेल्या ईदच्या शुभेच्छा दिल्या. परंतु ईदपूर्वी टाळेबंदी उठेल की नाही याची कसलीच हमी दिली नाही. शेवटी ती उठलीच नाही.

दुसऱ्या दिवशी भारतीय वर्तमानपत्रांनी आणि बऱ्याच पुरोगामी समालोचकांनी -त्यामध्ये नरेंद्र मोदींच्या अत्यंत कठोर टीकाकारांचाही समावेश होता, या मन हेलावणाऱ्या भाषणाबद्दल आत्मीयतेने लिहिले. हाडाच्या वसाहतवाद्यांप्रमाणे स्वतःचे हक्क आणि स्वातंत्र्याची पायमल्ली होऊ नये म्हणून कमालीचे जागरूक असणाऱ्या अनेकांचे काश्मिरी जनतेबाबतचे धोरण मात्र दुटप्पीपणाचे असते.

१५ ऑगस्ट रोजी दिल्लीस्थित लाल किल्ल्याच्या तटबंदीवरून आपल्या स्वातंत्र्यदिनानिमित्तच्या भाषणात नरेंद्र मोदींनी त्यांच्या सरकारने काश्मीरबाबतचा निर्णय घेऊन अंतिमतः भारताचे 'एक राष्ट्र, एक राज्यघटना' हे स्वप्न पूर्णत्वास नेल्याच्या वल्गना केल्या.[२४] परंतु आदल्या दिवशीच्या संध्याकाळीच पूर्वाश्रमीच्या जम्मू आणि काश्मीर राज्याप्रमाणेच विशेष दर्जा असणाऱ्या ईशान्य भारतातील अनेक राज्यांनी स्वातंत्र्यदिनावर बहिष्कार टाकल्याचे जाहीर केले होते.[२५] जेव्हा लाल किल्ल्यावर जमलेले प्रेक्षक मोदींच्या भाषणावर टाळ्या वाजवत होते त्याच वेळी तिकडे काश्मीरमध्ये जवळपास सत्तर लाख नागरिक टाळेबंदीत कैद होते. असे ऐकण्यात येत आहे, की तिथला संपर्क तोडण्याचा कालावधी उत्तरोत्तर वाढवत नेला जाईल.

जेव्हा हे संपेल, जे की व्हायलाच हवं, तेव्हा काश्मीरमध्ये उसळलेला हिंसेचा आगडोंब निश्चितपणे वणव्यासारखा भारतभर पसरेल. ज्या मुस्लिमांना आधीच बदनाम केले जाते, ज्यांचा छळ केला जातो, आर्थिकदृष्ट्या खालच्या पायऱ्यांवर ढकलले जाते आणि भीती वाटावी इतक्या सातत्याने जमावाकडून ठेचले जाते त्यांच्याविरुद्धच्या तिरस्काराला अजूनच खतपाणी घालण्यासाठी याचा वापर केला जाणार.[२६] जे कार्यकर्ते, वकील, कलावंत, विद्यार्थी, बुद्धिवादी, पत्रकार धैर्याने आणि उघडपणे विरोध दर्शवतील त्यांना नियंत्रणात ठेवण्यासाठीही सरकार या संधीचा उपयोग करेल.

संकट अनेक बाजूंनी चाल करून येईल. राष्ट्रीय स्वयंसेवक संघ (रास्वसं) ही अति उजवी, राष्ट्रवादी आणि भारतातली सर्वांत शक्तिशाली संघटना आहे. तिची सदस्यसंख्या सहा लाखांहून अधिक आहे; ज्यामध्ये नरेंद्र मोदी आणि त्यांच्या अनेक मंत्र्यांचा समावेश आहे. या संघटनेची स्वतःची अशी प्रशिक्षित स्वयंसेवकांची फौज

आहे. मुसोलिनीची 'ब्लॅक शर्ट्स' ही त्यामागची प्रेरणा होती.[२७] दिवसागणिक रास्वसं भारतातल्या एकूणएक महत्त्वपूर्ण संस्थेवर आपली पकड घट्ट करत आहे. खरंतर, तिची ताकद इतकी वाढली आहे, की ती स्वतःच एक राज्यसंस्था बनली आहे असे म्हटले तर अतिशयोक्ती ठरणार नाही.

देशभरात, अशा कृपावंत राज्याच्या छत्रछायेत स्वतःला हिंदू राष्ट्राचे खंदे शिलेदार म्हणवणाऱ्या कित्येक छोट्या छोट्या हिंदुत्ववादी संघटना भूछत्रासारख्या उगवल्या आहेत आणि आपले भयंकर मनसुबे तडीस नेण्यासाठी मनोभावे काम करत आहेत.

विशेषतः बुद्धिवादी आणि अकादमिक वर्तुळातील लोक यांच्या निशाण्यावर आहेत.[२८] मे महिन्यात म्हणजेच भारतीय जनता पक्षाने लोकसभा निवडणुकीत विजय संपादन केल्यानंतर त्या पक्षाचे सचिव आणि रास्वसंचे माजी प्रवक्ता राहिलेले राम माधव लिहितात, की 'देशातल्या बौद्धिक आणि धोरणात्मक आस्थापनांना मगरमिठी घालून बसलेल्या छद्म-धर्मनिरपेक्षतावादी/छद्म-पुरोगामी टोळक्यातले उरलेसुरले तणही उपटून फेकून द्यायला हवे. त्यांना देशाच्या अकादमिक, सांस्कृतिक आणि बौद्धिक परिप्रेक्ष्यातून तडीपार करणे आवश्यक आहे.'[२९]

१ ऑगस्ट रोजी, उपरोक्त 'तडीपारीची' पूर्वतयारी म्हणून मुळातच अमानुष असलेल्या 'बेकायदेशीर कृती प्रतिबंध कायद्या'मध्ये (UAPA) घटनादुरुस्ती करून 'दहशतवादी' या संकल्पनेची व्याप्ती वाढवत त्यात संघटनेसोबतच एकल व्यक्तींचाही समावेश करण्यात आला.[३०] या दुरुस्तीमुळे प्राथमिक माहिती अहवाल (FIR), आरोपपत्र, खटला, सुनावनी आणि आरोपनिश्चिती इत्यादी कायदेशीर प्रक्रियांचे पालन न करता कोणत्याही व्यक्तीला दहशतवादी ठरवण्याचा अधिकार सरकारला प्राप्त झाला आहे. यामध्ये नेमक्या कोणत्या व्यक्तींबद्दल तरतुदी आहेत याविषयी बोलताना पाहताक्षणी धडकी भरवणारे आपले गृहमंत्री अमित शहा यांनी स्पष्ट केले 'महोदय, बंदुकांमुळे दहशतवादाचा प्रसार होत नाही. दहशतवादाचे मूळ त्याला प्रोत्साहन देणाऱ्या अपप्रचारात आहे. आणि असे करणाऱ्या सर्व व्यक्तींना दहशतवादी ठरवले तरी त्याबद्दल या संसदेतल्या कुणाची तक्रार असेल, असे मला वाटत नाही.'[३१]

आमच्यापैकी बऱ्याच जणांना गृहमंत्र्यांची थंड नजर सरळसरळ आमच्यावरच रोखली आहे असे जाणवले. गुजरात या त्यांच्या गृहराज्यात ते एका साखळी हत्याकांडातील मुख्य आरोपी होते हे माहीत असण्याचाही काही फायदा नाही. न्यायमूर्ती ब्रिजगोपाल हरकिशन लोया हे त्यांच्या खटल्यावेळी न्यायाधीश होते. खटल्याच्या कालावधीदरम्यानच लोयांचा संशयास्पदरीत्या मृत्यू झाला आणि लगोलग त्यांच्याजागी दुसऱ्या न्यायाधीशांची नेमणूक करण्यात आली, ज्यांनी

अत्यंत वेगाने त्यांची सर्व आरोपांतून निर्दोष मुक्तता केली. या सर्व प्रकारामुळे आत्मविश्वास बळावलेले अति उजव्या वृत्तसंस्थांचे शेकडो सूत्रसंचालक उघडपणे विरोधकांना आरोपीच्या पिंजऱ्यात उभे करतात, त्यांच्यावर नाहक आरोप करतात आणि त्यांना तुरुंगात डांबण्याची किंवा याहून कठोर शासन करण्याची मागणी करतात. 'टीव्हीद्वारे लचके तोडून मारले जाणे' हे भारतीय राजकारणाचे नवे वैशिष्ट्य ठरेल असे दिसत आहे.

जगाच्या नजरेसमोरच भारतीय फॅसिझमचे बांधकाम पूर्णत्वाकडे जात आहे.

२८ जुलै रोजी काही मित्रांना भेटण्यासाठी मी विमानमार्गाने काश्मीरला जाणार होते. तिथल्या परिस्थितीची आणि सैन्याच्या हालचालींची कुजबुज आधीच कानावर आली होती. मी जाण्याबद्दल द्विधा मन:स्थितीत होते. मी याविषयीच एका मित्रासोबत माझ्या घरी गप्पा मारत होते. तो सरकारी दवाखान्यात वरिष्ठ डॉक्टर म्हणून कार्यरत आहे आणि त्याने त्याचे एकंदर आयुष्य सार्वजनिक सेवेसाठी बहाल केले आहे. तो एक मुसलमान आहे. जमावाने लोकांना विशेषतः मुस्लिमांना घेराव घालत त्यांना जबरदस्तीने 'जय श्रीराम'चे नारे द्यायला लावणाऱ्या नव्या प्रकाराबद्दल आम्ही बोलत होतो.[३२]

जर काश्मीरवर सुरक्षादलांनी नियंत्रण प्रस्थापित केले असेल तर इकडे भारताला झुंडीने काबीज केले आहे.

तोसुद्धा याविषयी विचार करत असतो असे तो म्हणाला. काही तासांच्या अंतरावर राहणाऱ्या त्याच्या कुटुंबीयांना भेटण्यासाठी तो दिल्लीबाहेरील महामार्गावरून नेहमीच गाडी चालवत जात असे.

'मलासुद्धा कधीही अडवलं जाऊ शकतं,' तो म्हणाला.

'तसं झालं तर तू त्या घोषणा दिल्या पाहिजेत.' मी म्हणाले 'तू जिवंत राहणं महत्त्वाचं आहे.'

'मी घोषणा देणार नाही'. तो म्हणाला, 'कारण येनकेनप्रकारे ते मला मारणारच आहेत. तबरेज अन्सारीसोबत त्यांनी हेच केलं.'[३३]

भारतात अशा प्रकारची संभाषणे आम्ही करत आहोत, त्याचवेळी एका बाजूला काश्मीर कधी बोलेल याचीही वाट पाहत आहोत. आणि काश्मीर बोलणार हे तर निश्चितच आहे.

६

अंताचे सूतोवाच : हिंदू राष्ट्राचा बेलगाम वारू*

चिली, कॅटलोनिया, ब्रिटन, फ्रान्स, इराक, लेबेनॉन आणि हाँगकाँगच्या रस्त्यावर आंदोलनाचे वारे जोमाने घोंगावत असताना तसेच या ग्रहासोबत जो दुर्व्यवहार केला जात आहे त्याविरोधात तरुण पिढी आपला संताप व्यक्त करत असताना मी मात्र अशा एका जागेबद्दल बोलणार आहे जिथल्या रस्त्यांवर याहून अगदीच निराळ्या शक्तींनी ताबा मिळवला आहे. एक काळ असा होता जेव्हा जग भारताकडून निरोगी मतभेदाचे धडे घेत असे. परंतु आता मात्र पश्चिमेकडे आंदोलन फोफावले असताना मोठमोठ्या धरणांविरुद्धच्या, नद्या आणि जंगलांच्या लुटी व खासगीकरणाविरुद्धच्या, स्थानिक लोकांचे स्वतःच्या जमिनीपासून होणारे विलगीकरण तसेच मोठ्या प्रमाणावर होणाऱ्या विस्थापनाविरुद्धच्या आंदोलनांचा समावेश असलेल्या आपल्या महान भांडवलवादविरोधी आणि साम्राज्यवादविरोधी चळवळी मात्र अगदीच थंडावल्या आहेत. या वर्षीच्या १७ सप्टेंबर रोजी पंतप्रधान नरेंद्र मोदींनी स्वतःच्या ६९व्या वाढदिवसानिमित्त नर्मदा नदीवरील सरदार सरोवर धरणाचे काठोकाठ भरलेले जलाशय स्वतःलाच भेट म्हणून दिले. त्याचवेळी या धरणाविरुद्ध तीस वर्षे लढा दिलेले हजारो गावकरी पाण्याच्या वाढत्या पातळीखाली अदृश्य होत जाणारी आपली घरे उघड्या डोळ्यांनी पाहत होते. हा मोठा प्रतीकात्मक क्षण होता.

भारतात आज दिवसाढवळ्या एका काळोख्या जगाचे सावट आपल्या सगळ्यांना काबीज करू पाहत आहे. या संकटाची व्याप्ती- त्याचा आवाका, सातत्याने बदलत

---

* वसुंधरेचे भवितव्य या विषयावरील द जोनाथन शेल मेमोरिअल व्याख्यान मालिका : १९ नोव्हेंबर २०१९ रोजी न्यू यॉर्कमधील कूपर युनिअन ग्रेट हॉल येथे सदर व्याख्यान देण्यात आले होते. सर्वप्रथम २२ नोव्हेंबर २०१९ रोजी 'द नेशन' मध्ये प्रकाशित.

जाणारा आकार, खोली आणि वैविध्य स्वतःलाही विशद करणे वरचेवर कठीण होत आहे. या संकटाचे वस्तुनिष्ठ विश्लेषणही अतिशयोक्त भासू शकते. आणि म्हणूनच विश्वासार्हतेसाठी तसेच संस्काराचा भाग म्हणून आपण स्वतःची नखे आपल्या वर्तमानात पुरत्या रुतवलेल्या त्या अक्राळ-विक्राळ श्वापदाला आंजारत-गोंजारत आहोत, त्याचा रक्ताळलेला जबडा पुसून साफ करत आहोत, त्याला अधिकाधिक माणसाळवण्याचा प्रयत्न करत आहोत. कोणत्याही दृष्टीने पाहता भारत हा जगातील सर्वांत वाईट अथवा सर्वाधिक धोकादायक देश खचितच नाही. निदान अजून तरी नाही. परंतु हा देश काय बनू शकला असता आणि प्रत्यक्षात काय बनला आहे, यातली तफावत हीच तर खरी शोकांतिका आहे.

आजमितीस, ज्यांना भारतीय नागरिक बनून राहण्यात काडीचेही स्वारस्य नाही आणि ज्यांनी स्वयंनिर्णयाच्या हक्कासाठी कित्येक दशकांपासून संघर्ष चालवला आहे अशी जवळपास ७० लाख इतक्या मोठ्या संख्येतील काश्मिरी जनता माहितीपासून वंचित ठेवणाऱ्या जगातील सर्वांत सघन सैनिकी नियंत्रणाखाली टाळेबंदीत अडकली आहे. त्याच वेळी पूर्वेकडील आसाम राज्यात भारताचे नागरिक बनून राहण्याची इच्छा बाळगणाऱ्या जवळपास वीस लाख लोकांची नावे राष्ट्रीय नागरिकत्व नोंदणी (एनआरसी) मधून गायब आहेत. त्यांच्यावर निर्वासित होण्याची टांगती तलवार आहे.[१] भारत सरकारने उर्वरित भारतासाठी एनआरसी लागू करण्याचा मनोदय व्यक्त केला आहे.[२] त्या संदर्भातील कायदे निर्मितीची प्रक्रियाही सुरू आहे. याची परिणती निर्वासितांचा भस्मासूर निर्माण करण्यात होऊ शकते, ज्याचा अवाढव्य आकार आपण आजवर कधीच कल्पिलेला नसेल.

पाश्चिमात्य देशातील धनाढ्य लोक येऊ घातलेल्या वातावरण बदलाच्या आपत्तीला तोंड देण्यासाठी आपापल्या परीने मोर्चेबांधणी करत आहेत. ते खंदक खणत आहेत तसेच अन्न आणि स्वच्छ पाण्याचा साठा करून ठेवत आहेत. जगातली पाचव्या क्रमांकाची अर्थव्यवस्था असूनही शरमेची गोष्ट म्हणजे अजूनही गरिबी आणि उपासमारीशी झुंजत असलेल्या भारतासारख्या दरिद्री देशात मात्र या प्रश्नाशी दोन हात करण्यासाठी वेगळ्या प्रकारच्या उपाययोजना अवलंबिल्या जात आहेत. ५ जून २०१९ रोजी काश्मीरचा 'राज्य' दर्जा काढून घेण्यामागे इतर कोणत्याही कारणाइतकेच जम्मू आणि काश्मीरमधून वाहणाऱ्या नद्यांवर नियंत्रण प्रस्थापित करण्याची भारत सरकारची तातडीची निकडही कारणीभूत आहे.[३] त्यासोबतच एनआरसीमुळे स्तरित नागरिकत्व प्रणाली अस्तित्वात येऊन काही नागरिकांना इतरांपेक्षा अधिक अधिकार प्राप्त होतील. हे त्या काळासाठीचे नियोजन आहे जेव्हा संसाधनांचा तुटवडा निर्माण होईल. हॅना आरेन्ट म्हणते 'नागरिकत्व तुम्हाला हक्क बाळगण्याचा हक्क बहाल करते.'[४]

स्वातंत्र्य, समता आणि बंधुता या तत्त्वांना मूठमाती मिळणे हा या वातावरणीय आपत्तीचा पहिला बळी ठरू शकतो. नव्हे तो ठरतच आहे. त्या प्रक्रियेचे मी विस्ताराने वर्णन करणार आहे. तसेच या अत्याधुनिक संकटाचा सामना करण्यासाठी भारतात जी नव-व्यवस्थापन प्रणाली उदयास आली आहे आणि तिची मुळे कशाप्रकारे इतिहासाच्या सर्वाधिक घृणास्पद, धोकादायक कालखंडात रुजली आहेत याबद्दलही मी भाष्य करेन.

या उलथापालथीची पूर्वअट म्हणजे काही लोकांना आपल्यात समाविष्ट करून घेण्यासाठीची हिंसा आणि काहींना आपल्यापासून विलग करण्यासाठीची हिंसा. त्यामुळे भारताचा पाया डळमळीत होऊन जगातील त्याचे महत्त्व आणि स्थान यामध्ये आमूलाग्र बदल होऊ शकतो. राज्यघटनेत भारताचे वर्णन एक धर्मनिरपेक्ष, समाजवादी प्रजासत्ताक असे केले आहे. आपण धर्मनिरपेक्ष हा शब्द इतर जगाहून काहीशा निराळ्या अर्थाने वापरतो. आपल्यासाठी ही एक सामाजिक आचारसंहिता आहे ज्यामध्ये कायद्यासमोर सर्व धर्मांचे स्थान एकसमान असणे अभिप्रेत आहे. प्रत्यक्षात मात्र भारत धर्मनिरपेक्ष नाही आणि समाजवादीही नाही. भारत हा नेहमीच एक उच्चजातीय हिंदू राज्य म्हणून कार्यरत असलेला देश आहे. परंतु कितीही दांभिक वाटत असली तरी ही धर्मनिरपेक्षतेची आत्मप्रौढी म्हणजे अशी एकमेव चंदेरी किनार आहे जिच्यामुळे भारताचे अस्तित्व अजूनही शाबूत आहे. ही दांभिकता आपल्याकडची सर्वोत्तम गोष्ट होती. तिच्याशिवाय भारताचे पतन अटळ आहे.

२०१९ मध्ये पक्षाने केंद्रात दुसऱ्यांदा सत्ता हस्तगत केल्यानंतरच्या विजयी सभेत मोदींनी अभिमानाने सांगितले की कुठल्याही पक्षाच्या एकाही नेत्याने त्यांच्या प्रचारात 'धर्मनिरपेक्षता' हा शब्द उच्चारण्याची हिंमत दाखवली नाही.[५] मोदी पुढे म्हणाले, की धर्मनिरपेक्षतेचे पितळ आता उघडे पडले आहे. म्हणजे आता हे अधिकृतरीत्या जाहीर करण्यात आले आहे. यापुढे भारतात धर्मनिरपेक्षतेला स्थान नाही. आणि इतक्या उशिरानंतर आता कुठे आपण ती दांभिकता साजरी करायला शिकत आहोत. कारण तिच्यासोबत आठवणीतल्या सौजन्याचा किंचितसा मागमूस तरी आपल्या आचरणात उतरतो.

खरेतर भारत हा एक देश नाहीच. तो एक खंडप्राय प्रदेश आहे. प्रचंड गुंतागुंतीचा आणि विविधतेने नटलेला. शेवटी जेव्हा मोजणी करण्यात आली होती तेव्हा भारतात बोली वगळता एकूण ७८० भाषा अस्तित्वात होत्या. भारतात जितके राष्ट्रीयत्व, उपराष्ट्रीयत्व, स्थानिक आदिवासी जमाती आणि धर्म आहेत, तेवढे एकंदर युरोपमध्येसुद्धा नाहीत. कल्पना करा, या महाकाय प्रदेशावर आणि त्याच्या नाजूक, विखंडित समाजव्यवस्थेवर आता अचानकपणे एका अशा हिंदू वर्चस्ववादी संघटनेचे नियंत्रण प्रस्थापित झाले आहे, ज्यांचा 'एक राष्ट्र, एक भाषा, एक धर्म,

एक राज्यघटना' या तत्त्वावर अढळ विश्वास आहे.

या ठिकाणी मी १९२५ मध्ये स्थापन झालेल्या आणि सत्ताधारी भाजपची मातृसंस्था असणाऱ्या राष्ट्रीय स्वयंसेवक संघ (रास्वसं) या संघटनेबाबत बोलत आहे. तिच्या संस्थापकांवर जर्मन आणि इटालियन फॅसिझमचा मोठा प्रभाव होता. त्यांच्या लेखी भारतीय मुस्लीम तत्कालीन जर्मन ज्यूंसमान होते. आणि मुस्लिमांना या हिंदू भारतात कसलेही स्थान नाही यावर त्यांचा अढळ विश्वास होता. आजचा रास्वसं मात्र सरड्याप्रमाणे रंग बदलण्याच्या आपल्या नेहमीच्या सवयीप्रमाणे स्वतः या दृष्टिकोनापासून फारकत घेत असल्याचे दर्शवतो. परंतु मुस्लीम द्वेष हा त्यांच्या विचारसरणीचा अविभाज्य भाग आहे. भाजप राजकारणी त्यांच्या भाषणांमधून मुस्लीम हे विश्वासघातकी 'परकीय' आहेत, असा सूर कायमच आळवत असतात. त्यांच्या अनेक विखारी घोषणांमधूनही हे प्रत्ययास येते. उदा. 'मुसलमानांचे एकच स्थान, कब्रस्तान किंवा पाकिस्तान'. या वर्षीच्या ऑक्टोबरमध्येच सरसंघचालक मोहन भागवत म्हणाले, 'भारत हे हिंदुराष्ट्र आहे. आणि त्यासंदर्भात कोणतीही तडजोड होऊ शकत नाही.'

हा विचार भारताच्या एकंदर सौंदर्याला मातीमोल करतो.

संघाच्या मते ते ज्या महान क्रांतीसाठी प्रयत्नरत आहेत, त्यामुळे शतकानुशतके मुस्लीम शासकांनी हिंदूंवर जो अनन्वित अत्याचार केला आहे त्याचे परिमार्जन होईल. हा त्यांच्या छद्म-इतिहासाच्या प्रकल्पाचाच एक भाग आहे. वस्तुतः लाखो भारतीय मुस्लीम अशा हिंदूंचेच वंशज आहेत, ज्यांनी हिंदू धर्मातील जातिव्यवस्थेच्या क्रूर कचाट्यातून सुटण्यासाठी इस्लामचा स्वीकार केला होता.

आपली विचारधारा एका खंडावर आणि त्यापलीकडेही बिंबवण्याचा नाझी जर्मनीचा प्रयत्न होता. संघशासीत भारताची वाटचाल मात्र तत्त्वतः उलट दिशेने सुरू आहे. इथे एका खंडप्राय प्रदेशाला एका संकुचित देशात रूपांतरित करण्याचे प्रयत्न सुरू आहेत. देशातही नाही एका लहानशा प्रांतात. एक बुरसटलेला, वांशिक-धार्मिक प्रांत. ही कल्पनातीत हिंसक प्रक्रिया ठरत आहे - एक संथ राजकीय घर्षण ज्याच्या घातक किरणोत्साराचा प्रादुर्भाव आजूबाजूच्या सर्वच घटकांवर व्हायला सुरुवात झाली आहे. हे भारतासाठी आत्मघातकी ठरणार याबद्दल कसलाही संदेह नाही. खरा प्रश्न हा आहे, की या प्रक्रियेद्वारे कोणत्या प्रकारचा, कोणाकोणाला घेऊन बुडणारा आणि किती तीव्रतेचा विध्वंस आपल्यासमोर वाढून ठेवला आहे.

जगभरातील कोणत्याही श्वेत वर्णवर्चस्ववादी, नवनाझी गटांकडे संघासारखी यंत्रणा आणि मनुष्यबळ उपलब्ध नाही. ते म्हणतात त्यानुसार, त्यांच्या देशभरात एकूण ५७००० शाखा आहेत, तसेच त्यांच्याकडे सहा लाखांहून अधिक सशस्त्र, निष्ठावान स्वयंसेवकांची फौज आहे.[१] संघ चालवत असलेल्या शाळांमध्ये लाखो

विद्यार्थी शिकतात. त्यांचे स्वतःचे आरोग्यविषयक कार्यक्रम, कामगार संघटना, शेतकरी संघटना, माध्यमे आणि महिला गट आहेत. नुकतेच त्यांनी भारतीय सैन्यात दाखल होऊ इच्छिणाऱ्यांसाठी प्रशिक्षण केंद्र सुरू करणार असल्याचे जाहीर केले आहे. कित्येक अति उजव्या हिंदुत्ववादी गटांना सामावून घेणारा हा संघ परिवार आता भगव्या ध्वजाखाली चांगलाच फोफावला आहे. या अति उजव्या संघटना भारतात आणि परदेशातही अल्पसंख्याकांवर केल्या जाणाऱ्या हिंसक आणि नृशंस हल्ल्यांसाठी कुख्यात आहेत. गेल्या काही वर्षांत भारतात हजारोंच्या कत्तली करण्यात आल्या आहेत. हिंसा, धार्मिक दंगली आणि खोटेनाटे हल्ले हा त्यांचा प्रमुख कृतिकार्यक्रम आहे. हाच या भगव्या मोहिमेचा मुख्य गाभा आहे.

पंतप्रधान नरेंद्र मोदी संघाचे आजीवन सदस्य राहिलेले आहेत. ते संघाचीच तर निर्मिती आहेत. स्वतः ब्राह्मण नसूनही त्यांनी या संघटनेला भारतात सर्वशक्तिशाली बनवण्यात आणि तिच्या कार्यगाथेतले आजवरचे सर्वांत महान प्रकरण लिहिण्यात इतिहासातील इतर कुणाहीपेक्षा अधिक मोलाचा वाटा उचलला आहे. मोदींची सत्ताग्रहणाची गोष्ट परत परत सांगणे वैताग आणवणारे आहे. परंतु आपल्यावर शासकीयरीत्या लादलेला स्मृतिभ्रंश लक्षात घेता ही पुनरावृत्ती करत राहणे आपले इतिकर्तव्य ठरते.

२००१ मधील अमेरिकेवर झालेल्या ९/११ दहशतवादी हल्ल्यानंतर काही दिवसांतच म्हणजे ऑक्टोबरमध्ये मोदींच्या राजकीय कारकिर्दीने झेप घेतली. भाजपने त्यांच्या निर्वाचित मुख्यमंत्र्यांना हटवून त्याजागी मोदींची वर्णी लावली. त्या वेळी ते विधानसभेचे सदस्यही नव्हते. त्यांच्या पहिल्यावहिल्या पदग्रहणानंतरच्या पाच महिन्यांतच एक अत्यंत नृशंस, परंतु रहस्यमय अशी जाळपोळीची घटना घडली, ज्यात एकोणसाठ हिंदू भाविकांना एका रेल्वेच्या डब्यात जाळून मारण्यात आले. याचा 'बदला' म्हणून हिंस्र हिंदू जमावांनी राज्यभर नियोजनपूर्वक दंगे घडवले. दिवसाउजेडी २५०० लोकांची - ज्यात जवळपास सगळेच मुस्लीम होते– हत्या करण्यात आली. शहरांतल्या भररस्त्यांत बायकांवर सामूहिक बलात्कार करण्यात आले, हजारोंना बेघर करण्यात आले. या नरसंहारानंतर लगेचच मोदींनी निवडणूक जाहीर केली. ते जिंकलेही. या हत्याकांडाखेरीज नव्हे तर या हत्याकांडामुळेच. मोदी हिंदुहृदयसम्राट म्हणून ओळखले जाऊ लागले. त्यानंतर ते सलग तीन वेळा मुख्यमंत्रिपदावर निवडले गेले. २०१४ सालच्या निवडणूक प्रचारात - तेव्हादेखील उत्तर प्रदेशातील मुजफ्फरनगर या जिल्ह्यात मुस्लिमांचे हत्याकांड घडले होते हे विशेष, भाजपचा पंतप्रधानपदाचा उमेदवार असलेल्या मोदींना रॉयटर्सच्या पत्रकाराने २००२ मध्ये त्यांच्या नेतृत्वाखालील गुजरातमध्ये घडलेल्या नरसंहाराबद्दल त्यांना पश्चाताप होतो का, असा प्रश्न विचारला.[७] त्यांनी अत्यंत सराईतपणे उत्तर दिले,

की त्यांच्या गाडीखाली चुकून एखादा कुत्रा येऊन त्यात त्याचा मृत्यू झाला तरीदेखील त्यांना आत्यंतिक दुःख होईल.[८] ही सुस्पष्टपणे संघाच्या मुशीत तयार झालेल्याची भाषा होती.

जेव्हा मोदींनी भारताचे चौदावे पंतप्रधान म्हणून शपथ घेतली तेव्हा त्या घटनेचे केवळ हिंदू राष्ट्रवादी समूहांनीच नव्हे, तर भारतातील मोठमोठ्या उद्योजकांनी, व्यावसायिकांनी, बऱ्याचशा भारतीय उदारमतवाद्यांनी, तसेच आंतरराष्ट्रीय माध्यमांनी भरभरून स्वागत केले. या सगळ्यांनी त्यांच्याकडे आकांक्षा आणि प्रगतीचे प्रतीक, भगव्या सुटातील तारणहार, तसेच हिंदू राष्ट्रवाद आणि अनिर्बंध मुक्त-बाजार व्यवस्थाधारित भांडवलवाद असा प्राचीन आणि आधुनिकतेचा सुवर्णमध्य साधणारे व्यक्तिमत्व म्हणून पाहिले होते.

हिंदू राष्ट्रवादासंदर्भात वचनपूर्ती केली असली, तरी मुक्त-बाजाराच्या आघाडीवर मात्र ते सपशेल अपयशी ठरले आहेत. एकामागोमाग एक करत गेलेल्या घोडचुकांमुळे त्यांनी भारतीय अर्थव्यवस्थेचे कंबरडे मोडले आहे. २०१६ मध्ये म्हणजेच सत्तेत आल्याच्या वर्षभरानंतरच, त्यांनी एके रात्री टीव्हीवर अवतरून घोषणा केली, की त्या क्षणापासून ५०० आणि १००० रुपयांच्या सर्व नोटा अवैध ठरत आहेत.[९] एकूण चलनाचा हा जवळपास ८० टक्के भाग होता. आजवरच्या कोणत्याही देशाच्या इतिहासात हे अशा इतक्या मोठ्या प्रमाणावरचे औद्धत्य कुणीही केले नव्हते. अर्थमंत्री अथवा मुख्य आर्थिक सल्लागार यांच्यापैकी कुणालाही विश्वासात घेण्यात आले नव्हते.[१०] मोदी म्हणाले की हे 'निश्चलनीकरण' म्हणजे भ्रष्टाचार आणि अतिरेक्यांना पुरवल्या जाणाऱ्या निधीवरचा सर्जिकल स्ट्राइक होता. हे निव्वळ छद्मअर्थशास्त्र होते. जणू एक अब्जहून अधिक लोकसंख्येच्या देशासाठी त्यांनी आजीच्या बटव्यातून एखादा घरगुती उपाय शोधला होता. या निर्णयाचे परिणाम विदारक होते. परंतु कुठेही कसल्याही दंगली झाल्या नाहीत. निदर्शनेही नाहीत. लोक तासन्तास, असहायपणे माना तुकवून आपल्या जुन्या नोटा बँकेत जमा करण्यासाठी रांगेत उभे राहिले. नोटा बदलवून घेण्याचा हा एकच मार्ग होता. या देशात कोणताही चिली, कॅटलोनिया, लेबनॉन वा हाँगकाँग तयार होऊ शकला नाही. एका रात्रीतून लाखो रोजगार अंतर्धान पावले, बांधकाम व्यवसाय ठप्प झाला, छोटे उद्योगधंदे बंद पडले.

आपल्यापैकी काही जणांना उगाचच वाटत होते, की या बेसुमार अहंकाराने युक्त कृतीमुळे मोदींच्या कारकिर्दीचा शेवट होईल. किती चुकीचे ठरलो आपण! लोकांनी तर उत्सव साजरा केला. त्यांना त्रास झाला, परंतु तरीदेखील ते आनंदी होते. त्यांनी वेदनेला आनंदात गुंफले आहे असेच वाटत होते. जणू त्या प्रसववेदनाच होत्या आणि त्यातून महान, वैभवशाली हिंदू भारताचा जन्म होणार होता.

बहुतांश अर्थतज्ज्ञांच्या मते नोटाबंदीचा निर्णय आणि त्यानंतर लगोलग मोदींनी 'एक राष्ट्र, एक कर' अशी ग्वाही देत घोषित केलेला वस्तू आणि सेवा कर ही धोरणे धावत्या गाडीच्या चाकांवर गोळ्या घालण्यासारखी आहेत. कित्येकांच्या म्हणण्यानुसार, त्यानंतर आर्थिक वाढीसंदर्भात मुळातच केविलवाणी असलेली जी आकडेवारी हे सरकार अधिकृतरीत्या जाहीर करत आहे, ती वस्तुस्थितीशी केलेली छेडछाड आहे. त्यांचा दावा आहे, की भारतीय अर्थव्यवस्था सध्या मंदीच्या अवस्थेतून जात आहे आणि हे विमुद्रीकरण त्यासाठी पोषक ठरले आहे. सरकारसुद्धा हे मान्य करत आहे की बेरोजगारीचा दर मागील पंचेचाळीस वर्षातील सर्वाधिक आहे.[११] २०१९ च्या जागतिक उपासमार निर्देशांकाच्या यादीत भारत अगदी तळाशी आहे. ११७ देशांत भारताचा अत्यंत लाजिरवाणा असा १०२वा क्रमांक आहे. (नेपाळचे ७३वे, बांगलादेशचे ८८वे आणि पाकिस्तानचे ९४वे स्थान आहे)[१२]

परंतु हे विमुद्रीकरण केवळ अर्थव्यवस्थेच्या उभारणीसाठी कधीच नव्हते. ही एक निष्ठेची परीक्षा होती. यातून एका महान नेत्यासाठीच्या जनतेच्या प्रेमाची चाचणी घेण्यात आली. काहीही झाले तरी आपण त्यांच्यामागून गुमानपणे चालत राहू का? त्यांच्यावर कायम प्रेम करत राहू का? हे तपासण्यात आले. आपण या परीक्षेत घवघवीत यश मिळवले. ज्या क्षणाला आपण ही नोटाबंदी स्वीकारली, तेव्हाच आपण या टिनपाट अधिकारशाहीच्या कह्यात स्वतःला बालिशपणे सुपूर्द केले.

परंतु देशासाठी ज्या गोष्टी वाईट होत्या, त्या भाजपसाठी मात्र अत्यंत फलदायी ठरल्या. २०१६ आणि २०१७ दरम्यान अर्थव्यवस्था कोलमडलेली असतानाही भाजप जगातील सर्वाधिक श्रीमंत पक्षांपैकी एक ठरला.[१३] त्याचे उत्पन्न ८१ टक्क्यांनी वाढले. तो काँग्रेसपेक्षा पाचपट श्रीमंत पक्ष ठरला. यादरम्यान काँग्रेसचे उत्पन्न मात्र १४ टक्क्यांनी घटले. इतर अनेक छोटेमोठे पक्ष दिवाळखोरीत निघाले. या उपलब्ध गंगाजळीमुळेच भाजपने उत्तर प्रदेशमधील महत्त्वाची निवडणूक जिंकली, तसेच २०१९ च्या लोकसभा निवडणुकीचे रूपांतर फेरारी विरुद्ध जुन्या सायकलीच्या स्पर्धेत केले. आताशा निवडणुका पैशाभोवतीच केंद्रित होत असल्यामुळे, तसेच सत्ता आणि भांडवल यांचे अधिग्रहण हे एककेंद्री होत असल्यामुळे, मुक्त व न्यायपूर्ण निवडणूका हे नजिकच्या भविष्यात तरी दूरस्थ स्वप्नच ठरते. म्हणजे शेवटी नोटाबंदी ही घोडचूक नव्हती असेच तर सिद्ध होते.

मोदींच्या दुसऱ्या कार्यकाळात रास्वसं आधी कधीच नव्हता इतका आक्रमक झाला आहे. संघ आता छुपी अथवा समांतर शासनयंत्रणा म्हणून कार्यरत नाही. संघ म्हणजेच शासन आहे. दिवसागणिक आपण माध्यमे, पोलिस यंत्रणा, गुप्तचर संस्था यांच्यावर वाढत असलेल्या त्याच्या नियंत्रणाची उदाहरणे पाहत आहोत. काळजीची गोष्ट म्हणजे तो सशस्त्र सैन्यदलावरही मोठ्या प्रमाणावर आपला प्रभाव

टाकत आहे. विदेशी राजनैतिक मुत्सद्दी संघनेतृत्वाच्या वरचेवर भेटीगाठी घेत आहेत.[१४] जर्मन राजदूताने (योगायोग पाहा) नागपूर येथील संघाच्या मुख्यालयाला नुकतीच भेट दिली होती.[१५]

खरेतर गोष्टी या थराला पोहोचल्या आहेत, की संघाला या उघड नियंत्रणाची आता आवश्यकताच उरली नाही. चारशेहून अधिक अष्टौप्रहर सुरू असणारी माध्यमे, लाखो व्हॉट्सअ‍ॅप समूह आणि टिकटॉक चित्रफितीद्वारे अतिरेकी मतांधतेचे आणि अपप्रचाराचे डोस जनतेला सोईस्करपणे पाजले जात आहेत.

✷

९ नोव्हेंबर २०१९ रोजी भारतीय सर्वोच्च न्यायालयाने, काहींच्या मते आजवरच्या जगातील सर्वांत महत्त्वपूर्ण अशा खटल्याचा निवाडा केला.[१६] ६ डिसेंबर १९९२ रोजी अयोध्या या शहरात भाजप आणि विश्व हिंदू परिषदेच्या (विहिंप) नेतृत्वाखाली हिंसक हिंदू जमावाने चार शतकांपासून उभी असलेली बाबरी मशीद अक्षरशः जमीनदोस्त केली. त्यांच्या मते ही मशीद ज्या हिंदू मंदिराला पाडून बांधण्यात आली होती त्या ठिकाणी प्रभू रामचंद्रांचा जन्म झाला होता. त्यानंतर उद्भवलेल्या धार्मिक हिंसाचारात २००० पेक्षा अधिक लोकांच्या- ज्यामध्ये बहुतांश मुस्लिमांचा समावेश होता, हत्या करण्यात आल्या. नुकत्याच दिलेल्या निकालपत्रात न्यायालयाचे असे म्हणणे आहे, की मुस्लीम या जागेच्या मालकी संदर्भातील त्यांचा विशेषाधिकार सिद्ध करू शकले नाहीत. ही जागा आता एका विश्वस्त मंडळाकडे सुपूर्द करण्यात येणार आहे, ज्याच्या निर्मितीची जबाबदारी भाजप सरकारवर असेल. या मंडळाला त्या जागेवर मंदिर बांधण्याची जबाबदारी पार पाडावी लागेल. या निकालावर टीका करणाऱ्या अनेकांना अटक करण्यात आली आहे. आपले लक्ष इतर मशिदींकडे वळवणार असल्याबाबतच्या गतकाळातील विधानाबाबत माघार घेण्यास विहिंपने सपशेल नकार दिला आहे. ही मोहीम अविरत चालत राहील. कारण शेवटी प्रत्येकाचेच मूळ कुठेतरी असेलच आणि एका गोष्टीवर दुसरी गोष्ट अपरिहार्यपणे बांधली गेली असणारच आहे.

अपरिमित संपत्तीमुळे प्रभावक्षेत्र कमालीचे विस्तारते. तद्वतच भाजपने आपल्या राजकीय विरोधकांना शक्य तिथे आपल्यासोबत भागीदारीत घेण्यात, विकत घेण्यात अथवा सरळ सरळ चिरडून टाकण्यात चांगलेच यश मिळवले आहे. उत्तरेकडील बिहार आणि उत्तर प्रदेश राज्यातल्या राजकीय पक्षांना याची सर्वाधिक झळ बसली आहे. त्यांचे बहुतेक मतदार दलित अथवा इतर मागास जाती मधले असायचे. अशा बहुजन समाज पक्ष, राष्ट्रीय जनता दल तसेच समाजवादी पक्षाच्या परंपरागत मतदारांनी त्यांच्याकडे पाठ फिरवत भाजपची वाट धरली. ही देदीप्यमान कामगिरी साकारण्यासाठी भाजपने दलित आणि इतर जातींमधल्या अंतर्गत उतरंडी -ज्यामध्ये

त्यांच्या स्वतःच्या वर्चस्वाचे आणि शोषणाचे विश्व अंतर्निहित आहे, उघड करून त्याचा फायदा उठविण्यासाठी कठोर परिश्रम घेतले आहेत. ओसंडून वाहणाऱ्या तिजोऱ्या आणि जातसमीकरणांची खोलवर असलेली धूर्त जाण याद्वारे भाजपने जातीय राजकारणाचे परंपरागत निवडणुकीय गणितच पार बदलून टाकले आहे.

दलित आणि इतर मागासवर्गीय जातींची मते आपल्याकडे वळवल्यानंतर, शिक्षण आणि सार्वजनिक क्षेत्राचे खासगीकरण करण्याच्या भाजपच्या धोरणांमुळे 'आरक्षणा'ने आजवर मिळत असलेल्या फायद्यांनाच खीळ बसत आहे. तसेच यामुळे मागास जातीतील सदस्य नोकरीतून व शैक्षणिक संस्थांमधून बाहेर फेकले जात आहेत. दरम्यान 'राष्ट्रीय गुन्हे नोंदणी विभागा'ने दलितांविरुद्ध होणाऱ्या अत्याचारांत -ज्यामध्ये जमावहल्ल्यांचा आणि अमानुष मारहाणीचा समावेश आहे, तीव्र वाढ झाल्याचे आपल्या अहवालात नोंदवले आहे.[१७] सप्टेंबर २०१९ मध्ये जेव्हा गेट्स फाउंडेशनकडून उघड्यावर मलविसर्जन करण्यापासून भारताला मुक्त केल्याबद्दल मोदींचा सन्मान केला जात होता, तेव्हा झोपडीवजा घरात राहणाऱ्या दोन दलित मुलांचा उघड्यावर विधी केल्याच्या कारणावरून ठेचून खून करण्यात आला.[१८] ज्या देशातील हजारो दलित अजूनही मानवी मैला डोक्यावरून वाहून नेण्याचे काम करतात, त्या देशाच्या पंतप्रधानांना सार्वजनिक स्वच्छतेसाठी सन्मानित करणे किळसवाणे आहे.

धार्मिक अल्पसंख्याक समुदायावर होणाऱ्या हल्ल्यांसोबतच आपल्याला या चिघळलेल्या वर्गीय आणि जातीय युद्धाचाही सामना आता करायचा आहे.

मिळत असलेल्या राजकीय लाभाला अजून दृढ करण्यासाठी मोठ्या प्रमाणावरील, दीर्घकाळ चालत राहणारे अराजक निर्माण करणे हेच रास्वसं आणि भाजपचे मुख्य धोरण आहे. त्यांनी आधीच आपल्या प्रयोगशाळेत सर्व आवश्यक उपकरणांची तजवीज करून ठेवलेली आहे.

५ ऑगस्ट २०१९ रोजी भारत सरकारने सामीलीकरणाच्या करारातील मूलभूत अटींचे एकतर्फी उल्लंघन केले. १९४७ मध्ये या कराराद्वारेच पूर्वाश्रमीचे जम्मू आणि काश्मीर संस्थान भारतीय संघराज्यात सामील झाले होते. सरकारच्या या कृतीमुळे काश्मीरला मिळालेला राज्याचा दर्जा तसेच स्वतःची स्वतंत्र राज्यघटना आणि ध्वज बाळगण्याचा विशेषाधिकार हिरावून घेण्यात आला. 'राज्य'दर्जा नाहीसा होणे याचाच अर्थ भारतीय राज्यघटनेतील कलम ३५अ रद्दबातल होणे. या कलमाद्वारे पूर्वाश्रमीच्या काश्मीर राज्यातील जनतेला स्वतःच्या प्रदेशाचे, जमिनींचे राखणदार असण्याचा हक्क आणि विशेषाधिकार मिळाला होता. या कारवाईसाठी पूर्वतयारी म्हणून सरकारने काश्मीरमध्ये आधीच लाखोंच्या संख्येने तैनात असलेल्या सैन्याच्या मदतीसाठी अजून हजारोंची जादा कुमक पाठवली.[१९] चार ऑगस्टच्या

रात्रीपर्यंत पर्यटकांना आणि भाविकांना काश्मीर खोऱ्यातून बाहेर हलविण्यात आले. त्याच मध्यरात्री इंटरनेट आणि दूरध्वनी सेवा खंडित करण्यात आल्या. शाळा, बाजार बंद करण्यात आले. चार हजारांहून अधिक लोकांना तातडीने अटक करण्यात आली.[१०] त्यामध्ये राजकारणी, उद्योजक, वकील, हक्कांसाठी लढणारे कार्यकर्ते, स्थानिक नेते आणि तीन माजी मुख्यमंत्र्यांचा समावेश होता. भारताविषयी निष्ठा बाळगणाऱ्या नेत्यांसोबत काश्मीरच्या एकंदर राजकीय वर्गाला तुरुंगात डांबण्यात आले.

काश्मीरला असलेल्या विशेष दर्जाचे उच्चाटन, अखिल भारतीय राष्ट्रीय नागरिक नोंदणीची हमी, अयोध्येत बांधण्यात येणारे राम मंदिर - या रास्वसं आणि भाजपच्या प्राथमिकता आहेत. उन्मादाची ठिणगी पुन्हा एकवार पेटवण्यासाठी त्यांना केवळ आपल्या भात्यातून एका खलनायकाची निवड करण्याची आणि त्यांच्यावर पिसाळलेल्या कुत्र्यांची फौज सोडून देण्याची गरज आहे. खलनायकांचे विविध प्रकार आहेत - पाकिस्तानी जिहादी, काश्मिरी दहशतवादी, बांगलादेशी घुसखोर किंवा भारतातील २० कोटी मुस्लिमांतील कोणतीही व्यक्ती जिच्यावर नेहमीच राष्ट्रदोही असल्याचा व पाकिस्तानविषयी निष्ठा बाळगत असल्याचा आरोप केला जातो. यातल्या प्रत्येक 'पत्त्याला' दुसऱ्यासमोर आरोपीच्या पिंजऱ्यात उभे करण्यासाठी आणि दुसऱ्याला खिंडीत पकडण्यासाठी वापरले जाते. खरेतर त्यांचा एकमेकांशी मुळीच संबंध नाही तसेच त्यांच्यात एकमेकांविषयी शत्रुत्वाचीच भावना आहे. कारण त्यांच्या गरजा, आकांक्षा, विचारसरण्या आणि सद्य:स्थिती केवळ परस्परविरोधीच नसून एकमेकांच्या अस्तित्वाला धोका निर्माण करणाऱ्या आहेत. केवळ सगळे मुस्लीम असल्याकारणाने त्यांना एकमेकांच्या कृत्यांची फळं भोगावी लागतात.

सलग दोन सार्वत्रिक निवडणुकांत भाजपने संसदेत राक्षसी बहुमत मिळवण्यासाठी त्यांना 'मुस्लीम मतां'ची आवश्यकता नसल्याचे दाखवून दिले आहे. याचाच परिणाम म्हणून, भारतीय मुस्लीम समुदायाचा मताधिकार व्यवस्थितरीत्या काढून घेतला जात आहे. राजकीय प्रतिनिधित्वाशिवाय आवाज दडपला जात असल्याने हा समुदाय आता सर्वाधिक असुरक्षित बनला आहे. वेगवेगळ्या प्रकारच्या छुप्या बहिष्कारांमुळे तो आर्थिक उतरंडीच्या तळाशी ढकलला जात आहे. जिवाच्या भीतीने घेट्टोसदृश वस्त्यांमध्ये त्यांना राहावे लागत आहे. मुख्य प्रवाहातील माध्यमांमध्येदेखील भारतीय मुस्लिमांना स्थान नाही. तिथे मुद्दामहून काही बोलभांड, बुरसटलेल्या मौलानांनाच नेहमी बोलावण्यात येते, ज्यांच्यामुळे परिस्थिती अजूनच चिघळते. याखेरीज मुस्लिमांसाठी जाहीररीत्या बोलण्यासारखी गोष्ट म्हणजे भारतीय ध्वजाविषयी सातत्याने आपल्या निष्ठेचा पुनरुच्चार करत राहणे. काश्मिरींचा त्यांच्या इतिहासामुळे आणि विशेषतः त्यांच्या भूगोलामुळे छळ होत असला, तरी त्यांच्यासाठी अजूनही

एक आशेचा किरण आहे. त्यांच्याकडे आज़ादीचे, स्वातंत्र्याचे स्वप्न आहे. भारतीय मुस्लिमांकडे मात्र या मोडकळीस आलेल्या जहाजाची इथे राहूनच डागडुजी करण्याशिवाय पर्याय नाही.

(राष्ट्रविरोधी खलनायकांची अजून एक श्रेणी आहे - मानवी हक्क कार्यकर्ते, वकील, विद्यार्थी, अभ्यासक, 'शहरी माओवादी'. त्यांना बदनाम केले जाते, तुरुंगात डांबले जाते, खोट्या कायदेशीर खटल्यांत अडकवले जाते आणि बहुतांश वेळा त्यांची हत्याही केली जाते. परंतु हा एकुणात निराळ्याच प्रकारच्या 'पत्त्यां'चा समूह आहे.)

तबरेज अन्सारीवर झालेला जमावहल्ला हा समाज आणि ही व्यवस्था किती खोलपर्यंत सडली आहे हेच दाखवून देतो. जमावहल्ला म्हणजे विधीपूर्वक केलेल्या हत्येचे सार्वजनिक प्रदर्शन आहे, ज्यामध्ये समाजाला ते झुंडीच्या कृपेवर जिवंत आहेत याची आठवण करून देण्यासाठी त्यांच्यातल्या एखाद्या स्त्री वा पुरुषाचा बळी घेतला जातो. आणि पोलीस, न्यायव्यवस्था, सरकार तसेच स्वतःच्या घरात साधी माशीही न मारणारे, नित्यनेमाने कामावर जाणारे, कुटुंबीयांची काळजी घेणारे चांगले लोक त्या झुंडीचे मित्र आहेत. तबरेज जून २०१९ मध्ये मारला गेला.[२१] तो अनाथ होता. झारखंडमध्ये त्याच्या काकांनी त्याचा सांभाळ केला होता. पौगंडावस्थेतच तो पुण्याला गेला. तिथे त्याला वेल्डरचे काम मिळाले. बाविसाव्या वर्षी लग्न करण्यासाठी तो घरी परतला. अठरा वर्षीय शाहिस्तासोबत लग्न झाल्याच्या काहीच दिवसांत झुंडीने त्याला गाठले, एका खांबाला बांधून कित्येक तास झोडपले. 'जय श्रीराम' ही नवी हिंदू युद्धघोषणा देण्याची त्याच्यावर जबरदस्ती केली. शेवटी पोलिसांनी तबरेजला ताब्यात घेतले. परंतु त्यांनी तबरेजच्या दुःखविव्हल कुटुंबीयांना वा त्याच्या तरुण पत्नीला त्याला दवाखान्यात घेऊन जाण्याची परवानगी दिली नाही. त्याऐवजी त्यांनी तबरेजवर चोर असल्याचा ठपका ठेवत त्याला मॅजिस्ट्रेटसमोर हजार केले. तिथून त्याची कोठडीत रवानगी करण्यात आली. त्यानंतर चारच दिवसांत त्याचा मृत्यू झाला.

राष्ट्रीय गुन्हे नोंदणी विभागाने नुकत्याच जाहीर केलेल्या अहवालात जमावहल्ल्यांविषयीची आकडेवारी मात्र शिताफीने दडवली आहे. 'द क्विन्ट' या भारतीय वृत्तविषयक संकेतस्थळाने दिलेल्या माहितीनुसार, २०१५ पासून आजपावेतो झुंडींनी केलेल्या हल्ल्यांत ११५ लोकांचा बळी गेला आहे.[२२] या झुंडीतल्या सदस्यांना आणि इतर विद्वेषी गुन्हे करणाऱ्यांना- ज्यामध्ये सामूहिक हत्या करणाऱ्यांचाही समावेश आहे, सरकारी कार्यालयांतील पदे तसेच मोदींच्या मंत्रिमंडळात स्थान देऊन सन्मानित करण्यात येत आहेत. ट्विटरवर सांत्वनाचे आणि वाढदिवसाच्या शुभेच्छांचे संदेश उधळत राहणारे वाचाळवीर मोदी, जेव्हा असा एखाद्या व्यक्तीचा झुंडीद्वारे बळी घेतला जातो, तेव्हा मात्र कमालीचे मौन बाळगतात. बहुधा प्रत्येकवेळी

कुणाच्यातरी गाडीखाली चिरडून मरणाऱ्या कुत्र्यासाठी पंतप्रधानांनी दुःख व्यक्त करावे ही अपेक्षा अतार्किक आहे. विशेषतः असे नेहमीच घडत असताना. सरसंघचालक मोहन भागवत म्हणतात, की जमावहल्ला ही बायबलमधून आयात केलेली पाश्चिमात्य संकल्पना आहे. हिंदूंमध्ये अशी कोणतीही परंपरा नाही. 'जमावहल्ल्यांच्या साथी'विषयीचा हा सर्व वाद म्हणजे भारताला बदनाम करण्याचा कट असल्याचे त्यांनी जाहीर केले आहे.

याप्रकारच्याच विचारसरणीच्या एका संघटनेने स्वतःला एका देशावर लादून नंतर पाय पसरल्यानंतर युरोपात काय घडले होते हे आपल्याला ज्ञात आहे. आपल्याला हेदेखील ठाऊक आहे, की ज्या प्रत्यक्षदर्शींनी येऊ घातलेल्या संकटाचे इशारे दिले होते, त्याकडे जगाने काणाडोळा केल्यामुळेच तसे घडले होते. कदाचित किंचितही उघडपणे व्यक्त केल्या जाणाऱ्या दुःखाकडे अथवा भावनिकतेकडे संशयाने पाहणाऱ्या त्या वेळच्या पुरुषी, आंग्लाळलेल्या जगाला ते इशारे पुरेसे संतुलित किंवा विश्वसनीय वाटले नसावेत.

परंतु याच जगाला एका विशिष्ट प्रकारच्या अतिरंजित भावनेचे प्रदर्शन मात्र स्पष्टपणे स्वीकारार्ह वाटते. २२ सप्टेंबर २०१९ च्या रात्री अमेरिकेतल्या ह्युस्टन शहरातील एनआरजी क्रीडांगणावर जमलेल्या ५०००० भारतीय अमेरिकनांच्या साक्षीने साजऱ्या झालेल्या 'हाऊडी मोदी' या भव्यदिव्य तमाशात याचे भरभरून ओंगळ प्रदर्शन मांडण्यात आले.[२३] आता हा शहरी दंतकथेचा भाग बनला आहे. नर्मदा धरणावर साजऱ्या झालेल्या मोदींच्या वाढदिवसानंतर पाचच दिवसांनी हे सर्व घडत होते. एका बाहेरच्या देशातील पंतप्रधानाने आपल्याच देशात येऊन आपल्याच नागरिकांसमोर प्रमुख पाहुणे म्हणून आपली ओळख करून द्यावी यासाठीची परवानगी देणे हा राष्ट्राध्यक्ष डोनाल्ड ट्रम्प यांच्या मनाचा मोठेपणाच म्हणावा लागेल. अमेरिकन काँग्रेसमधील बऱ्याच सदस्यांनी भाषणे केली. त्यांच्या चेहऱ्यावर रुंद स्मितहास्य विलसत होते, त्यांच्या देहबोलीतून मोदींविषयीचा सन्मान निदर्शनास येत होता. तिथल्या वाद्यवृंदांच्या आणि उन्मादी चित्कारांच्या समेवर 'मोदी! मोदी! मोदी!' अशा त्यांच्यावर जीव ओवाळून टाकणाऱ्या गर्दीच्या घोषणा उठून दिसत होत्या. त्या कार्यक्रमाच्या शेवटी ट्रम्प आणि मोदी यांनी एकमेकांच्या हातात हात गुंफून विजयी आविर्भावात त्या क्रीडांगणात एक फेरी मारली. तेव्हा तिथल्या लोकांत कल्पनेपलीकडचा उत्साह संचारला होता. भारतातील माध्यमे तिथल्या गोंधळाचा आवाज हजारो पटीने वाढवून अविरतपणे लोकांपर्यंत पोहोचवत होते. 'हाऊडी' जणू एक हिंदी शब्दच बनून गेला होता. यादरम्यान, त्या क्रीडांगणाबाहेर निदर्शने करणाऱ्या हजारो लोकांकडे मात्र या माध्यमांनी सोईस्करपणे दुर्लक्ष केले.

इकडे मायदेशी आपल्यापैकी कित्येक जण भेदरून गेले होते. कारण 'हाऊडी

मोदी' आणि १९३९ मध्ये मॅडिसन चौकात भरलेल्या नाझी सभेविषयी मार्शल करी याने बनवलेल्या माहितीपटात कमालीचे साम्य दिसून येत होते.[२४]

ह्युस्टन क्रीडांगणातील ५०००० लोकांच्या गर्जनादेखील काश्मीरमधल्या कानठळ्या बसवणाऱ्या शांततेला लपवू शकत नाहीत. २२ सप्टेंबर रोजी, काश्मीरमध्ये संचारबंदी लागू करून तसेच तिथल्या जनतेपासून संपर्कयंत्रणा तोडून अठ्ठेचाळीस दिवस झाले आहेत.

पुन्हा एकदा मोदींनी आधुनिक जगात आश्चर्य वाटावे इतक्या मोठ्या प्रमाणातले आणि ज्यासाठी त्यांची ख्याती आहे अशा क्रौर्याचे प्रदर्शन मांडले आहे. आणि पुन्हा एकदा त्यांचे निष्ठावान भक्त त्यांच्यावर फिदा झाले आहेत. ६ ऑगस्ट रोजी जेव्हा 'जम्मू आणि काश्मीर पुनर्रचना कायदा' भारतीय संसदेत मंजूर झाला, तेव्हा इथल्या एकंदर राजकीय परिप्रेक्ष्यात उत्सव साजरा झाला. कार्यालयांत पेढे वाटले गेले. रस्त्यात नृत्याला उधाण आले. एका वसाहतवादी शक्तीने एक राज्य खालसा केल्याने आनंदित झालेल्या लोकांचा हा सोहळा होता. पुन्हा एकदा जेत्यांच्या नजरा 'स्त्री आणि जमीन' या काबीज करण्याजोग्या दोन आदिम गोष्टींवर पडल्या. भाजपच्या वरिष्ठ नेत्यांच्या विधानांमुळे आणि लाखो लोक पाहत असलेल्या देशभक्तीपर चित्रफितींमुळे सदर अनैतिकतेला वैधता लाभत होती.[२५] गुगल ट्रेंडनुसार त्या संकेतस्थळांवर शोधल्या गेलेल्या वाक्प्रचारांमध्ये 'काश्मिरी मुलीसोबत लग्न' आणि 'काश्मीरमध्ये जमिनीची खरेदी' या दोन्हींचे प्रमाण कमालीचे वाढल्याचे दिसून येत होते.

हे केवळ गुगलवर होत असलेल्या विखारी गोष्टींच्या शोधापर्यंतच मर्यादित नव्हते. काश्मीरमध्ये लागू केलेल्या बंदीनंतर काहीच आठवड्यांत वनविषयक सल्लागार समितीने जंगलाखालील जमिनींचे इतर वापरासाठी उपयोजन करण्यास परवानगी देणारे १२५ प्रकल्प मार्गी लावले आहेत.[२६]

टाळेबंदीच्या सुरुवातीच्या दिवसांत काश्मीरमधून तुरळकच बातम्या बाहेर येत होत्या. भारतीय माध्यमांनी सरकारला हव्या आहेत तेवढ्याच बातम्या आपल्यापर्यंत पोहोचवल्या. काश्मिरी वृत्तपत्रांवर पूर्णतः निर्बंध लादण्यात आले होते. रद्द झालेली लग्ने, वातावरण बदल, तलावांचे आणि वन्यप्राण्यांसाठीच्या अभयारण्याचे संवर्धन, मधुमेहासोबत कसे जगावे याबद्दलच्या सूचना, आणि मुखपृष्ठावरील या नव्या, अवमूल्यन झालेल्या कायदेशीर दर्जामुळे काश्मीरमधील जनतेचा कसा फायदा होणार आहे हे दर्शविणाऱ्या सरकारी जाहिरातींनी त्या वृत्तपत्रांची पाने भरली जात होती.[२७] या 'फायद्यां'मध्ये काश्मीरमधून वाहणाऱ्या नद्यांच्या पाण्यावर नियंत्रण प्रस्थापित करणाऱ्या प्रकल्पांचा समावेश असण्याची पूर्ण शक्यता आहे. तसेच त्यांमध्ये जंगलतोडीमुळे होणारी धूप, हिमालयातील नाजूक जैवप्रणालीचा ऱ्हास,

मोठमोठ्या उद्योगांकडून काश्मीरमधील मुबलक नैसर्गिक संपदेची लूट इत्यादींचा नक्कीच अंतर्भाव असेल.

तिथल्या सर्वसामान्य जनतेच्या आयुष्याविषयीचे खरेखुरे वृत्तांकन बहुतेक वेळा तरी आंतरराष्ट्रीय माध्यमांसाठी काम करणाऱ्या पत्रकारांकडून आणि छायाचित्रकारांकडूनच करण्यात आले. एजेंसे फ्रांस-प्रेस, द असोसिएटेड प्रेस, अल जझीरा, द गार्डियन, द बीबीसी, द न्यू यॉर्क टाइम्स आणि द वॉशिंग्टन पोस्ट. या पत्रकारांतील बहुतांश काश्मिरी होते. ते एका माहितीविना निर्माण झालेल्या पोकळीत काम करत होते. एरवी असतात तशी कोणतीही संसाधने आता त्यांच्यापाशी नव्हती. आपल्यापर्यंत बातम्या पोहोचवण्यासाठी ते जिवाचा धोका पत्करून घराबाहेर पडत होते. आणि त्या बातम्यांमध्ये रात्रीबेरात्री होणारी छापेमारी, तरुणांना पकडून नेऊन रात्रभर होणारी मारहाण, त्याच्या किंकाळ्या कुटुंबीयांनी आणि शेजाऱ्यांनी ऐकाव्यात म्हणून स्थानिक संपर्कयंत्रणेच्या मदतीने केली गेलेली व्यवस्था, सैनिकांनी गावकऱ्यांच्या घराघरांत घुसून हिवाळ्यासाठीच्या अन्नसाठ्यात मिसळलेली खते आणि रॉकेल अशा सगळ्या गोष्टींचा भरणा होता.[२८] त्यासोबतच छऱ्याच्या बंदुकांनी चाळणी झालेल्या तरुणांच्या बातम्या होत्या. रुग्णालयात जाण्यास निघताच अटक होण्याची भीती असल्यामुळे त्यांच्यावर घरीच उपचार करावे लागतात.[२९] रात्रीच्या अंधारात बालकांना उचलून घेऊन जाण्याच्या आणि अगतिक, असहाय पालकांच्याही बातम्या होत्या.[३०] त्या वृत्तांमध्ये भीती, संताप, नैराश्य, संदिग्धता, कणखरपणा आणि मोडून न पडणारी प्रतिकारवृत्ती अशा नानाविध भावनांचा संगम होता.

परंतु आपले गृहमंत्री अमित शहा म्हणतात, की ही टाळेबंदी केवळ लोकांच्या कल्पनेतच आहे. जम्मू आणि काश्मीरचे राज्यपाल सत्यपाल सिंग म्हणतात, की काश्मिरींसाठी दूरध्वनी सेवा तितकीशी आवश्यक नाही. त्यांचा वापर केवळ दहशतवादी करत होते. आणि सैन्यप्रमुख बिपीन रावतांच्या मते, काश्मीरमधील सर्वसामान्य आयुष्य विस्कळीत झालेले नाही. लोक आवश्यक ती सगळी कामे करत आहेत. ज्यांची उपजीविका दहशतवादावर अवलंबून आहे, त्यांनाच तिथल्या जनजीवनावर विपरीत परिणाम झाल्याचे जाणवत आहे.[३१] भारत सरकार दहशतवादी म्हणून कुणाकडे बघते याचा अंदाज बांधणे तितकेसे अवघड नाही.

कल्पना करा, की संपूर्ण न्यू यॉर्कवर माहितीपासून पूर्णपणे वंचित ठेवणारी टाळेबंदी लादण्यात आली आहे. हजारो सैनिकांनी कार्यान्वित केलेली संचारबंदीही लागू करण्यात आली आहे. कल्पना करा तुमच्या शहरातील सर्व रस्ते तारांच्या कुंपणांनी आणि छळछावण्यांनी व्यापले आहेत. तुमच्या परिसरात छोटेखानी अबू-गरीब उभारण्यात आले आहेत. कल्पना करा, की तुमच्यापैकी हजारोंना अटक करण्यात येत आहे आणि तुमच्या कुटुंबीयांना तुमच्या ठावठिकाण्याबद्दल किंचितसाही

अंदाज नाही. तुम्हाला तुमच्या शेजाऱ्यांसोबत, शहरातील व शहराबाहेरील प्रियजनांसोबत, देशाबाहेरील कुणाहीसोबत कित्येक आठवडे कसलाच संपर्क करता येत नाहीये.. बँका आणि शाळा बंद करण्यात येत आहेत आणि मुलांना त्यांच्या घरात कोंडण्यात येत आहे. कल्पना करा, तुमचे पालक, भावंडे, जोडीदार किंवा मूल मृत्यू पावल्याचे तुम्हाला कित्येक आठवडे ज्ञातच होत नाही. कल्पना करा, शहरात आरोग्यविषयक, मानसिक स्वास्थ्यविषयक आणीबाणी उद्भवली आहे, अन्न, पैसा, इंधन, इत्यादींचा तुटवडा निर्माण झाला आहे. कल्पना करा, एखाद्या कंत्राटी कामगाराच्या व मजुराच्या हाती रोजगाराअभावी छदामही उरला नाही. आणि याउपर, हे सगळे तुमच्या भल्यासाठीच केले जात आहे असे तुम्हाला सांगण्यात येत असल्याचीही कल्पना करा.

काश्मीर मागच्या तीन महिन्यांपासून ज्या नरकयातना भोगत आहे त्यामागे आजपावेतो ७०००० बळी घेणाऱ्या आणि काश्मीरला कबरींनी भरून टाकणाऱ्या दारुण संघर्षाचा वारसा आहे. या लोकांनी त्यांच्यावर झालेले सर्व प्रकारचे आघात पचवले आहेत -ज्यामध्ये युद्ध, पैसा, छळ, सामूहिकरीत्या बेपत्ता होणे, पाच लाखांहून अधिक संख्येने असलेले सैन्य आणि तिथल्या अखिल समुदायाला खुनशी मूलतत्त्ववादी ठरवणारी बदनामीकारक मोहीम यांचा समावेश आहे.

आज मी इथे बोलत असताना, काश्मीरमधल्या टाळेबंदीस तीन महिने उलटून गेले आहेत. काश्मिरातले नेते अजून तुरुंगातच आहेत. त्यांनी जर पुढील वर्षभरात सार्वजनिकरीत्या जाहीर विधाने न करण्याची हमी देणाऱ्या कागदपत्रांवर सह्या केल्या तरच त्यांची सुटका होईल अशी अट घालण्यात आली आहे. बहुतेकांनी असे करण्यास नकार दिला आहे.

आता संचारबंदी शिथिल करण्यात आली आहे, शाळा पुन्हा सुरू करण्यात आल्या आहेत, आणि काही ठिकाणच्या दूरध्वनी सेवाही कार्यान्वित झाल्या आहेत. परिस्थिती 'पूर्ववत' झाल्याचे जाहीर करण्यात आले आहे. काश्मीरमध्ये नेहमीच परिस्थिती पूर्ववत झाल्याची घोषणा करावी लागते -सरकारकडून अथवा सैन्याकडून. या घोषणेचा तिथल्या लोकांच्या दैनंदिन आयुष्याशी काडीचाही संबंध असत नाही.

अजूनपर्यंत तरी काश्मीरमधल्या जनतेने अशा प्रकारे पूर्वपदावर आलेली परिस्थिती स्वीकारण्यास नकार दिला आहे. अजूनही शाळेतले वर्ग रिकामे आहेत, रस्ते निर्मनुष्य आहेत आणि काश्मीरमध्ये मुबलक प्रमाणात पिकणारे सफरचंद फळबागेतच सडत आहेत. एखाद्या पालकासाठी किंवा शेतकऱ्यासाठी याहून अधिक कठीण अशी कोणती गोष्ट असेल? कदाचित, उंबरठ्यावर येऊन ठेपलेला स्वतःची ओळख मिटण्याचा धोका.

काश्मिरी संघर्षाचे नवे पर्व कधीचेच सुरू झाले आहे. बंडखोरांनी यापुढे सर्व भारतीय त्यांच्या निशाण्यावर असतील असा इशारा दिला आहे. दहाहून अधिक

गरीब, गैर-काश्मिरी विस्थापित मजुरांच्या हत्या करण्यात आल्यासुद्धा. (होय, ते गरीबच होते. दोन हिंसक बाजूंच्या संघर्षात नेहमी गरीबच भरडले जातात.) आगामी परिस्थिती विद्रुप असेल. फार फार विद्रुप.

लवकरच हा सगळा नजीकचा इतिहास विसरला जाईल आणि पुन्हा एकदा माध्यमांवर झडणाऱ्या वादविवादांमधून भारतीय सुरक्षा फौज आणि काश्मिरी बंडखोर अशा दोन्ही बाजूंकडून केल्या जाणाऱ्या अत्याचारांत समतोल साधण्याचा प्रयत्न केले जातील. काश्मीरविषयी ब्र उच्चारताच भारतीय सरकार तसेच माध्यमांकडून लगोलग तुम्हाला पाकिस्तानविषयी सांगण्यात येईल. हा शत्रूराष्ट्राच्या विखारी कृत्यांशी सैनिकी नियंत्रणात आयुष्य कंठत असलेल्या सर्वसामान्य लोकांच्या लोकशाहीवादी आकांक्षांची जाणीवपूर्वक सरमिसळ करण्याचा प्रयत्न असेल. भारत सरकारने निःसंदिग्धपणे स्पष्ट केले आहे, की काश्मिरी जनतेकडे संपूर्ण शरणागती हा एकच पर्याय आहे. हिंसक, अहिंसावादी, मौखिक, लिखित किंवा गाण्यामार्फत नोंदवलेला कोणत्याही स्वरूपातला प्रतिकार स्वीकारार्ह नाही. तरीसुद्धा, काश्मिरींना हे चांगलेच ठाऊक आहे, की अस्तित्व शाबूत राखण्यासाठी प्रतिकार करत राहणे त्यांना क्रमप्राप्त आहे.

त्यांना भारताचा भाग व्हावेसे का वाटेल? नेमके कशासाठी? जर त्यांना स्वातंत्र्य हवे असेल तर त्यांना स्वातंत्र्यच मिळायला हवे.

भारतीयांनी सुद्धा हीच मागणी केली पाहिजे. काश्मिरींसाठी नव्हे, तर स्वतःसाठी. कारण त्यांच्या नावाने जे अत्याचार केले जात आहेत त्यामुळे देशाचा पायाच डळमळीत होत आहे. भारताला हे फार काळ पेलवणार नाही. काश्मीर भारताचा पराभव करू शकणार नाही, परंतु ते भारताला आतून नक्कीच पोखरेल. या प्रक्रियेची वेगवेगळ्या प्रकारे सुरुवात झालीच आहे.

अमेरिकेत जाऊन स्थायिक होण्याचे सर्वोच्च स्वप्न जगणाऱ्या आणि ह्यूस्टन क्रीडांगणावर तारस्वरात घोषणाबाजी करत असलेल्या ५०००० लोकांचे या सगळ्याशी काही देणेघेणे नसावे. त्यांच्यासाठी काश्मीर म्हणजे रखडत राहिलेले जुनाट कोडे असावे. भाजपला या कोड्याचे उत्तर गवसले आहे, अशी त्यांची बाळबोध धारणा असणार. तरीसुद्धा स्वतः विस्थापित असल्याकारणाने आसाममध्ये जे काही घडत आहे त्याविषयीचे त्यांचे आकलन अधिक प्रगल्भ असावे असे खात्रीने वाटते. निर्वासितांनी आणि विस्थापितांच्या संघर्षांनी दुभंगलेल्या या जगातले सर्वाधिक सुदैवी विस्थापित असलेल्या या जनतेकडून आपण अवास्तव अपेक्षा करत आहोत का? ज्याप्रमाणे काही लोकांकडे सुट्टी घालविण्यासाठी एक अधिकचे घर असते, तसेच ह्यूस्टन क्रीडांगणावर जमलेल्या बहुतेकांकडे बहुधा अमेरिकन नागरिकत्वासोबत भारताचे विदेशातील नागरिक (OCI) प्रमाणपत्रसुद्धा असेल.

'हाऊडी मोदी' समारंभदिनी आसाममधील वीस लाख नागरिकांची नावे राष्ट्रीय नागरिक नोंदणीतून वगळल्याच्या घटनेला २२ दिवस पूर्ण झाले.

काश्मीरप्रमाणे आसामदेखील सीमेवरचे राज्य आहे. त्याचा इतिहासदेखील अनेक सार्वभौम सत्ता, शतकानुशतके चालत आलेले विस्थापन, युद्धे, आक्रमणे, सातत्याने बदलत जाणाऱ्या सीमारेषा, ब्रिटिश वसाहतवाद आणि जिच्यामुळे इथल्या ज्वलनशील समाजातली दरी अजूनच रुंदावली आहे अशा सत्तरहून अधिक वर्षांपूर्वी स्थापन झालेल्या निवडणुकाधारित लोकशाहीने युक्त आहे.

एनआरसीसारखा प्रयोग आसाममध्ये केला जाण्यामागे देखील इथला विशिष्ट सांस्कृतिक इतिहास कारणीभूत आहे. बर्माने १८२६ मध्ये पहिल्या ब्रह्मदेश युद्धानंतरच्या शांतता करारादरम्यान जे भूभाग ब्रिटिशांना प्रदान केले होते त्यामध्ये आसामचा समावेश होता. त्या वेळी तो एक घनदाट जंगलांनी व्यापलेला, तुरळक लोकवस्तीचा प्रदेश होता. बोडो, काचर, मिशिंग, लालुंग, अहोम हिंदू, अहोम मुसलमान इत्यादी शेकडो समुदायांचे ते आश्रयस्थान होते. यातल्या प्रत्येक समुदायाच्या आपापल्या स्वतंत्र भाषा किंवा बोलण्याच्या पद्धती होत्या. कुठे नमूद केले गेले नसले, तरी प्रत्येकाचे इथल्या जमिनीशी विशिष्ट असे सेंद्रिय नाते होते. भारताचा उभा छेद असल्यागत, आसाम हा नेहमीच वांशिक अथवा भाषिक बहुमत सिद्ध करण्यासाठी आघाडी व्हावी, यासाठी धडपडणाऱ्या अल्पसंख्याक समुदायाचा एक गट असल्याचे दिसून येते. या संतुलनाला धक्का बसण्याचा धोका ज्यामुळे निर्माण होई, तेच इथे हिंसाचाराचा आगडोंब उसळण्याचे कारण ठरत असे.

नव्यानेच आसामचे मालक बनलेल्या ब्रिटिशांनी जेव्हा १८३७ मध्ये बंगालीला त्या प्रांताची शासकीय भाषा बनवली, तेव्हाच तिथले संतुलन बिघडण्यासाठीचे बीजारोपण झाले होते. याचा अर्थ असा होतो, की तिथल्या सर्व प्रशासकीय, सरकारी नोकऱ्या आता सुशिक्षित, हिंदू आणि बंगाली भाषा बोलणारे अभिजन हिरावून नेणार होते. जरी १८७०च्या दशकाच्या पूर्वार्धात हा निर्णय रद्दबातल करण्यात आला असला आणि आसामी भाषेला बंगाली बरोबरच शासकीय भाषेचे स्थान दिले गेले असले, तरी या कृतीमुळे सत्तेचे संतुलन धोकादायकरीत्या ढळले. आसामी आणि बंगाली भाषांदरम्यानच्या दोन शतकांहून अधिक काळ सुरू असलेल्या शत्रुत्वाची ही नांदी ठरली.

या प्रदेशातील वातावरण आणि माती चहा उत्पादनासाठी पोषक असल्याचे एकोणिसाव्या शतकाच्या मध्यापर्यंत ब्रिटिशांच्या लक्षात आले. स्थानिकांना चहाच्या मळ्यात वेठबिगारी करण्यात स्वारस्य नव्हते. त्यामुळेच मध्य भारतातून मोठ्या प्रमाणावर आदिवासींना आसाममध्ये आणण्यात आले. ब्रिटिशांनी जगभरातील आपल्या वसाहतींमध्ये जहाजे भरभरून नेलेल्या कंत्राटी कामगारांपेक्षा यांची अवस्था

काही वेगळी नव्हती. आज या कामगारांनी आसाममधील लोकसंख्येचा १५ ते २० टक्के भाग व्यापला आहे. आफ्रिकेतील भारतीय जनसमुदायास मिळणाऱ्या वागणुकीच्या विरुद्ध इथे भारतात मात्र, दुर्दैवाने, स्थानिक लोक या कामगारांकडे तुच्छतेने बघतात. हे कामगार तुटपुंज्या पगारावर आणि मालकांच्या मेहरबानीवर अजूनही चहाच्या मळ्यातच राहतात.

१८९० पर्यंत चहा उद्योग भरभराटीस आला होता. जेव्हा शेजारच्या पूर्व बंगालमधील मैदानांच्या उत्पादनक्षमतेने सर्वोच्च पातळी गाठली, तेव्हा ब्रिटिशांनी मुस्लीम बंगाली शेतकऱ्यांना आसाममध्ये विस्थापित होण्यासाठी प्रोत्साहन दिले. हे शेतकरी नदीलगतच्या समृद्ध अशा गाळाच्या मैदानावर आणि 'चार' या नावाने ओळखल्या जाणाऱ्या ब्रह्मपुत्रेच्या त्रिभुज प्रदेशात शेती करण्याच्या कलेत माहीर होते.

ब्रिटिशांनी या जंगलांना आणि मैदानी प्रदेशांना जणू स्वतःची जहागीर समजली होती. त्यांनी आसाममध्ये तेव्हा अस्तित्वात असलेल्या कितीतरी जमातींची दखलही न घेता, त्या आदिवासींच्या 'सामुदायिक' जमिनी 'उत्पादक' शेतकऱ्यांना कसण्यासाठी आंदण म्हणून दिल्या. त्यातून होणाऱ्या उत्पादनामुळे ब्रिटिशांच्या महसुलात भरच पडणार होती. हजारोंच्या संख्येने विस्थापित या प्रदेशात आले, बेसुमार जंगलतोड झाली, दलदलीच्या प्रदेशाचे शेतीयोग्य जमिनीत रूपांतर करण्यात आले. त्यावर त्या शेतकऱ्यांनी अन्नधान्यासोबत ज्यूटचेही उत्पादन घेतले. या विस्थापनामुळे १९३० पर्यंत आसामच्या अर्थव्यवस्थेत आणि लोकसंख्येच्या रचनेत आमूलाग्र बदल झाला होता.

सुरुवातीला आसाममधील राष्ट्रवादी गटांनी या विस्थापितांचे स्वागत केले होते. परंतु काही काळानंतर वांशिक, धार्मिक, भाषिक संघर्ष उद्‌भवण्यास सुरुवात झाली. तेव्हा १९४१च्या जनगणनेत सर्व बंगाली भाषिक मुस्लिमांनी एक सद्‌भावनापूर्ण कृती म्हणून 'आसामी'ला स्वतःची मातृभाषा म्हणून नोंदवले. तेव्हा काही काळासाठी का होईना हा संघर्ष शमवण्यात यश मिळाले. या कृतीमुळेच शासकीय भाषा म्हणून आसामीचे स्थान टिकून राहिले. बंगाली मुस्लिमांच्या स्थानिक बोलींना एकत्रीतपणे 'मियाँ भाषा' म्हटले जाते. आजदेखील मियाँ बोलीभाषा आसामी लिपीतच लिहिले जाते.

कालानुरूप आसामच्या सीमा आश्चर्य वाटावे इतक्यांदा बदलल्या आहेत. १९०५ मध्ये बंगालची फाळणी केल्यानंतर, ब्रिटिशांनी आसाम प्रांताला मुस्लिमबहुल पूर्व बंगालशी जोडले. ढाका ही या नव्या संयुक्त प्रांताची राजधानी होती. अचानकपणे, आसाममध्ये 'विस्थापित' गणली जाणारी लोकसंख्या नव्या प्रांतात बहुसंख्यांचा भाग बनली. सहा वर्षांनी जेव्हा बंगालची फाळणी रद्द करण्यात आली, तेव्हा आसामला पुन्हा एकदा स्वतंत्र प्रांताचा दर्जा प्राप्त झाला आणि तिथली बंगाली लोकसंख्या पुन्हा एकदा 'विस्थापित' बनली. १९४७ च्या फाळणीनंतर जेव्हा पूर्व

बंगाल पाकिस्तानचा भाग बनले, आसाममधील बंगाली मुस्लिमांनी तिथेच राहणे पसंत केले. परंतु फाळणीमुळे मोठ्या प्रमाणावर बंगाली निर्वासितांच्या लोंढ्याने आसाममध्ये प्रवेश केला. त्यामध्ये हिंदू आणि मुस्लीमही होते. त्यापाठोपाठ १९७१ मध्ये पाकिस्तानी सैन्याने पूर्व पाकिस्तानात चालवलेल्या नरसंहारापासून आणि त्यायोगे सुरू झालेल्या मुक्ती युद्धापासून स्वतःचा बचाव करण्याच्या उद्देशाने निर्वासितांची अजून एक फळी आसाममध्ये शिरली. लाखो लोकांचा जीव घेणाऱ्या या युद्धातूनच बांगलादेशचा जन्म झाला होता.

म्हणजेच आसाम हा एकेकाळी पूर्व बंगालचा भाग होता आणि नंतर तो विलग करण्यात आला. पूर्व बंगालचा पूर्व पाकिस्तान झाला आणि त्याचेच रूपांतर नंतर बांगलादेशमध्ये झाले. राष्ट्रीयत्व बदलले, ध्वज बदलले, राष्ट्रगीते बदलली. शहरे वाढीस लागली, जंगलतोड झाली, दलदलीच्या प्रदेशाचे पुनरुज्जीवन करण्यात आले, आदिवासींच्या सामुदायिक जमिनी आधुनिक 'विकासा'ने गिळंकृत केल्या. आणि माणसा-माणसांतील चरे अधिकाधिक जुने, कठीण आणि दुष्कर होत गेले.

पाकिस्तानपासून बांगलादेश मुक्त होण्याच्या प्रक्रियेतील स्वतःच्या निर्णायक भूमिकेचा भारत सरकारला मोठा अभिमान वाटतो. तेव्हाच्या पंतप्रधान इंदिरा गांधी यांनी पाकिस्तानकडे कल असणाऱ्या चीन आणि अमेरिका या राष्ट्रांनी दिलेल्या इशाऱ्यांकडे दुर्लक्ष करत, नरसंहार थांबवण्यासाठी भारतीय सैन्य पूर्व पाकिस्तानात घुसवले होते. परंतु 'न्यायासाठीचे युद्ध' लढल्याचा अभिमान निर्वासितांसाठी किंवा आसाममधील जनतेसाठी तसेच त्याशेजारच्या राज्यांसाठीच्या न्यायामध्ये, खऱ्याखुऱ्या चिंतेमध्ये किंवा विचारपूर्वक आखलेल्या एखाद्या धोरणामध्ये मात्र परिवर्तित होऊ शकला नाही.

आसाममधील राष्ट्रीय नागरिक नोंदणीची (एनपीआर) मागणी या विशिष्ट, तापदायक आणि व्यामिश्र इतिहासातूनच उदयाला आली आहे. विरोधाभास म्हणजे यातला 'राष्ट्रीय' हा शब्द भारतापेक्षा आसाम राष्ट्राकडेच अधिक निर्देश करतो. १९५१ मध्ये सर्वप्रथम करण्यात आलेल्या एनआरसीला अद्ययावत करण्याची मागणी १९७९ ते १९८५ दरम्यान विद्यार्थ्यांच्या नेतृत्वाखाली वाढीस लागलेल्या आसामी राष्ट्रवादी चळवळीद्वारे ऐरणीवर आली. ज्यामध्ये दहा हजारांवर लोकांनी आपला जीव गमावला त्या बंडखोर फुटीरतावादी चळवळीसोबतच विद्यार्थ्यांची ही चळवळही या कालावधीत प्रसिद्धीच्या शिखरावर होती. जोवर 'परकीयांना' मतदार यादीतून हटवण्यात येत नाही, तोवर निवडणुकांवर बहिष्कार घालण्याची हाक आसामी राष्ट्रवाद्यांनी दिली. तीन 'डी'साठी हा बिगुल फुंकण्यात आला होता- डिटेक्ट, डिलीट, डिपोर्ट (म्हणजेच ओळखा, नामोनिशाण मिटवा, बाहेर काढा). या तथाकथित परकीयांची एकूण संख्या अंदाजे ५ ते ८ दशलक्ष असावी अशी

निव्वळ भाकिते करण्यात आली. ही चळवळ लवकरच हिंसक बनली. हत्या, जाळपोळ, बॉम्बस्फोट आणि मोठमोठ्या जनमोर्चांमुळे वातावरणात द्वेष पसरला. परकीयांविषयी लोकांच्या मनातला संताप काबूत ठेवणे कठीण जात होते. १९७९ उजाडेपर्यंत तर राज्याने चहूबाजूंनी पेट घेतला होता. ही चळवळ प्रामुख्याने बंगाली जनतेविरुद्ध आणि बंगाली भाषा बोलणाऱ्यांविरुद्ध असली, तरी चळवळीतल्या हिंदू धर्मांध शक्तींनी यास मुस्लिमविरोधी रंग दिला. याची परिणती १९८३ सालच्या थरकाप उडवणाऱ्या नेल्ली हत्याकांडात झाली. त्यामध्ये अवघ्या सहा तासांच्या अवधीत २००० हून अधिक बंगाली मुस्लिमांचे शिरकाण करण्यात आले होते. (गैरशासकीय सूत्रांनी मृतांचा आकडा याच्या दुपटीहून अधिक असल्याचा अंदाज वर्तवला होता.) पोलिसांच्या अहवालानुसार, आसपासच्या डोंगराळ भागात राहणाऱ्या आदिवासींनी या हत्या घडवून आणल्या होत्या. या जमाती हिंदू नव्हत्या, तसेच कट्टर आसामी वंशाच्याही नव्हत्या. या अवचितपणे उडालेल्या हिंसेच्या भडक्यामागील प्रयोजन अजूनही गुलदस्त्यातच आहे. कुठलेही प्रमाण नसले, तरी त्या काळी आसाममध्ये कार्यरत असणाऱ्या संघ स्वयंसेवकांचा यामध्ये हात असल्याची कुजबुज मात्र ऐकायला मिळते.

या नरसंहारावर बनलेल्या 'व्हॉट द फिल्ड्स रिमेम्बर' या माहितीपटात, आपली सर्व मुले सदर हिंसेत गमावलेला एक वयस्कर मुस्लीम, आपली एक मुलगी काही दिवसांपूर्वीच 'परकीयांना' राज्याबाहेर घालवण्याची मागणी करणाऱ्या मोर्चात कशी हिरिरीने सहभागी झाली होती याविषयी सांगतो.[३२] पुढे तो म्हणतो, मरतेवेळी तिचे अखेरचे शब्द होते 'बाबा, आपणसुद्धा परकीय आहोत का?'

१९८५ मध्ये आसाममधील आंदोलनातल्या विद्यार्थी नेत्यांनी केंद्र सरकारसोबत 'आसाम शांतता करारावर' सह्या केल्या. त्याच वर्षी त्यांनी विधानसभा निवडणूक जिंकत राज्यात सरकार स्थापन केले. एका तारखेवर रजामंदी झाली : २४ मार्च १९७१ च्या मध्यरात्रीनंतर आसाममध्ये दाखल झालेल्याना बाहेर हुसकून लावण्यात येईल. या तारखेला पाकिस्तान सैन्याने पूर्व पाकिस्तानातील जनतेवर हल्लाबोल पुकारला होता. एनआरसी अद्ययावत करण्याचा अर्थ 'अस्सल नागरिकांना' १९७१ नंतरच्या घुसखोरांपासून वेगळे करणे हा होता.

त्यानंतरच्या कित्येक वर्षांत, सीमा सुरक्षा दलाने पकडलेले 'घुसखोर' किंवा निवडणूक अधिकाऱ्यांनी जाहीर केलेले 'संशयित मतदार'- डी-वोटर्स, यांच्यावर 'अवैध विस्थापित (लवादाद्वारे निर्धारित) कायद्याद्वारे' (आयएमडीटी) खटले चालवण्यात आले. इंदिरा गांधींच्या नेतृत्वाखाली काँग्रेस सरकारने १९८३ मध्ये हा कायदा मंजूर केला होता. अल्पसंख्याकांचा छळ होऊ नये यास्तव हा कायदा एखाद्या आरोपी व्यक्तीला त्याचे नागरिकत्व सिद्ध करण्यासाठी बाध्य करण्याऐवजी, त्याचे नागरिकत्व

अवैध आहे हे सिद्ध करण्याची जबाबदारी पोलिसांवर किंवा फिर्यादी पक्षावर टाकतो. १९९७ पासून चार लाखांहून अधिक डी-वोटर्स तसेच 'घोषित परकीयांवर' परकीयांसाठीच्या लवादात (फॉरेनर्स ट्रिब्युनल) खटले चालवण्यात आले आहेत.[३३] (ज्या डी-वोटर्सना स्वतःचे नागरिकत्व सिद्ध करणे शक्य होत नाही त्यांना 'घोषित परकीय' म्हणतात). हजाराहून अधिकजण कैदखान्यांत (डिटेन्शन कॅम्प) अडकून पडले आहेत.[३४] हे तुरुंगाच्या आतले तुरुंग आहेत तिथल्या कैद्यांना इतर सर्वसामान्य गुन्हेगारांना जे अधिकार असतात त्यालाही मुकावे लागते.

२००५ मध्ये सर्वोच्च न्यायालयाने 'यातल्या तरतुदींमुळे अवैध प्रवाशांना ओळखणे तसेच त्यांची रवानगी करणे जवळजवळ अशक्य होत असल्याचे' कारण पुढे करत आयएमडीटी कायदा रद्द करावा यासाठी दाखल केलेल्या खटल्याचा निकाल दिला.[३५] हा कायदा रद्दबातल करताना न्यायालयाने आपल्या निकालपत्रात म्हटले, की बांगलादेशी नागरिकांकडून 'मोठ्या प्रमाणावर होत असलेल्या अवैध विस्थापनामुळे आसाम राज्य बाह्य आक्रमणाचा तसेच अंतर्गत बंडाळीचा सामना करत आहे यामध्ये कुठलाही संदेह नाही.'[३६] आता यामुळे नागरिकत्व सिद्ध करण्याची जबाबदारी नागरिकांवर येऊन पडली आहे. यामुळे परिस्थितीत जमीन-अस्मानाचा फरक पडला आहे. तसेच एनआरसी अद्ययावत करण्याचा मार्गही मोकळा झाला आहे. 'ऑल आसाम स्टुडंट्स' संघटनेचे माजी अध्यक्ष सर्वानंद सोनोवाल यांनी हा खटला दाखल केला होता. आता ते भाजपमध्ये असून याघडीला आसामचे मुख्यमंत्रिपद भूषवत आहेत.[३७]

२०१३ मध्ये सर्वोच्च न्यायालयाने 'आसाम पब्लिक वर्क्स' या गैरशासकीय संघटनेने दाखल केलेला एक खटला पटलावर घेतला. यामध्ये मतदार याद्यांमधून 'अवैध विस्थापितां'ची नावे वगळण्याची मागणी करण्यात आली होती.[३८] शेवटी एनआरसीची कार्यपद्धती अंतिम करण्यासाठीचा हा खटला न्यायमूर्ती रंजन गोगोई यांच्याकडे सुपूर्द करण्यात आला. योगायोग म्हणजे तेसुद्धा आसामीच आहेत.

डिसेंबर २०१४ मध्ये न्यायमूर्ती गोगोई आणि रोहिंटन फली नरिमन या दोन न्यायाधीशांच्या खंडपीठाने एका वर्षाच्या आत एनआरसीची अद्ययावत यादी न्यायालयासमोर सादर करण्याचे आदेश दिले.[३९] यातून जे ५० लाख 'घुसखोर' ओळखता येतील असे म्हटले जात होते, त्यांचे पुढे काय करावे वा केले जाऊ शकते, याविषयी कुणालाही काहीच माहीत नव्हते. त्यांना बांगलादेशात परत पाठवण्याचा प्रश्नच नव्हता. इतक्या मोठ्या संख्येत असलेल्या लोकांना तुरुंगात डांबणे शक्य होईल? आणि किती काळासाठी? त्यांचे नागरिकत्व हिरावून घेतले जाईल? आणि भारतातले सर्वोच्च संवैधानिक न्यायालय या ३ कोटींहून अधिक नागरिकांचा, अंदाजे ५२००० अधिकाऱ्यांचा तसेच अतिप्रचंड निधीचा समावेश असणाऱ्या

महाकाय प्रशासकीय कवायतीची देखरेख आणि लघूव्यवस्थापन करणार आहे का?

दूरस्थ भागांत वास्तव्यास असणाऱ्या लाखो नागरिकांकडून विशिष्ट कागदपत्रे सादर करण्याची अपेक्षा केली जात होती. त्यांना 'लीगसी पेपर्स', अर्थात वारसा हक्काची कागदपत्रे म्हटले जाते. या कागदपत्रांमुळे त्यांचा १९७१ पूर्वीपासूनचा पित्याकडचा वारसा सिद्ध होऊ शकत होता. सर्वोच्च न्यायालयाने दिलेल्या कालमर्यादेमुळे या प्रक्रियेचे दुःस्वप्नात रूपांतर झाले. गरीब, अशिक्षित गावकरी नोकरशाही, कायद्याची बोजड भाषा, कागदपत्रे, न्यायालयीन सुनावण्या, आणि त्यासोबतच येणाऱ्या निर्दयी कारवायांच्या चक्रव्यूहात अडकले होते.

ब्रह्मपुत्रेच्या सतत बदलणाऱ्या, दलदलीच्या 'चार' बेटांवर वसलेल्या दूरवरच्या, विमुक्तांच्या वसाहतींना भेट देण्यासाठी तिथल्या स्थानिकांच्या बोटींशिवाय पर्याय नाही. या बोटींमध्ये नेहमीच धोकादायक भासावी इतपत लोकांची गर्दी असते. जवळपास २५०० इतक्या संख्येत असलेली ही चार बेटे अत्यंत बेभरवशाची आहेत. महान ब्रह्मपुत्रा नदीच्या लहरीवर त्यांचे अस्तित्व अवलंबून आहे. ती त्यांना क्षणार्धात नाहीसे करून दुसऱ्या ठिकाणी, वेगळ्या आकारात त्यांची पुनर्स्थापना करू शकते. म्हणूनच इथल्या वसाहती तात्पुरत्या स्वरूपाच्या आहेत. इथली घरे म्हणजे केवळ झोपड्या आहेत. मात्र यातली काही बेटे अत्यंत सुपीक आहेत आणि तिथले शेतकरी इतके कुशल आहेत, की एका वर्षात तीन-तीन पिके घेतात. या बेभरवशीपणाचा दुसरा अर्थ हा आहे, की इथे जमिनींच्या खरेदीखताचा, विकासाचा, शाळांचा आणि रुग्णालयांचा अभाव आहे.

याहून कमी सुपीक असणाऱ्या चार बेटांना मी ऑक्टोबर २०१९ मध्ये भेट दिली. तिथली गरिबी मला ब्रह्मपुत्रेच्या गडद, गाळाने माखलेल्या काळ्याशार पाण्यासारखी भेडसावणारी वाटली. तिथे उपलब्ध असलेला आधुनिकतेचा एकमेव लवलेश म्हणजे कागदपत्रांची चळत ठेवलेल्या प्लॅस्टिकच्या पिशव्या. पाहुण्यांभोवती तत्परतेने गोळा होणाऱ्या त्या कागदपत्रांच्या मालकांना वाचता येत नाही. परंतु ते त्या कागदांकडे अस्वस्थपणे बघत राहतात. जणू ते त्यावरच्या विरत जाणाऱ्या आकारांचे अर्थ लावण्याचा प्रयत्न करत असतात आणि यामुळे आपले आणि आपल्या मुलाबाळांचे महाकाय कैदखान्यात जाण्यापासून रक्षण होईल अशी स्वतःची समजूत घालतात. आसाममधील गोलपारा जिल्ह्यातल्या घनदाट जंगलात तो कैदखाना उभारला जात असल्याचे त्यांच्या कानावर आले होते. स्वतःच्या कागदपत्रांची चिंता करणाऱ्या आणि सदैव भीतीच्या सावटाखाली जगणाऱ्या अशा लाखो दुर्बळ लोकांची कल्पना करा. हे सैन्याने नव्हे तर कागदपत्रांनी प्रस्थापित केलेले नियंत्रण आहे. ही कागदपत्रे या लोकांसाठी सर्वाधिक मौल्यवान ठेवा आहे. आपल्या मुलाबाळांपेक्षा किंवा आईवडिलांपेक्षा जास्त या कागदपत्रांची काळजी घेतली जाते.

ते महापूर, वादळ आणि इतर सर्व प्रकारच्या आपत्तींमधून आजवर बचावले आहेत. तिथल्या जमिनींविषयी आणि नदीच्या लहरींविषयी इत्थंभूत ज्ञान बाळगणारे, केस पिकलेले आणि उन्हामुळे रापलेले शेतकरी स्त्री-पुरुष आताशा 'लीगसी डॉक्युमेंट', 'लिंक पेपर', 'सर्टिफाइड कॉपी', 'रिव्हेरिफिकेशन', 'रेफरन्स केस', डी-वोटर', 'डिक्लेअर्ड फॉरेनर', 'वोटर लिस्ट', 'रेफ्युजी सर्टिफिकेट' असे इंग्रजी शब्द स्वतःच्या भाषेतले असल्यागत अगदी सराईतपणे वापरत आहेत. ते आता या लोकांच्या भाषेतलेच शब्द आहेत. एनआरसीने स्वतःचाच एक शब्दकोश निर्माण केला आहे. त्यातला सर्वाधिक दुःखदायक शब्दसमूह म्हणजे 'जेन्युईन सिटिझन' अर्थात अस्सल नागरिक.

मी भेट दिलेल्या प्रत्येक गावातील लोकांनी रात्री-अपरात्री मिळणाऱ्या नोटिशींबद्दल सांगितले, ज्यामध्ये त्यांना दुसऱ्या दिवशी सकाळी २०० ते ३०० किलोमीटर अंतरावरच्या न्यायालयात हजार राहण्याचे आदेश दिलेले असतात. अशा परिस्थितीत कुटुंबीयांना एकत्र आणताना उडणारी भंबेरी, रात्रीच्या अंधारात छोट्या बोटींमधून करावी लागणारी धोकादायक सफर, अगतिकतेचा अंदाज घेऊन धूर्त नावाड्यांकडून तिप्पट भाड्याची होणारी मागणी, रात्रीतून असुरक्षित महामार्गावरून बेदरकारपणे करावा लागणारा प्रवास या सगळ्याचे वर्णनही त्यांनी केले. यातल्या एका गोष्टीमुळे माझा थरकाप उडाला. प्रवासी वाहनाने न्यायालयात जाण्यासाठी निघालेल्या एका कुटुंबाची गाडी रस्ते बांधकामासाठी डांबर वाहून नेणाऱ्या एका ट्रकवर आदळली. ट्रक कलंडल्यामुळे डांबर जमिनीवर सांडले आणि ते जखमी कुटुंब त्यात अडकले. जिच्यासोबत मी प्रवास करत होते ती तरुण कार्यकर्ती म्हणाली 'जेव्हा मी त्यांना भेटायला रुग्णालयात गेले, तेव्हा त्यांचा लहान मुलगा त्याच्या कातडीला चिकटलेले डांबर आणि बारीक खडे ओढून काढण्याचा प्रयत्न करत होता. काही वेळाने त्याने त्याच्या आईकडे पाहत विचारले 'आपण भविष्यात कधीतरी या 'परकीय' असण्याच्या काळ्या डागापासून मुक्त होऊ का?'

आणि तरीही, इतके सगळे झाल्यानंतर तसेच या प्रक्रियेविषयी आणि तिच्या अंमलबजावणी विषयी प्रश्न उपस्थित करूनही आसाममधल्या प्रत्येकाने एनआरसी अद्ययावत करण्याच्या प्रस्तावाचे स्वागत केले होते. यामागे प्रत्येकाची आपापली कारणे होती. असामी राष्ट्रवाद्यांना वाटले, की यामुळे हिंदू आणि मुस्लिमांचा समावेश असलेल्या लाखो बंगाली घुसखोरांची ओळखपरेड होईल आणि त्यांना अधिकृतरीत्या 'परकीय' घोषित करण्यात येईल. स्थानिक आदिवासी समुदायांना यातून इतिहासात झालेल्या अन्यायामुळे त्यांना जे भोगावे लागले आहे त्याची काही प्रमाणात का होईना भरपाई होईल असे वाटले. बंगाली मूळ असलेल्या हिंदू आणि मुस्लिमांना एनआरसीवर त्यांची नावे पाहायची होती. यामुळे ते 'अस्सल नागरिक'

असल्याचे सिद्ध होणार होते तसेच त्यांच्यावरचा 'परकीय' असण्याचा काळा डाग कायमचा धुऊन निघणार होता. आणि आता आसाम सरकारचाही भाग असणाऱ्या हिंदू राष्ट्रवाद्यांना लाखो मुस्लिमांची नावे एनआरसीमधून वगळण्यात आल्याचे पाहायचे होते. प्रत्येकाला काहीएक प्रकारच्या समाधानाची अपेक्षा होती.

बऱ्याच चालढकलीनंतर शेवटी ३१ ऑगस्ट २०१९ रोजी अंतिम अद्ययावत यादी प्रसिद्ध करण्यात आली. १.९ दशलक्ष लोकांची नावे वगळण्यात आली होती.[४०] यातली एक तरतूद लोकांना - शेजाऱ्यांना, शत्रूंना वा कुणाही अनोळखी इसमाला 'आक्षेप' घेण्याची परवानगी देते. त्यामुळे वगळण्यात आलेल्या लोकांची संख्या अजूनही वाढू शकते. शेवटी ऐकले त्यानुसार दोन लाखाहून अधिक लोकांनी आक्षेप नोंदवले आहेत. यादीतून नाव वगळण्यात आलेल्या नागरिकांत बहुतांश महिलांचा आणि बालकांचा समावेश आहे. यातल्या बऱ्याच महिला अशा समाजाशी संलग्न आहेत जिथे त्यांचे कोवळ्या वयातच लग्न लावले जाते आणि प्रथेनुसार त्यांना आपले नाव बदलावे लागते. त्यांच्याकडे वारसा सिद्ध करणारे कोणतेही 'लिंक डॉक्युमेंट' नसते. तसेच यामध्ये बऱ्याच अशिक्षित लोकांचा समावेश आहे ज्यांच्या नावांचा अथवा त्यांच्या पालकांच्या नावांचा वर्षानुवर्षे होत आलेल्या अक्षरांच्या अदलाबदलीमुळे गोंधळ उडाला आहे. 'हसन'चा 'हस्सन' झाला आहे, तर 'जोयनूल' बदलून 'जैनुल' झाले आहेत. 'मोहम्मद' हे नाव तर कितीतरी वेगवेगळ्या प्रकारे लिहिले गेले आहे. थोडासा बदल आणि तुम्ही तडक यादीबाहेर. जर तुमचे वडील हयात नसतील वा तुमच्या आईपासून विभक्त झाले असतील, तसेच जर ते मतदान करत नसतील, शिक्षित नसतील किंवा त्यांच्या मालकीची जमीन नसेल तरीसुद्धा तुम्ही यादीबाहेर. कारण प्रत्यक्षात आईकडचा वारसा कामाचा नाही. एनआरसी अद्ययावत करताना जे पूर्वग्रह कामी आले असतील त्यापैकी स्त्रिया आणि गरिबांविषयीचे पूर्वापार चालत आलेले, संरचनात्मक पूर्वग्रह मात्र सर्वाधिक महान आहेत.

यादीतून नावे गायब असलेल्या सर्व १.९ दशलक्ष लोकांना आता परकीयांसाठीच्या लवादाकडे अपील करावी लागणार आहे. आसाममध्ये सध्या शंभरावर 'परकीय लवाद' आहेत तसेच अजून हजारेक नव्याने तयार होण्याच्या मार्गावर आहेत.[४१] या लवादांचा कार्यभार सांभाळणाऱ्या 'सदस्यांच्या' हाती लाखो लोकांचे भवितव्य आहे. परंतु त्यांना न्यायदानाचा कसलाही अनुभव नाही. ते सरकारी अधिकारी आहेत किंवा भरघोस मोबदला देऊन सरकारने नेमलेले कनिष्ठ वकील आहेत. पुन्हा एकदा, व्यवस्था नव्याने पूर्वग्रह तयार करण्याच्या कामगिरीस लागलेली आहे. कार्यकर्त्यांनी काही सरकारी कागदपत्रे चाळल्यानंतर असे लक्षात आले आहे, की ज्यांचा करार संपुष्टात आला आहे अशा सदस्यांच्या पुनर्नियुक्तीसाठीचा एकमेव निकष म्हणजे त्यांनी किती अपील फेटाळले आहेत ती संख्या. ज्यांना लवादासमोर अपील

करावयाची असेल त्यांना वकीलही नेमावा लागेल. त्याची फीस देण्यासाठी मग कर्ज काढावे लागेल किंवा जमीन वा घर विकावे लागेल आणि स्वतःचे आयुष्य कर्जाच्या आणि आत्यंतिक दारिद्र्याच्या दावणीला बांधून घ्यावे लागेल. या परिस्थितीत अडकलेल्या कित्येकांनी आत्महत्या केल्या आहेत.[४२]

या भल्याथोरल्या कवायतीनंतर आणि त्यावर कोट्यवधी रुपये खर्चल्यानंतर एनआरसीशी संलग्न सर्व भागधारकांची या यादीमुळे मात्र घोर निराशा झाली आहे. वैध नागरिकांना मनमानी पद्धतीने वगळण्यात आल्यामुळे बंगाली मूळ असलेले मुस्लीम नाराज आहेत. ५० लाख 'घुसखोर' तावडीत सापडतील या अपेक्षेला ही यादी पुरी पडत नसल्याने आणि बऱ्याच अवैध परकीयांची यादीत वर्णी लागल्याकारणाने आसामिया राष्ट्रवादी निराश झालेत. आणि यादीतून वगळण्यात आलेल्या १९ लाख लोकांमध्ये अर्ध्याहून अधिक गैर-मुस्लीम असल्याचा अंदाज वर्तवला जात असल्याने भारतावर सत्ता गाजवत असलेल्या हिंदू राष्ट्रवाद्यांचा भ्रमनिरास झाला आहे. (याचे कारण म्हणजे, बऱ्याच कालावधीपासून विद्वेषाचा सामना करावा लागत असलेल्या बंगाली मुस्लिमांनी कित्येक वर्षे त्यांचे 'लीगसी पेपर्स' मिळवण्यात घालवली आहेत. अशा असुरक्षिततेचा सामना करावा लागत नसल्याने हिंदूंनी मात्र यासाठी काही हातपाय हलवले नव्हते.)

न्यायमूर्ती गोगोई यांनी एनआरसीचे मुख्य समन्वयक प्रतीक हजेला यांना आसाममधून निघून जाण्यासाठी सात दिवसांच्या मुदतीसह बदलीचे आदेश दिले. त्यांनी या आदेशासंदर्भात कोणतेही कारण वा स्पष्टीकरण दिले नाही.

पुन्हा एकदा नव्याने एनआरसी घेण्याबद्दलच्या मागण्या जोर धरत आहेत.

हा वेडाचार समजून घेण्यासाठी कवितेकडे वळण्याशिवाय दुसरा कोणता पर्याय उपलब्ध आहे? 'मियाँ कवी' या नावाने ओळखल्या जाणाऱ्या तरुण मुस्लीम कवींच्या एका गटाने ज्या भाषेसोबत ते उत्कटपणे जोडले गेले आहेत, त्याच भाषेत आपली दुःखे आणि अवहेलना मांडण्यास सुरुवात केली आहे. ढकैया, मैमनसिंघिया आणि पाबनैया या मिया बोलींचा वापर ते आजवर केवळ आपापल्या घरात करत असत. त्यांच्यापैकी एक असलेली रेहना सुलताना आपल्या 'आई' या कवितेत म्हणते :

मा आमी तुमार काछे आमार पोरीसोयी दिति दिति बियाकूल ओया जाई.

आई, तुला मी माझी ओळख पटवून देता देता आता थकले आहे.[४३]

जेव्हा फेसबुकवर या कविता लोकांनी उचलून धरल्या, तेव्हा एक खासगी भाषा सार्वजनिक झाली. आणि भाषिक राजकारणाच्या जुन्या भुताने पुन्हा एकदा आपले

डोके वर काढले. अनेक मियाँ कविविरोधात पोलीस तक्रारी दाखल करण्यात आल्या. त्यांच्यावर आसामी समुदायाला बदनाम करत असल्याचा ठपका ठेवण्यात आला. रेहना सुलतानाला भूमिगत व्हावे लागले.

आसाम एका समस्येशी झुंजत आहे याविषयी कुणाचेही दुमत असू शकत नाही. परंतु ती कशी सोडवायची? एकदा वांशिक-राष्ट्रवादाची मशाल पेटवल्यानंतर हवा हा वणवा कोणत्या दिशेला घेऊन जाईल, याविषयी कल्पना करणे अशक्य आहे. हीच खरी समस्या आहे. जम्मू आणि काश्मीरला असलेला 'राज्य' दर्जा काढून घेतल्यानंतर लडाखला केंद्रशासित प्रदेश बनवण्यात आले. या प्रदेशात आता बौद्ध आणि शिया मुस्लीम समुदायांत संघर्षाची आग भडकत आहे. एकट्या ईशान्य भारतातील राज्यांमध्ये उडणाऱ्या ठिणग्यांमुळे जुने शत्रुत्व पुन्हा एकवार चेतवले जात आहे. अरुणाचल प्रदेशात आसामी लोकांना आगंतुक विस्थापित समजले जाते. मेघालयमध्ये आसामलगतच्या सीमारेषांवर नाकाबंदी करण्यात आली आहे. तसेच राज्यात २४ तासांहून अधिक काळ वास्तव्य करणाऱ्या 'परकीयांना' नव्या कोऱ्या 'मेघालय रहिवासी सुरक्षा कायद्यानुसार' सरकारकडे नोंदणी करणे बंधनकारक केले आहे. नागालँडमध्ये, स्वतंत्र नागा ध्वज आणि घटनेच्या मागणीवरून बावीस वर्षांपासून सुरू असलेली शांतता बोलणी थांबवण्यात आली आहे. नागा समुदाय आणि केंद्र सरकार यांच्यातील तहाची शक्यता बघून, मणिपूरमधील फुटीरतावाद्यांनी लंडन येथे एका प्रतिसरकाराची (गव्हर्नमेंट-इन-एक्साइल) घोषणा केली आहे. मणिपूरमधील स्थानिक आदिवासी जमातींनी हिंदू बंगाली लोकांना राज्यातून हुसकून लावण्यासाठी स्वतंत्र एनआरसीची मागणी केली आहे. या हिंदूंमुळे त्यांना स्वतःच्याच राज्यात अल्पसंख्याक म्हणून राहावे लागत आहे.

आसाममधील एनआरसीमुळे उद्‌भवलेल्या गदारोळाने आणि विपन्नतेने अजिबात विचलित न होता मोदी सरकार ही प्रक्रिया संपूर्ण भारतासाठी लागू करण्याच्या तयारीत आहे. आसाममध्ये जे घडले त्यावरून बोध घेत एनआरसीच्या गुंतागुंतीत हिंदू आणि इतर समर्थक अडकून पडू नयेत यासाठी एक नवीन नागरिकत्व घटनादुरुस्ती विधेयक आणले. (संसदेत मंजूर झाल्यानंतर त्याचे नागरिकत्व घटनादुरुस्ती कायद्यात (सीएए) रूपांतर झाले.)[४४] या कायद्यानुसार पाकिस्तान, बांगलादेश आणि अफगाणिस्तानातील सर्व 'शोषित अल्पसंख्यांकांना'- म्हणजेच हिंदू, शीख, बौद्ध आणि ख्रिश्चन, भारतात आश्रय दिला जाईल. सीएएमुळे आपोआपच केवळ मुस्लिमाना नागरिकत्वापासून वंचित ठेवण्यात येणार असल्याचे स्पष्ट होते.

एनआरसीची प्रक्रिया सुरू करण्याआधी राष्ट्रीय लोकसंख्या नोंदणीची (एनपीआर) योजना आहे.[४५] यामध्ये दारोदार जाऊन सर्वेक्षण करण्याचा अंतर्भाव आहे. पायाभूत माहितीसोबतच डोळ्यांच्या बाहुल्यांचे स्कॅन तसेच इतर बायोमेट्रिक तपशील गोळा

करण्याचा सरकारचा इरादा आहे. हा आजवरच्या माहिती संचयाचा शिरोमणी ठरणार याबद्दल शंका नाही.

यासंदर्भातली पूर्वतयारी कधीचीच सुरू करण्यात आली आहे. गृहमंत्रिपदाचा कार्यभार स्वीकारल्याच्या पहिल्याच दिवशी अमित शहा यांनी एक अधिसूचना जारी करत देशभरातील राज्य सरकारांना परकीयांसाठीचे लवाद आणि कैदखाने उभारण्याची परवानगी दिली. यावर अघोरी अधिकार बहाल केलेल्या गैर-न्यायिक अधिकाऱ्यांची नेमणूक करण्यात येणार आहे. कर्नाटक, उत्तर प्रदेश आणि हरियाणातल्या सरकारांनी यावर काम सुरूही केले आहे. आपण पहिले, की आसाममधली एनआरसी हा तिथल्या विशिष्ट इतिहासाचा परिपाक होता. तोच तर्क उर्वरित भारतासाठी लागू करणे दुर्भाग्याचे आहे. आसाममधील एनआरसीची मागणी चाळीस वर्षांहून जुनी आहे. तिथले लोक मागच्या पन्नास वर्षांपासून कागदपत्रांची जमवाजमव करत आहेत. ती कागदपत्रे जिवापाड जपत आहेत. भारतात 'लीगसी डॉक्युमेंट' सादर करू शकणारे असे किती लोक असतील? कदाचित आपल्या पंतप्रधानांनासुद्धा हे शक्य होणार नाही. त्यांची जन्मतारीख, महाविद्यालयीन पदवी आणि वैवाहिक स्थिती या सगळ्या गोष्टी राष्ट्रीय विवादांचा विषय बनत आले आहेत.

आपल्याला सांगण्यात येत आहे, की ही राष्ट्रव्यापी एनआरसी लाखो बांगलादेशी घुसखोरांना पकडण्यासाठी लागू करण्यात येत आहे. या तथाकथित घुसखोरांना आपले गृहमंत्री 'किडे' म्हणून संबोधतात. या भाषेच्या भारत आणि बांगलादेशदरम्यानच्या संबंधावर होणाऱ्या परिणामांविषयी त्यांचे काय अनुमान असावे? पुन्हा एकदा, लाखोंच्या घरात असलेल्या काल्पनिक संख्येचे भूत आपल्यासमोर उभे केले जात आहे. भारतात कुठल्याही प्रकारची नोंद नसलेले कित्येक बांगलादेशी मजूर राहत आहेत याविषयी दुमत नाही. निःसंदेहपणे ते देशातील आत्यंतिक गरीब, शोषित जनसमुदायाचा भाग आहेत. जे मुक्त बाजारपेठेवर विश्वास असल्याचा दावा करतात त्यांना ठाऊकच असेल, की ही जनता इतर कुणीही करणार नाही अशी कामे करत आणि इतर कुणीही स्वीकारणार नाही इतपत कमी मोबदला स्वीकारत अर्थव्यवस्थेतील केवळ एक रिकामी जागा भरत आहेत. फुटकळ मजुरीवर ते प्रामाणिकपणे आपले काम करत आहेत. ते देशाचे नुकसान करत नाहीत, सार्वजनिक पैसा लुटत नाहीत किंवा बँकावर दिवाळखोरीची वेळही आणत नाहीत. आपले ऐतिहासिक स्वप्न पूर्ण करण्यासाठी ट्रॉयमधल्या सुप्रसिद्ध घोड्यासारखे संघाने उभे केलेले हे एक बुजगावणे आहे.

सीएएच्या साथीने या अखिल भारतीय एनआरसीचा खरा हेतू मुस्लीम समुदायाला, विशेषतः त्यांच्यातल्या आत्यंतिक गरिबांना धमकावणे, अस्थिर करणे तसेच बदनाम करणे हा आहे. याद्वारे स्तरित नागरिकत्वाची संरचना करण्यात येणार आहे, ज्यामध्ये एका विशिष्ट समुदायाला कोणतेही अधिकार असणार नाहीत, तसेच

त्यांना इतरांच्या कृपेवर आणि चांगुलपणावर अवलंबून राहत जगावे लागणार आहे. ही एक आधुनिक जातीव्यवस्था आहे जी जुन्या व्यवस्थेसोबत अस्तित्वात येईल. या नव्या व्यवस्थेत मुस्लीम हे दलितांची जागा घेतील. केवळ कल्पनेतच नव्हे तर प्रत्यक्षात. कायदेशीरदृष्ट्या. भाजप जिथे सत्ताप्राप्तीसाठी आक्रमक झाला आहे त्या पश्चिम बंगालमध्ये आत्महत्यांना सुरुवात झालीच आहे.

१९३९ मध्ये, संघाचे तत्कालीन सरसंघचालक असणारे एम. एस. गोळवलकर आपल्या 'वी ऑर अवर नेशनहूड डिफाइन्ड' या पुस्तकात लिहितात :

> मुस्लिमांनी या हिंदुस्थानात पाऊल ठेवले त्या दुर्दैवी दिवसापासून अगदी या क्षणापर्यंत, त्या लुटारूंना नामोहरम करण्यासाठी हे हिंदू राष्ट्र असीम धैर्याने लढत आहे. वंशाचा अभिमान जागृत होत आहे.
>
> हिंदूंची भूमी असलेल्या या हिंदुस्थानात केवळ एक हिंदू राष्ट्रच उभे राहिले पाहिजे...
>
> इतर सर्व जण एकतर गद्दार आणि या राष्ट्रीय आकांक्षेचे शत्रू आहेत. किंवा अगदी उदार भावनेने बोलायचे झाले, तर त्यांना मूर्ख संबोधता येईल...
>
> हिंदुस्थानातील परकीय वंश... हिंदू राष्ट्राचे पूर्णतः मांडलिक होऊन या देशात राहू शकतात... त्यांना कसल्याही मागण्या करता येणार नाहीत, कोणत्याही प्रकारच्या विशेषाधिकारास ते पात्र असणार नाहीत. त्यांना कोणत्याही बाबतीत प्राथमिकता देण्यात येणार नाही. इतकेच काय सर्वसामान्यांसाठीचे हक्कसुद्धा त्यांना मिळणार नाहीत.[४६]

ते पुढे लिहितात :

> वंश आणि संस्कृतीची शुद्धता अबाधित राखण्यासाठी सेमेटिक वंशांपासून -ज्यूंपासून देशाला शुचिर्भूत करत जर्मनीने अवघ्या जगाला चकित केले आहे. या ठिकाणी वंशाविषयीचा सर्वोच्च अभिमान प्रकट झाला आहे. हिंदुस्थानातील आपल्या सगळ्यांसाठी हा एक धडा आहे. यातून आपल्याला बरेच शिकता येईल आणि त्यायोगे आपला उत्कर्ष साधता येईल.[४७]

उपरोक्त मजकुराचा आजच्या शब्दांत अनुवाद करण्याचे ठरवले, तर त्याचा अर्थ नागरिकत्व घटनादुरुस्ती विधेयकासमवेत राष्ट्रीय नागरिक नोंदणी लागू करण्यापेक्षा भिन्न असेल का? हे जर्मनीतील १९३५ सालच्या नुरेम्बर्ग कायद्यांच्या समकक्ष असे

संघाचे प्रारूप आहे. त्या कायद्यान्वये ज्यांच्याकडे नागरिकत्वासंदर्भातील कागदपत्रे - लीगसी पेपर्स - असतील त्यांनाच जर्मनीतील थर्ड राईश सरकार 'नागरिक' म्हणून मान्यता देत असे. मुस्लिमांविरुद्ध करण्यात आलेली घटनादुरुस्ती हे या दिशेने उचललेले पहिले पाऊल आहे. यानंतर संघाचे शत्रू असलेल्या -ख्रिश्चन, दलित, साम्यवादी अशा सर्वांचाच क्रमांक असेल.

सध्या भारतात मोठ्या प्रमाणावर उभारल्या जात असलेल्या परकीयांसाठीच्या लवादांचा आणि कैदखान्यांचा उपयोग लाखो मुस्लिमांना डांबण्यासाठी किमान याक्षणी तरी केला जाणार नाही. परंतु भारतीय मुस्लीम जर लीगसी पेपर्स दाखल करू शकले नाहीत, तर त्यांच्यावर ही वेळ नक्कीच येणार याची आपल्याला जाणीव मात्र याद्वारे करून दिली जात आहे. कारण केवळ हिंदूच या देशातले मूलनिवासी आहेत. त्यांना त्या कागदपत्रांची आवश्यकता नाही. चार शतके जुनी असलेल्या बाबरी मशिदीकडेदेखील आवश्यक ती कागदपत्रे नव्हती. मग एखाद्या गरीब शेतकऱ्याची अथवा फेरीवाल्याची काय खैर?

ह्यूस्टनमध्ये क्रीडांगणावर जमलेले पन्नास हजार लोक या विकृतपणाचा जयघोष करत होते. अमेरिकेचे राष्ट्राध्यक्ष याच्या समर्थनार्थच मोदींच्या हातात हात गुंफत होते. इस्त्राईलला यामध्येच भागीदारी हवी आहे, जर्मनांना याच्याशी व्यापारी संबंध प्रस्थापित करायचे आहेत, फ्रेंच या विकृतपणालाच आपली लढाऊ विमाने विकण्यासाठी उत्सुक आहेत, तर यासाठीच सौदी निधी पुरवणार आहेत.

कदाचित या अखिल भारतीय एनआरसीच्या एकंदर प्रक्रियेचे खासगीकरण केले जाऊ शकते, ज्यामध्ये त्या महाकाय माहिती संचयाचा तसेच आपल्या डोळ्यातील बाहुल्यांच्या स्कॅन्सचा समावेश असेल. यामुळे उत्पन्न होणाऱ्या रोजगाराच्या संधी आणि त्याला जोडून होणाऱ्या नफ्यामुळे मृतावस्थेतील अर्थव्यवस्थेत नवचैतन्य संचारू शकते. सीमेन्स, बायर आणि आयजी फारबेन या कंपन्यांच्या समकक्ष असणाऱ्या भारतीय कंपन्यांमार्फत कैदखान्यांची उभारणी केली जाऊ शकते. ते कोणते उद्योगसमूह असतील याविषयी अंदाज बांधणे तितकेसे अवघड नाही. नाझी जर्मनीत ज्यूंना झायक्लॉन बी या विषारी वायूने भरलेल्या दालनांत कोंडून मारण्यात येत असे. आपण या पातळीला जरी पोहोचणार नसलो, तरी यातून प्रचंड पैसा कमावला जाऊ शकतो हे नक्की.

आपण इतकीच अपेक्षा करू शकतो, की नजीकच्या भविष्यात, आपण काहीएक पाऊल उचलले नाही तर अंत अटळ आहे हे ध्यानात आलेल्या लोकांच्या जथ्थ्यांनी भारतातील रस्ते लवकरच फुलून जातील.

जर असे घडले नाही, तर हे शब्द म्हणजे, या कालखंडात जगत असलेल्या एका व्यक्तीने दिलेले अंताचे सूतोवाच आहेत असे समजा.

७

कब्रस्तानाचे प्रत्युत्तर : फेकन्यूजच्या कालखंडातील फिक्शन*

१३२व्या वर्षात पदार्पण करत असलेल्या क्लार्क व्याख्यानासाठी मला निमंत्रित केल्याबद्दल धन्यवाद. सदर निमंत्रण मिळाल्यानंतर सर्वप्रथम मी माजी व्याख्यात्यांची यादी चाळली, ज्यामध्ये कितीतरी 'सर' आणि 'सर'सदृश महानुभावांचा समावेश होता. त्यांच्या व्याख्यानांचा आवाका 'राणी ॲनच्या काळातील साहित्यिक समीक्षा', 'व्होल्टेअरच्या कालखंडातील फ्रान्समध्ये शेक्सपियरवर झालेली टीका', 'द क्राऊनिंग प्रिविलेज : इंग्रजी कवितेतील व्यावसायिक दर्जा', 'मेकर्स अँड मटेरियल्स : स्पेन्सर, शेक्सपियर, मिल्टन, कीट्स आणि इलियट यांची कविता' अशा नानाविध विषयांना कवेत घेणारा होता. या गोष्टीवर जर एखादे कार्टून बनवले, तर त्यात माझी भूमिका करणारे पात्र या क्षणाला एक भुवई उंचावून म्हणेल 'अच्छा?' जेव्हा माझी नजर टोनी मॉरिसन यांच्या 'अमेरिकन आफ्रिकावादाचा अभ्यास' यावर खिळली, तेव्हा काही क्षणांसाठी का होईना माझा जीव भांड्यात पडला. मला निमंत्रण पाठवणाऱ्या डॉक्टर जॉन मरेनबॉन यांना मी काही माजी व्याख्यात्यांच्या भाषणाचा मजकूर पाहायला मिळू शकेल का याबद्दल विचारणा केली. मला इंटरनेटवर ही भाषणे मिळू शकली नव्हती.

---

* केंब्रिज विद्यापीठातील ट्रिनिटी महाविद्यालयाने इंग्रजी साहित्यावरील 'क्लार्क व्याख्यान, २०२०' आयोजित केले होते. ट्रिनिटी महाविद्यालयाचे विश्वस्त मंडळ आणि केंब्रिज विद्यापीठातील 'विद्यापीठ आणि महाविद्यालय संघटना' यांच्यादरम्यान उद्‌भवलेल्या वादामुळे तसेच संघटनेच्या विनंतीवरून १३ फेब्रुवारी २०२० रोजी प्रस्तावित असलेले हे व्याख्यान व्यक्तिशः उपस्थित राहून सादर करण्यात आले नाही.

ट्रिनिटीकडून त्या व्याख्यात्यांना त्यांची भाषणे जमा करण्याविषयी कधीही सांगण्यात आले नसल्याचे त्यांनी अत्यंत विनयाने मला कळवले. परंतु टी. एस. इलियट यांचे 'द व्हरायटीज ऑफ मेटाफिजिकल पोएट्री' आणि एम. फॉस्टर यांचे 'अस्पेक्ट्स ऑफ द नॉव्हेल' क्लार्क व्याख्यानांमुळेच आकारास आले असल्याची पुस्तीही त्यांनी जोडली.

थोडक्यात काय, माझ्यावर कसलाही दबाव नव्हता.

हे व्याख्यान म्हणजे आपण वावरतोय त्या काळातील साहित्याचे स्थान आणि सार्वजनिक व खासगी परिप्रेक्ष्यातील भाषिक राजकारण या विषयासंबंधात मी मागच्या काही दिवसांपासून देत असलेल्या भाषणांचा परिपाक आहे. त्यामुळे माझे काम काहीसे अवघड झाले आहे. तुमच्यापैकी बहुतेक जण माझ्या लेखनाशी परिचित आहेत या गृहीतकाचा यामध्ये काही वेळा अंतर्भाव असू शकतो. ती वस्तुस्थिती नसेल याची जाणीव असल्याकारणाने मी त्याबद्दल आधीच दिलगिरी व्यक्त करते.

लोकसंख्येतील ख्रिश्चनांच्या अत्यल्प संख्येमुळे, तसेच (तुम्हाला ज्ञात असेलच की) हिंदुधर्मासह इतर अनेक सामाजिक घटकांत प्रेताचे दहन करण्याची पद्धत असल्याकारणाने भारतातील बहुतांश स्मशाने वस्तुतः मुस्लीम कब्रस्ताने आहेत. भारतातील हिंदू राष्ट्रवाद्यांच्या कल्पनाविश्वात, तसेच वक्तव्यांत मुस्लिमांची स्मशाने, अर्थात कब्रस्ताने नेहमीच महत्त्वाची जागा व्यापून राहतात : 'मुसलमानांचे एकच स्थान, कब्रस्तान किंवा पाकिस्तान'. भारतीय रस्त्यांमधून नंग्या तलवारी घेऊन फिरणाऱ्या रक्तपिपासू, हिंसक जमावाच्या परवलीच्या घोषणांपैकी ही एक. उजव्या हिंदुत्ववादी विचारसरणीने शासकीय तसेच गैरशासकीय आस्थापनांवर पूर्णतः ताबा मिळवल्यापासून वाढीस लागलेल्या उघड सामाजिक आणि आर्थिक बहिष्कारामुळे मुस्लीम समुदाय सामाजिक उतरंडीच्या आणखीनच तळाशी ढकलला गेला आहे. तसेच त्यांना सार्वजनिक, धर्मनिरपेक्ष अवकाशापासून आणि निवासी वसाहतींमध्ये वास्तव्यास जाण्यापासून अधिकच हतोत्साहित करण्यात आले आहे. सुरक्षेच्या कारणांसाठी किंवा गरज म्हणून अभिजनवर्गासह शहरी भागातील बरेचसे मुस्लीम आपापल्या वस्त्यांमध्ये परतत आहेत. त्यांना विद्वेषाने 'लघु-पाकिस्तान' असे संबोधले जाते. आता मृत्यूप्रमाणेच जीवनातही विलगीकरण हा नियम बनत चालला आहे. दरम्यान, दिल्लीसारख्या शहरात कितीतरी बेघर, निराश्रित जनता दर्ग्यात अथवा कब्रस्तानाजवळ निवाऱ्यासाठी गोळा होते. या जागा केवळ मृतांनाच नव्हे, तर जिवंत माणसांना देखील आसरा प्रदान करतात. ज्याला या हिंदू भारतात शब्दशः तसेच रूपकात्मकरीत्याही नवा घेट्टो म्हणता येईल अशा कब्रस्तानांविषयी मी आज बोलणार आहे.. तसेच या अशा कालखंडात फिक्शन लिहिण्याविषयीही

मी भाष्य करेन.*

असे वाटते, की २०१७ साली प्रकाशित झालेल्या 'द मिनिस्ट्री ऑफ अटमोस्ट हॅपिनेस' या माझ्या कादंबरीकडे दोन कब्रस्तानांतील संवाद म्हणूनही पाहता येईल. एका कब्रस्तानात अंजुम नावाची तृतीयपंथी व्यक्ती अर्थात एक हिजडा आहे. तिला तटबंदीने वेढलेल्या दिल्लीतील एका मुस्लीम कुटुंबात 'मुलगा' म्हणून वाढवले जात होते. आतामात्र ती कब्रस्तानात वास्तव्यास आली आहे आणि तिथे हळूहळू स्वतःचे घर आणि 'जन्नत' नावाचे एक अतिथिगृह उभे करते. विविध प्रकारची लोकं त्या ठिकाणी निवाऱ्यासाठी येतात. दुसरे कब्रस्तान म्हणजे स्वर्गीय सौंदर्य लाभलेले काश्मीरचे खोरे, जे तीस वर्षांच्या युद्धानंतर आता थडग्यांनी ओतप्रोत भरून गेले आहे आणि ज्याचे रूपांतर जणू एका स्मशानातच झाले आहे. म्हणजेच एका कब्रस्तानावर 'जन्नत'नामक अतिथिगृह उभे आहे आणि दुसरीकडे एक 'जन्नत' कबरींनी व्यापली आहे.

या दोन कब्रस्तानांतील संवादाला भारताने नेहमीच प्रतिबंध केला आहे. भारतीय सरकार करत असलेला सोईस्कर प्रचार वगळला तर प्रत्यक्षात काश्मीरविषयीचे कोणतेही मतप्रदर्शन हा मोठा गुन्हा समजला जातो. अगदी राष्ट्रद्रोह देखील. सुदैवाने फिक्शनला हे नियम लागू होत नाहीत.

या निषिद्ध संवादाबद्दल बोलण्याआधी मला माझ्या लिखाणाच्या मेजावरून दिसणारे दृश्य तुमच्यासमोर मांडायचे आहे. समोर दिसणारे विदारक दृश्य टाळण्यासाठी काही लेखक खिडक्या बंद करून दुसऱ्या खोलीत जाणे पसंत करतील. परंतु मला ते शक्य नाही त्यामुळे तुम्हाला थोडासा संयम बाळगावा लागेल, कारण ही तीच जागा आहे जिथे मी माझी लेखनाची आयुधे पारजते. ही तीच जागा आहे जिथे माझे साहित्य निर्माण होते.

आज १३ फेब्रुवारी २०२० रोजी भारत सरकारने काश्मीरमधील इंटरनेट सेवा खंडित करून तब्बल १९३ दिवस झाले आहेत. कित्येक महिने माहितीपासून वंचित ठेवल्यानंतर जगातील सर्वाधिक घनतेच्या सैनिकी नियंत्रणाखाली राहिलेल्या ७० लाख काश्मिरींना आता बोटावर मोजण्याइतक्या सरकारमान्य संकेतस्थळांचा

---

* हे व्याख्यान प्रकाशित झाल्यानंतर दहा दिवसांनी ईशान्य दिल्लीमध्ये हिंसाचार उफाळला. पोलिसांच्या पाठिंब्यासह संघटित, फॅसिस्ट जमाव कामगार वस्त्यांतील मुस्लिमांचे शिरकाण करत होता. त्यांची घरे, दुकाने, मशिदी आणि शेजारच्या परिसरात जाळपोळ करण्यात आली. यात कित्येकांचा मृत्यू झाला, कित्येक जण बेपत्ता झाले. हजारो मुस्लीम निर्वासितांना मुस्लिमांच्या स्थानिक कब्रस्तानात कोंबण्यात आले (पाहा – प्रकरण ८)

वापर करण्याची परवानगी देण्यात आली आहे. श्वेतयादी म्हणून ओळखल्या जाणाऱ्या या यादीत काही ठरावीक न्यूज पोर्टल्सचा समावेश आहे, परंतु काश्मिरी जनतेची भिस्त असलेली समाजमाध्यमे मात्र यातून वगळण्यात आलेली आहेत. भारतीय माध्यमांची काश्मीरविषयी असलेली विद्वेषाची भावना बघता ते तिथल्या जनतेच्या जीवनाविषयी स्वतःचे सोईस्कर प्रारूप मांडतील यात शंका नाही. थोडक्यात, काय तर काश्मीरमध्ये आता शासकीय निर्बंध लादलेले इंटरनेट अस्तित्वात आहे. जगातील आपल्यापैकी बहुतेकांचे हेच भविष्य असू शकते. हे म्हणजे एखाद्या तहानलेल्या माणसाला डोळ्यात औषध घालण्याच्या नळीने पाणी पाजण्यासारखे आहे.

इंटरनेट सेवा खंडित झाल्याने काश्मीरमधील दैनंदिन जीवनाच्या जवळपास सर्व घटकांचे अक्षरशः कंबरडे मोडले आहे. यामुळे झालेल्या तिथल्या वाताहतीचा आवाका अजून कुणाच्या पुरता लक्षातही आलेला नाही. मानवी हक्कांची इतक्या मोठ्या प्रमाणावर पायमल्ली होण्याचा हा अभिनव प्रयोग आहे. माहितीपासून वंचित ठेवणे तर सोडा, हजारो काश्मिरींना -ज्यामध्ये लहान मुलांचा, सामाजिक कार्यकर्त्यांचा आणि राजकीय नेत्यांचा समावेश आहे, तुरुंगात डांबण्यात आले आहे. त्यांच्यातील काही जणांवर अमानुष 'सार्वजनिक सुरक्षा कायदा' लागू करण्यात आला आहे. खरे तर दिवसागणिक उलगडत जाणाऱ्या या महाकाय शोकांतिकेचा हा केवळ संक्षिप्त गोषवारा आहे. जग याकडे डोळेझाक करत असले तरी इथला व्यापार पूर्णपणे ठप्प झाला आहे ही वस्तुस्थिती आहे. पर्यटन नामशेष होण्याच्या मार्गावर आहे. काश्मीरची चहूबाजूंनी मुस्कटदाबी करण्यात आली आहे आणि हळूहळू ते नकाशावरून अंतर्धान पावत आहे. जेव्हा एखादी जागा नकाशावरून नाहीशी होते तेव्हा काय घडते याबद्दल आपल्यापैकी कुणालाही स्मरण करून देण्याची आवश्यकता नाही. ते आक्रीत जेव्हा घडेल तेव्हा चकित होणाऱ्या दांभिक गर्दीचा किमान मी तरी भाग नसेन.

या दरम्यानच भारत सरकारने एक नवीन नागरिकत्व कायदा मंजूर केला आहे, ज्याची संरचना गुंतागुंतीची असली, तरी तो उघडपणे मुस्लिमांशी भेदभाव करणारा आहे. गेल्या नोव्हेंबरमध्ये या विषयावर विस्तृतपणे व्याख्यान दिले असल्यामुळे आता त्यावर मी अधिक भाष्य करू इच्छित नाही. केवळ इतकेच म्हणेन, की या कायद्यामुळे आजवर कधीही न अनुभवलेला निर्वासितांचा प्रश्न उभा राहू शकतो ज्याच्या तीव्रतेची आज आपण कल्पनाही करू शकत नाही.[१] ज्याप्रमाणे जर्मनीतल्या थर्ड राईशसाठी १९३५ मध्ये संमत करण्यात आलेले नुरेंबर्ग कायदे होते- ज्यात वारसाहक्क सिद्ध करणाऱ्या विशिष्ट कागदपत्रांआधारे कोण नागरिकत्वासाठी पात्र आहे व कोण नाही हे ठरवण्याचे सर्वाधिकार सरकारला मिळाले होते, हिंदू राष्ट्रवादाची गंगोत्री आणि नरेंद्र मोदींच्या भारतीय जनता पक्षाची मातृसंस्था असलेल्या

राष्ट्रीय स्वयंसेवक संघासाठी हा कायदासुद्धा अगदी तितकाच महत्त्वाचा आहे. आजवर मला सर्वाधिक व्यथित करणाऱ्या माझ्या लेखांपैकी एक असे ते व्याख्यान होते.

त्यानंतरच्या तीन महिन्यांत या उदासीनतेचे पर्यवसान सावध आशेमध्ये झाले. ११ डिसेंबर २०१९ रोजी नागरिकत्व घटनादुरुस्ती विधेयक संसदेत संमत होऊन त्याचे रूपांतर नागरिकत्व घटनादुरुस्ती कायद्यात झाले. त्यानंतरच्या काहीच दिवसांत विद्यार्थ्यांनी उठाव केला. सर्वप्रथम प्रतिक्रिया देणाऱ्यांत दिल्लीतल्या अलिगढ मुस्लीम विद्यापीठ आणि जामिया मिलिया इस्लामिया विद्यापीठातील विद्यार्थ्यांचा समावेश होता. याला प्रत्युत्तर म्हणून दंगेखोर पोलिसांनी अश्रूधूर तसेच स्टेन-गनचा वापर करत कॅम्पसमधील विद्यार्थ्यांवर हल्ला चढवला. विद्यार्थ्यांना निर्दयपणे मारहाण करण्यात आली, काहींना गंभीर दुखापती झाल्या आणि एका विद्यार्थ्याचा एक डोळा निकामी झाला. हा संतापाचा ज्वर देशातील इतर महाविद्यालयांत आणि विद्यापीठांत पसरला. रोष व्यक्त करण्यासाठी लोक रस्त्यावरही उतरले. विद्यार्थी आणि मुस्लीम महिलांच्या नेतृत्वाखाली कितीतरी संतप्त नागरिक मागच्या काही आठवड्यांपासून एकत्रपणे सार्वजनिक चौकांत जमले आहेत व त्यांनी रस्ते अडवून धरले आहेत.

मुस्लीम पुरुषांवर स्त्रीद्वेष्टे, अतिरेकी, जिहादी असल्याचा दोषारोप करण्यात आपली प्रचंड ऊर्जा खर्च करणारे व स्वतःला मुस्लीम स्त्रियांचा तारणहार म्हणण्यापर्यंत ज्यांची मजल जाते असे उजवे हिंदुत्ववादी या अत्यंत बुद्धिमान, सुनियोजित, स्त्रीकेंद्रित उद्रेकामुळे खरोखर भंजाळून गेले आहेत. आता सर्वतोमुखी झालेल्या शाहीनबाग आंदोलनातील हजारो आणि क्वचित लाखाहून अधिक लोकांनी जवळपास दोन महिन्यांपासून हमरस्ता अडवून धरलेला आहे. या आंदोलनाचे लोण कमीअधिक प्रमाणात देशभर पसरले आहे. भारतीय तिरंगा फडकवत, भारतीय घटनेचे पावित्र्य अबाधित राखण्याची प्रतिज्ञा घेत आणि घटनेतील सरनाम्याचे जाहीर वाचन करत- ज्यामध्ये भारत हा धर्मनिरपेक्ष, समाजवादी, प्रजासत्ताक राष्ट्र असल्याचे नमूद केले आहे, स्वतःचा देश परत मिळवण्यासाठी लाखो लोक रस्त्यावर उतरले आहेत.

या उठावाचे गावागावांत, शहरांत तसेच महाविद्यालयांच्या आवारात, रस्त्यारस्त्यांत घुमत असलेले स्फूर्तिगीत मुळात काश्मिरी स्वातंत्र्यलढ्यातील सुप्रसिद्ध नाऱ्याचे एक नवे रूपच आहे. तो नारा म्हणजे 'हम क्या चाहते? -आजादी' अर्थात 'आम्हाला काय हवे आहे? -आज़ादी, स्वातंत्र्य' हा नारा अशा एका कवितेतील पालुपद आहे ज्यातून लोकांचा संताप, त्यांची स्वप्ने आणि त्यांच्यापुढे वाढून ठेवलेली कठीण लढाई प्रत्ययास येते. या 'आज़ादी'च्या घोषणेची मक्तेदारी एका विशिष्ट गटाकडे आहे असे यातून अजिबातच सुचवायचे नाही. या घोषणेच्या मागे मोठा वैविध्यपूर्ण इतिहास आहे. नुकताच चाळीसावा वर्धापन दिन साजरा करण्यात

आलेल्या इराणी क्रांतीत हा नारा देण्यात आला होता. तसेच सत्तर आणि ऐंशीच्या दशकात आपल्या उपखंडात उदयास आलेल्या काही स्त्रीवादी चळवळीतही याचा उपयोग करण्यात आला होता. परंतु मागील तीन दशकांपासून इतर कशाहीपेक्षा या घोषणेची ओळख काश्मीरच्या रस्त्यांतून दुमदुमणारे स्फूर्तिगीत म्हणूनच आपणास झाली आहे, आणि आता दैवदुर्विलास पाहा, काश्मीरचा आवाज दडपलेला असताना आणि ज्या भारताकडे काश्मिरी जनता एक वसाहतवादी ताकद म्हणून बघते, तिथल्याच रस्त्यांवर त्यांचेच स्फूर्तिगीत, त्याच शब्दांसहित, सुरांसहित, चालीसहित गायले जात आहे. एका रस्त्यावर स्मशानशांतता आणि दुसऱ्या रस्त्यावर गर्जनेचा आवाज. यादरम्यान काय दडले आहे? ही विभाजन करणारी दरी आहे की हा एक सांधणारा पूल बनू शकतो?

'द मिनिस्ट्री ऑफ अटमोस्ट हॅपीनेस'मध्ये वर्णन केलेल्या 'आज़ादी' या काश्मिरी घोषणेबद्दलचा मजकूर मी तुम्हाला वाचून दाखवते. या मजकुरातील 'मी' म्हणजे विप्लव दासगुप्ता आहेत. त्यांच्या मित्रांमध्ये ते गार्सन होबार्ट या नावाने ओळखले जातात. इथे त्याची कारणे जाणून घेण्याची आवश्यकता नाही. ते काश्मीरमध्ये कार्यरत असलेले भारतीय गुप्तचर विभागातील अत्यंत बुद्धिमान, कर्तबगार अधिकारी आहेत. होबार्ट यांना काश्मिरमधील स्वातंत्र्यलढ्याबद्दल विशेष सद्भावना नाहीत. नव्वदच्या दशकात काश्मीर खोऱ्यात उफाळलेल्या सर्वाधिक हिंसक उठावांसाठी ओळखले जाणारे ते १९९६ साल आहे. होबार्ट श्रीनगरबाहेरील एका राष्ट्रीय उद्यानात राज्यपालांच्या ताफ्यासोबत अडकले आहेत. त्यांना घरी परतणे शक्य नाही, कारण शहरातील सर्व रस्ते नुकत्याच धारातीर्थी पडलेल्या शहिदांना स्मशानाकडे घेऊन जाणाऱ्या लाखो शोकाकुल लोकांनी भरून वाहत आहेत. रस्ते पुन्हा एकदा पूर्णपणे ताब्यात घेतले गेल्याशिवाय होबार्ट यांनी शहरात परतू नये असा सल्ला त्यांच्या सचिवाने फोनवरून दिला आहे :

> दाचीगाम जंगलातील अतिथिगृहाच्या व्हरांड्यात बसलेलो असताना एक लाखाहून अधिक लोकांनी मिळून केलेला आणि रातकिड्यांच्या आवाजामधून हळूहळू वाढत जाणारा स्वातंत्र्याचा उद्घोष ऐकू आला. आज़ादी!.. आज़ादी! आज़ादी! हा आवाज उत्तरोत्तर वाढतच गेला. याबद्दल फोनवर मिळणाऱ्या माहितीमुळेदेखील धडकी भरत होती. असे वाटत होतं, की ते संपूर्ण शहर जणू एकाच फुप्फुसांच्या जोडीतून श्वास घेत होते. आपल्या आत्यंतिक निकडीच्या मागणीसाठी आणि तिच्या पूर्ततेसाठी उतावीळ झालेले हे शहर जणू एकाच सामायिक कंठातून जयघोष करत होते. मी आजवर देशाच्या इतर भागांत अनेक आंदोलने पाहिली आहेत

तसेच खूप सारी नारेबाजीही ऐकली आहे. परंतु या काश्मिरींनी दिलेला नारा वेगळा होता. ही केवळ राजकीय मागणी नव्हती.. ते प्रेरणागीत होते.. क्रांतिसूक्त होते.. ती एक प्रार्थना होती.[२]

जेव्हा या दुमदुमणाऱ्या घोषणांचे अस्तित्व (सुदैवाने अल्पकाळासाठीच) सर्वव्यापी भासत होते, तेव्हा त्यामध्ये इतिहास आणि भूगोलाची, तसेच तर्क आणि राजकारणाची तटबंदी मुळापासून नेस्तनाबूत करण्याची ताकद होती. क्षणभरासाठी का होईना आपल्यापैकी सर्वाधिक कठोर महानुभावांनादेखील बुचकळ्यात टाकण्याची ताकद त्यामध्ये होती. खरंच आपण काश्मीरमध्ये काय करत आहोत? आपला इतका टोकाचा तिरस्कार करणाऱ्या लोकांवर आपण राज्य का करत आहोत?

हे इथे स्पष्ट केले पाहिजे, की भारतातील आंदोलक पूर्णपणे वेगळ्या प्रकारची आज़ादी मागत आहेत- गरिबीपासून, उपासमारीपासून, पितृसत्तेपासून, जातीयतेपासून आणि शोषणापासून. 'आम्हाला भारतापासून नव्हे तर भारतात राहून आज़ादी हवी आहे' - करिश्मा असलेला तरुण राजकारणी कन्हैया कुमार म्हणतो. सदर काश्मिरी घोषणेवर आवश्यक ते संस्करण करून तिला आज भारतात उभ्या राहिलेल्या या उठावासाठी पुनरुज्जीवित करण्याचे श्रेय त्यालाच जाते.[३] आपल्यापैकी रस्त्यावर उतरलेल्या प्रत्येकाला या दुःखद वस्तुस्थितीची जाणीव आहे, की काश्मिरी लढ्यासाठी एखाद्याने अगदी अपघातानेही गुंजभर जरी सहानुभूती दाखवली, तरी त्यानंतर भडकणाऱ्या राष्ट्रवादी आगीत केवळ आंदोलनच नव्हे तर एकूण एक आंदोलनकर्तेही जळून भस्मसात होतील आणि जर ती व्यक्ती मुस्लीम असेल तर त्याला भोगाव्या लागणाऱ्या नरकयातनांची तीव्रता कितीतरी पट अधिक असेल, कारण जेव्हा मुस्लिमांचा विषय असतो - मग ते पार्किंगसाठीच्या पावतीपासून ते कुठल्याही फुटकळ गुन्ह्यासाठी का असेना, तेव्हा त्यांच्यासाठी वेगळे नियम लागू होतात. कागदोपत्री नव्हे, परंतु प्रत्यक्षात तरी नक्कीच. भारताची प्रकृती सध्या इतकी खालावली आहे.

म्हणूनच, मुस्लिमविरोधी नागरिकत्व कायद्यावरून पेटलेल्या आणि लोकशाही मार्गाने शांततेत चालू असलेल्या या विशाल आंदोलनाच्या केंद्रस्थानी काश्मीरमधून उसने घेतलेले स्फूर्तिगीत असले तरीही काश्मीर खोऱ्यात घडत असलेल्या अमानुष अत्याचाराबाबत मात्र चिडीचूप अशी लादली गेलेली शांतता आहे. ही शांतता कित्येक दशकांची आहे आणि त्याबद्दल वाटणारी शरम काळीज कुरतडणारी आहे. ही शरम केवळ हिंदूराष्ट्रवाद्यांनी किंवा एकूण राजकीय अवकाशानेच नव्हे तर बहुसंख्य भारतीयांनी बाळगायला हवी, ज्यामध्ये आज धैर्याने रस्त्यावर उतरलेल्यापैकी

बहुतेकांचा समावेश असेल. आपल्या काळजात हे दडवून ठेवणे आता मुश्किलीचे झाले आहे

परंतु, रस्त्यावर उतरलेल्या तरुणांनी न्यायासाठी दिलेल्या या हाकेमध्ये काश्मिरी जनतेला सामावून घेण्यासाठी आता कदाचित फार वेळ लागणार नाही. आणि म्हणूनच भाजपची सत्ता असलेल्या उत्तर प्रदेशचे मुख्यमंत्री योगी आदित्यनाथ यांनी - ज्यांच्याकडे बहुतेक जण भावी मोदी म्हणून पाहतात, 'आज़ादी 'ही घोषणा राष्ट्रद्रोही असल्याचा फतवा काढला आहे. या आंदोलनावरची सरकारची प्रतिक्रिया अत्यंत निष्ठूरपणाची आहे. पंतप्रधान मोदी यांनी आपल्या नेहमीच्या विखारी शैलीत याचा श्रीगणेशा केला. एका निवडणूक सभेत ते म्हणाले, की आंदोलकांची ओळख त्यांच्या कपड्यांवरून सहजपणे करता येईल. ते सर्व जण मुस्लीम आहेत असा यातला गर्भित अर्थ होता. हे धादांत खोटारडे विधान आहे. परंतु यातून त्यांच्यालेखी शिक्षेस पात्र असलेला जनसमूह व्यवस्थितपणे अधोरेखित होतो. उत्तर प्रदेशमध्ये मुख्यमंत्री योगी आदित्यनाथ यांनी एखाद्या कसलेल्या गुंडाप्रमाणे 'बदला' घेण्याची जाहीर प्रतिज्ञा केली आहे.[४] आतापर्यंत वीसहून अधिक लोक मारले गेले आहेत. काही आठवड्यांपूर्वी एका सार्वजनिक लवादासमोर दिली गेलेली साक्ष मी ऐकली- ज्यात राज्यातले पोलीस कशाप्रकारे रात्री-अपरात्री लोकांच्या घरात घुसून त्यांना धमकावत आहेत, लूटमार करत आहेत याची माहिती देण्यात आली. पोलीस कोठडीत नग्नावस्थेत ठेवून कित्येक दिवस मारहाण केली जात असल्याबद्दलही लोक बोलले. रुग्णालयांनी गंभीर जखमी लोकांकडे कशी पाठ फिरवली आणि हिंदू डॉक्टरांनी उपचार करण्यास कसा नकार दिला याचेही वर्णन त्यांनी केले. आंदोलकांना मारहाण करत असतानाच्या चित्रफितीमध्ये पोलिसांनी मुस्लिमांविरुद्ध ओकलेली गरळ माझ्याच्याने बोलवणार देखील नाही इतकी अश्लाघ्य आहे. त्यांच्यामुळे सहन कराव्या लागत असलेल्या शारीरिक जखमांपेक्षा त्यांच्याद्वारे पुटपुटले जात असलेले पूर्वग्रह अधिक थरकाप उडवणारे आहेत. जेव्हा एखादे सरकार आपल्याच नागरिकांतील एका समूहाविरुद्ध उघडपणे आणि सर्व ताकदीनिशी आघाडी उघडते तेव्हा त्यामुळे उत्पन्न होणारी दहशतीची कल्पना त्या समूहाव्यतिरिक्त इतर कोणाला येणे तितकेसे सोपे नाही. त्या समूहाबाहेरील लोकांना त्यावर विश्वास ठेवणेही जड जाते.

हे खरंतर सांगण्याची आवश्यकता नाही की योगी आदित्यनाथ यांना सुस्पष्ट आणि ठाम असा राजकीय पाठिंबा आहे. उत्तर प्रदेशातील कार्यशैलीच्या प्रारूपाबद्दल एकाच वेळी ईर्षा तसेच अभिमान बाळगणाऱ्या पश्चिम बंगाल भाजपच्या अध्यक्षांनी दर्पोक्ती केली आहे, की आमच्या सरकारने त्यांना कुत्र्याच्या मौतीने मारले. मोदी सरकारातील एक कॅबिनेट मंत्री दिल्लीतील प्रचार सभेत कंठरवाने ओरडत म्हणाले, 'देश के गद्दारोंको' आणि जमलेल्या गर्दीने चित्कारत यांना प्रत्युत्तर दिले 'गोली

मारो सालों को'- अर्थात, देशाशी गद्दारी करणाऱ्या सोबत काय केले पाहिजे- तर त्या नतद्रष्टांना सरळ गोळ्या घातल्या पाहिजेत[५] एक खासदार म्हणाले, शाहीनबागेतल्या आंदोलकांचा बंदोबस्त करावयास हवा, अन्यथा ते तुमच्या घरात घुसून तुमच्या आया-बहिणींवर बलात्कार करतील. ही विलक्षण कल्पना आहे कारण शाहीनबागेत आंदोलन करणाऱ्या बहुतांश महिला आहेत. गृहमंत्री अमित शहा यांनी प्रचारसभेत पाकिस्तान वर हवाई मार्गाने सर्जिकल स्ट्राइक करणारे मोदी आणि जे शाहीनबागेला पाठिंबा देत आहेत, त्यांच्यापैकी एकाची निवड करण्याचे लोकांना आवाहन केले[६] मोदींनीही यात सहभागी होत जाहीर केले की सैनिकी संघर्षात पाकिस्तानला नमवण्यासाठी भारताला केवळ दहाच दिवस पुरेसे आहेत[७] हे विधान या ठिकाणी गैरलागू वाटू शकते, परंतु ते तसे नाही. हा या आंदोलकांना पाकिस्तानशी जोडण्याचा कुटिल डाव आहे. संपूर्ण देश अजून रक्तपात घडेल किंवा कदाचित युद्ध होईल याची श्वास रोखून वाट बघत आहे.

जेव्हापासून भारताने बहुसंख्यवादी हिंदू राष्ट्रवादाचा स्वीकार केला आहे- ते खरे तर फॅसिझमसाठीचे मवाळ प्रतिनाम आहे, बरेच उदारमतवादी तसेच अगदी साम्यवादीही यासाठीचे 'खरे नाव' वापरताना कचरत आहेत. राष्ट्रीय स्वयंसेवक संघातील विचारधुरीण हिटलर आणि मुसोलिनी यांचे उघड प्रशंसक असताना तसेच भारतातल्या एका शालेय पाठ्यपुस्तकाच्या मुखपृष्ठावर गांधी आणि मोदी यांच्यासह इतर महान जागतिक नेत्यांच्या मांदियाळीत हिटलरने शिरकाव केलाय ही वस्तुस्थिती असतानासुद्धा अशी परिस्थिती आहे[८] फॅसिझम हा शब्द वापरण्याबद्दल जो मतभेद दिसून येतो त्यामुळे असा प्रश्न निर्माण होतो की तुमच्या लेखी फॅसिझमला त्याचे विकृत स्वरूप एखाद्या खंडाला उद्ध्वस्त केल्यानंतर आणि लाखो लोकांना विषारी वायूच्या दालनात कोंडून ठार मारल्यानंतरच प्राप्त होते काय? अथवा तुमचा असा विश्वास आहे की फॅसिझम ही अशा नृशंस गुन्ह्यांसाठी कारणीभूत ठरणारी विचारसरणी आहे व ती अशा अत्याचारासाठी प्रवृत्त करते तसेच तिचा अवलंब करणारे सगळे फॅसिस्ट ठरतात?

मला आजच्या माझ्या व्याख्यानाच्या उपशीर्षकाबद्दल थोडेसे बोलायचे आहे. 'फेकन्यूजच्या कालखंडातील फिक्शन.' फेकन्यूज फिक्शनइतकीच जुनी गोष्ट आहे आणि अर्थातच या दोन्ही गोष्टी बऱ्याचदा एकच असतात. फेकन्यूज असा एक उपयुक्त सांगाडा आहे. ज्याच्याभोवती अंतिमतः फॅसिझमचे स्वरूप धारण करणारा छुपा विद्वेष स्वतःला सोईस्कररीत्या लपेटत असतो. हा सांगाडा ज्या पायावर उभा असतो तो म्हणजे खोटा इतिहास, जे बहुदा फेकन्यूजचे सर्वांत जुने प्रारूप असावे. इतिहासावर हिंदू राष्ट्रवाद्यांकडून अतिक्रमण केले जात आहे. त्यामुळे खोट्यानाट्या शौर्याच्या आणि अतिरंजित हौतात्म्याच्या घिस्यापिट्या कहाण्या रंगवून सांगितल्या

जात आहेत. त्यामध्ये इतिहास आणि पुराण यांची सोईस्कर सरमिसळ केलेली असते. या सगळ्यांचा अभ्यासकांनी व्यवस्थितपणे पर्दाफाश केला आहे. परंतु या कहाण्या अशा मोजक्या अभ्यासकांसाठी नाहीतच. त्या अशा सर्वसामान्य जनतेसाठी आहेत ज्यांच्यापर्यंत पोहोचण्याची हे अभ्यासक केवळ अपेक्षा करू शकतात. आपण याची टिंगल करत हसत असलो, तरी या गोष्टी एखाद्या साथीच्या रोगासारख्या पसरत आहेत, तसेच मेंदूचा पूर्णपणे ताबा घेणाऱ्या कॅन्सरसारख्या लोकप्रिय जनमानसात वेगाने विस्तारत आहेत. याहूनही काहीतरी खोल आणि अस्वस्थ करणारे सध्या शिजत आहे ज्याच्याबद्दल मी विस्ताराने बोलू शकणार नाही, परंतु त्याच्याकडे जाताजाता निर्देश मात्र करेन. त्यासंदर्भातले माझे एखादे प्रतिपादन तुम्हाला धक्कादायक वाटले तर कृपया लक्षात घ्या या विषयावर मी माझ्या 'डॉक्टर अँड द सेंट' या पुस्तकात विस्ताराने लिहिले आहे.[१]

हिंदू राष्ट्रवाद आणि हिंदू वर्चस्ववादाच्या केंद्रस्थानी वर्णाश्रमधर्माचे, जातीव्यवस्थेचे, किंवा जातीवादविरोधी परंपरा म्हणते तसे 'ब्राह्मणवादा'चे तत्त्व आहे. ब्राह्मणवाद समाजाची उभ्या उतरंडीत मांडणी करतो. ही संरचना पावित्र्य आणि दूषितता, अधिकार आणि कर्तव्ये तसेच पारंपरिक वारशाने चालत आलेल्या व्यवसायांवर आधारित आहे असे समजले जाते. सर्वांत वरच्या पायरीवर शुद्धतेचे मूर्तिमंत रूप असलेले, ज्यांना सर्व विशेषाधिकार जन्मताच प्राप्त होतात ते ब्राह्मण आहेत, तर सर्वांत तळाशी कित्येक शतकांपासून अमानवी अत्याचार आणि कल्पनातीत छळ सहन करत आलेले दलित आहेत. यातला कुठलाही प्रवर्ग एकजिनसी नाही. त्यांना पुढे असंख्य फाटे फुटलेले आहेत. जातीव्यवस्थेत समानता, बंधुभाव आणि स्त्रीस्वाभिमानाचे तत्त्व तिरस्करणीय आहे. काही मनुष्यप्राणी दैवी संकेतानुसार आपोआप श्रेष्ठ अथवा कनिष्ठ ठरण्याची सहज परिणती 'सर्वोच्च वर्णाच्या' फॅसिस्ट संकल्पनेत कशी होत असेल हे समजून घेणे तितकेसे अवघड नाही. शतकानुशतके सोसलेल्या ब्राह्मणवादी जोखडातून सुटका करून घेण्यासाठी लाखो दलित, तसेच इतर शोषित जातीतले लोक इस्लाम, शीख अथवा ख्रिश्चन धर्मात रूपांतरित झाले. म्हणूनच हिंदू बहुसंख्यावादाचे राजकारण आणि अल्पसंख्याकांचे शोषण हे जातीच्या प्रश्नाशी व्यामिश्रपणे जोडलेले आहेत. आजमितीस देखील जात हेच या आधुनिक भारतीय समाजातील प्रत्येक अंगोपांगास कार्यान्वित करणारे इंजिन, तसेच संघटक तत्त्व आहे. तरीही, ज्यांनी एकत्रितपणे भारतावर उल्लेखनीय कलानिर्मिती तसेच साहित्यनिर्मिती केली आहे आणि ज्यांना देशविदेश पातळीवर मोठ्या प्रमाणात गौरवले गेले आहे, पुरस्कृत केले गेले, असे कितीतरी सुप्रसिद्ध लेखक, इतिहासकार, तत्त्वज्ञ, समाजशास्त्रज्ञ, आणि चित्रकर्मींनी जात हा विषय एखाद्या तळटीपेइतकाच वापरलाय किंवा त्याच्याकडे पूर्णतः दुर्लक्ष केले आहे. माझ्या मते हा देखील

खोटारडा इतिहास आहे. हा डोळेझाक करण्याचा एक महाकाय प्रकल्प आहे.

सर रिचर्ड अटेनबरो यांचा ऑस्कर विजेता ठरलेला आणि ज्याच्या निर्मितीसाठी भारत सरकारनेही निधी पुरवला होता, तो 'गांधी' चित्रपट याचे उत्तम उदाहरण आहे. गांधीजींचा आफ्रिकेतील वास्तव्याचा कालखंड, तसेच त्यांचा कृष्णवर्णीय आफ्रिकी लोकांविषयीच्या दृष्टिकोनासंदर्भात चित्रपटात हेतुपुरस्सर चुकीचे चित्र उभे केले आहे. याहून खेदजनक बाब म्हणजे डॉक्टर भीमराव आंबेडकर, त्यांची महानता गांधीइतकीच, किंबहुना किंचित अधिकच असेल, यांचा चित्रपटात साधा उल्लेखही नाही. महाराष्ट्रातील दलित समाजातून आलेल्या आंबेडकरांनी गांधींना नैतिक, राजकीय आणि बौद्धिक पातळ्यांवर नेहमीच आव्हान दिले. त्यांनी हिंदू धर्माचा आणि त्यातून उद्भवणाऱ्या जातिभेदाचा जाहीरपणे धिक्कार केला, तसेच हिंदू धर्माचा त्याग करून बौद्ध धर्म स्वीकारत दलितांना दिशादर्शनही केले. दोन्ही व्यक्तिमत्त्वे असामान्य होती आणि त्यांच्यातील संघर्षामुळे आपल्या आजच्या विचारांना मोठ्या प्रमाणात चालना मिळाली आहे. गांधीजींचे जातीव्यवस्थेविषयीचे मत उजव्या विचारसरणीच्या हिंदुत्ववाद्यांपेक्षा निराळे नव्हते. परंतु मुस्लिमांच्या भारतातील स्थानाविषयी मात्र त्यांचे विचार वेगळे होते. त्याचीच परिणती राष्ट्रीय स्वयंसेवक संघाच्या माजी सदस्याकडून (काहींच्या मते 'विद्यमान सदस्य') त्यांची हत्या होण्यात झाली.[१०] तरीही काँग्रेस सरकारने सहनिर्मिती केलेल्या आणि लक्षावधी डॉलर्स खर्च करून बनवलेल्या या भव्यदिव्य चित्रपटातून गांधीजींचे ऐतिहासिकदृष्ट्या चुकीचे चित्र उभे करत त्यांचे दैवतीकरण करणे, तसेच त्यातून आंबेडकरांना वगळणे क्लेशदायक आहे. अजूनही हा चित्रपट भारताबाहेरील जगासाठी गांधी या व्यक्तीला तसेच भारताच्या स्वातंत्र्य लढ्याला समजून घेण्यासाठीचे महत्त्वाचे साधन आहे. हे खरे आहे, की हा चित्रपट बऱ्याच वर्षांपूर्वी बनवण्यात आला होता. पण मग यातल्या चुका दुरुस्त करणारी आणि सत्य सांगण्याचा प्रयत्न करणारी दुसरी एखादी भव्यदिव्य निर्मिती अजूनपर्यंत का झाली नाही? कित्येक वर्षे जातीव्यवस्थेविरुद्ध लढा देणाऱ्या कबीर, रविदास, आंबेडकर, पेरियार, अय्यनकली, पंडिता रमाबाई, जोतिबा, सावित्रीबाई फुले यांच्यावर मोठमोठे चित्रपट का तयार झाले नाहीत? ब्रिटिश आपल्या इतिहासाच्या पुस्तकातून वसाहतवाद वगळतात अशी टीका भारतातील उदारमतवादी करतात, परंतु जातीप्रथेसंदर्भात ती चूक आपणही करतो हे मात्र साफ विसरतात.

दक्षिण आफ्रिकेत असताना गांधींनी उच्चजातीय भारतीय प्रवाशांना शोषित, कृष्णवर्णीय आफ्रिकी कंत्राटी कामगारांपासून - ज्यांना ते नेहमी 'काफिर' अथवा 'रानटी' म्हणून संबोधायचे, दूर ठेवण्याचा प्रयत्न केला. ही मोहीम त्यांनी बरीच वर्षे राबवली. १८९४ मध्ये नाताळ विधानसभेस लिहिलेल्या खुल्या पत्रात ते म्हणतात,

की भारतीय आणि इंग्रज हे दोघेही इंडो-आर्यन या एकाच सामायिक वंशाचे वंशज आहेत.[११] ही प्रौढी आजही कित्येक उच्चजातीय हिंदू राष्ट्रवादी मिरवतात. त्यांना स्वतःला दिग्विजयी आर्य वंशाचे वंशज मानण्यात आनंद मिळतो. (त्यांचे गोऱ्या कातडीविषयीचे असलेले आततायी आकर्षण तसेच काळ्या कातडीबद्दलचा द्वेष याचे स्पष्टीकरण काही प्रमाणात या मानसिकतेत दडलेले आहे). आणि तरीदेखील जेव्हा मुस्लिमांविषयीचा प्रश्न उद्भवतो तेव्हा अचानक ते हिंदू मातृभूमीचे मूळनिवासी, भूमिपुत्र होतात व मुस्लीम आणि ख्रिश्चन यांना परकीय संबोधतात.

ज्यांना कौतुकाने 'संघ परिवार' असे संबोधले जाते त्या आपल्या अस्सल हिंदू फॅसिस्टांसाठी, मुसलमान हे 'अंतर्गत शत्रू' आहेत आणि त्यांच्या मते मुस्लिमांनी त्यांच्या खऱ्या निष्ठा भारताबाहेर वाहिल्या आहेत. कित्येक सहृदय उदारमतवाद्यांसाठी मुस्लीम हे स्वागतार्ह पाहुणे आहेत. परंतु पाहुणेच, ज्यांच्यावर नेहमीच सद्वर्तनाच्या अपेक्षांचा भार लादलेला असतो. आपल्यासारख्याच नागरिकांवर अशाप्रकारचे ओझे टाकणे ही अत्यंत निंदनीय गोष्ट आहे. हे म्हणजे महिलांनी चांगली माता, बहीण, पत्नी अथवा मुलगी म्हणून वागण्याची हमी दिली, तरच त्यांना त्यांचे हक्क बहाल करण्यासारखे आहे. कित्येक सद्हेतू बाळगणारे पुरोगामी देखील मुस्लीमविरोधी गरळीला प्रत्युत्तर देताना मुस्लिमांच्या राष्ट्रभक्तीचे दाखले देतात. बऱ्याच उदारमतवाद्यांनी- ज्यामध्ये काही मुस्लिमांचाही समावेश आहे, मुस्लीम हे त्यांच्या मर्जीने भारतीय असून ते त्यांच्यावर लादले गेले नाही असे स्पष्ट केले आहे. ज्यातून १९४७ च्या फाळणीनंतर त्यांनी पाकिस्तानात न जाता भारतात राहण्याची निवड केली हे सूचित होते. काही गेले, काही नाही, काही जणांकडे हा पर्यायच नव्हता. परंतु भारतीय मुस्लीम हे स्वतः 'निवड' करून अथवा त्यांच्या 'मर्जीने' भारतात राहतात, असे चित्र उभे करणे धोक्याचे आहे. त्यामुळे एका मोठ्या जनसमूहाबद्दल चुकीचा दृष्टिकोन उभा राहू शकतो, ज्यात असा निष्कर्ष अंतर्निहित आहे, की त्या लोकांची मुळं या जमिनीत पुरेशी रुजलेली नाहीत आणि ते इथून दुसरीकडे कुठेही जाऊन राहू शकतात. यातून आपोआपच चांगला मुस्लीम-वाईट मुस्लीम किंवा देशभक्त मुस्लीम-जिहादी मुस्लीम असे द्वैत आपोआपच उभे राहते, ज्यायोगे आपसूकच त्या एकंदर समूहास आयुष्यभर तिरंगा फडकावत आणि राज्यघटना वाचत स्वतःला सिद्ध करत राहण्याच्या सापळ्यात अडकून पडावे लागते. अशाप्रकारे आपोआपच 'मुस्लिमांकडे स्थायिक होण्यासाठी मातृभूमींचे अनेक पर्याय उपलब्ध आहेत परंतु हिंदूंकडे केवळ एकमेव भारतदेश आहे' या हिंदू राष्ट्रवाद्यांच्या घृणास्पद तर्काला पुष्टी मिळते. याचाच परिणाम म्हणजे राष्ट्रवादी दृष्टिकोनाला आव्हान देणाऱ्या कुणाही मुस्लीम अथवा हिंदूला उद्देशून वापरला जाणारा 'पाकिस्तानात निघून जा' हा परवलीचा शेरा.[१२]

पाकिस्तान, बांगलादेश आणि भारत हे नैसर्गिक, सामाजिक, सांस्कृतिक आणि भौगोलिकदृष्ट्या एकमेकांशी जोडले गेले आहेत. हिंदू राष्ट्रवाद्यांचा तर्क जर बांगलादेश आणि पाकिस्तानातील लाखो हिंदूंसाठी वापरला तर कल्पना करा काय होईल. भारतातील हिंदू राष्ट्रवाद आणि मुस्लिमांविषयीचे विलगीकरणाचे धोरण यामुळे तिथल्या अल्पसंख्याकांना आत्यंतिक असुरक्षिततेचा सामना करावा लागत आहे. नवीन नागरिकत्व घटनादुरुस्ती कायदा पाकिस्तान, अफगाणिस्तान आणि बांगलादेशमधील शोषित, गैरमुस्लीम अल्पसंख्याकांचे स्वागत करत असल्याचे भासवतो, त्यामुळे त्या देशातील एकही मुस्लीम शोषित नसल्याचे अनाकलनीय असत्य सूचित होते. या कायद्यामुळे खरंतर त्या अल्पसंख्याकांचे भवितव्य अजूनच खडतर होण्याची सर्वाधिक शक्यता आहे. सीमेपलीकडील पाकिस्तानमधून 'पाकिस्तानात निघून जा' या शेऱ्याचे प्रत्युत्तर म्हणून 'भारतात निघून जा' हे ऐकायला मिळू शकते. सबंध लोकसंख्येला अशा प्रकारे अस्थैर्यात ढकलणे म्हणजे वंशविच्छेदास निमंत्रण ठरू शकते. आपल्याला हे चांगलेच ठाऊक आहे. आपण हे याआधीही भोगले आहे. १९४७ सालचा रक्तपात अजूनही आपल्या स्मृतींत ताजा आहे. हिंदूंसहित इतर कुणाच्या शोषणाविषयी भारतातील सध्याच्या सत्ताधाऱ्यांना किंचितदेखील फिकीर वाटते यावर कुणाचा विश्वास असेल तर तो त्यांचा फार मोठा गैरसमज आहे. खरंतर शोषणामुळे त्यांच्यात नवचैतन्य संचारते.

आजच्या फॅसिझमचा हा सगळा डोलारा ज्या खोटारड्या इतिहासावर आणि हिंदू राष्ट्रवादावर आधारित आहे आहे तो मुळातच छद्मइतिहासाच्या अधिक खोल, अधिक स्वीकारार्ह अशा दुसऱ्या एका पायावर उभा आहे, ज्यामध्ये जातिव्यवस्था आणि स्त्रीविषयक तसेच इतर लिंगाधारित प्रश्नांना पूर्णतः दुर्लक्षित केले जाते. तसेच वर्ग आणि भांडवलाच्या भव्यदिव्य कथानकाआड या दुर्लक्षित प्रश्नांच्या एकमेकांत गुंतलेल्या जाळ्याला सोईस्कररीत्या लपवले जाते. फॅसिझमला आव्हान देणे म्हणजेच या सर्व गोष्टींना आव्हान देणे होय.

कदाचित हा स्वार्थही असेल, परंतु ज्याप्रमाणे एखाद्या शल्यविशारदाची शस्त्रक्रियेवर श्रद्धा असते तद्वतच कधीकधी मला वाटते की फिक्शन अशी जोखमीची जबाबदारी आपल्या खांद्यावर घेऊ शकते. कारण फिक्शनमध्ये या विश्वाची अपरिमित व्यामिश्रता कवेत घेण्याचे सामर्थ्य, स्वातंत्र्य आणि पैस आहे. इथला प्रत्येक माणूस हा अस्मितांचे चालतेबोलते गाठोडे आहे. एकातएक अशी अनेक रूपे असलेल्या एखाद्या रशियन बाहुलीसारखी, या अस्मितांची हव्या त्या अनाकलनीय पद्धतीने अदलाबदल करता येते. ही अदलाबदल करण्याची पद्धत लोकांना निर्दयीपणे व्याख्येत बसवणाऱ्या, ओळख चिकटवणाऱ्या आणि विशिष्ट हेतूने संघटीत करणाऱ्या इतर अमानुष 'सर्वसामान्य' पद्धतींशी सुसंगत अथवा

विपरीत असू शकते. विशेषतः आधुनिकतेचा आव आणणाऱ्या, परंतु तरीही जगातील सर्वाधिक क्रूर अशा सामाजिक उतरंडीचे अजूनही पालन करणाऱ्या आजच्या आपल्या या सरंजामशाही आणि मध्ययुगीन भारतीय समाजात हे शक्यच आहे.

या ठिकाणी मी फिक्शनने रहस्यभेद करावे वा सामाजिक अपप्रवृत्तीनिवारकाची भूमिका बजावावी असे अजिबातच म्हणत नाही. किंवा फिक्शनने छुपा जाहीरनामा म्हणून अथवा एखादा विशिष्ट मुद्दा वा विषय समोर ठेऊन काम करावे असाही माझ्या बोलण्याचा अर्थ नाही. मला इतकेच सांगायचे आहे, की फिक्शनमधून आपल्या परिचयाचे जग उभे केले जावे ज्यात सोईस्कररीत्या डोळेझाक करण्याच्या प्रकल्पाने ज्या गोष्टी दडवलेल्या आहेत त्या उघड केल्या जाव्यात.

डोळेझाक करण्याचा प्रकल्प अत्यंत गूढरीत्या कार्यरत असतो. तो प्रशंसेच्या लोभस अवतारातही तुमच्यासमोर प्रकट होऊ शकतो. उदाहरणार्थ, २० वर्षांपूर्वी प्रकाशित झालेल्या 'द गॉड ऑफ स्मॉल थिंग्स' या माझ्या पहिल्या कादंबरीत मी जातीय जाणिवा ओलांडणारे लैंगिक तसेच भावनिक विषय आणि जात व साम्यवाद यांच्यातील जटिल सहसंबंध या मध्यवर्ती संकल्पनांचा ऊहापोह केला आहे. कादंबरीतील भावोत्कटता, रूपकात्मकता, तिची संरचना, त्यातली बालमनांविषयीची खोल समज याविषयी आजवर भरभरून बोलले गेले आहे. परंतु जिथे या कादंबरीचे सर्वाधिक सुस्पष्ट आकलन वाचणाऱ्यांना झाले आणि ज्यामुळे मला विखाराचाही सामना करावा लागला अशा केरळ राज्याव्यतिरिक्त इतर ठिकाणी मात्र जातीचा मुद्दा झाकोळला गेला किंवा त्याला वर्गविषयक प्रश्नासारखे हाताळण्यात आले. जणू काही अम्मू आणि वेलुथा हे लेडी चॅटर्ली आणि ऑलिव्हर मेल्लोर्सच होते. अशाप्रकारे तर भारतीय समाजाबद्दल काहीच समजणार नाही. जात आणि वर्ग यांच्यात नक्कीच सहसंबंध आहे, परंतु ते एकसमान नाहीत. भारतातील अनेक साम्यवादी पक्षांना चुकीच्या धारणांची फळं भोगल्यानंतर आता कुठे हे लक्षात येत आहे.

ज्या वेळी मी 'द मिनिस्ट्री ऑफ अटमोस्ट हॅपिनेस' लिहायला घेतले तेव्हा भारतीय उपखंडात घडणाऱ्या घटनांनी चिंताजनक स्वरूप धारण केलं होतं. भारत आणि पाकिस्तान हे दोन्ही देश अण्वस्त्रसज्ज झाले होते आणि त्यांच्यात काश्मीरच्या मुद्द्यावरून अणूयुद्धाची ठिणगी पेटण्याचा धोका होता. (मला अशी भीती वाटते की ज्याप्रमाणे लाखो लोकांना विषारी वायूच्या दालनात कोंडून मारल्याखेरीज तो फॅसिझम आहे असे वाटत नाही त्याप्रमाणेच देशाला असलेला अणुयुद्धाचा धोका जेव्हा आपल्या लक्षात येईल तोवर बराच उशीर झाला असेल). भारतामध्ये सुरुवातीला नियंत्रित असलेला बाजार आंतरराष्ट्रीय भांडवलासाठी खुला करण्यात

आला होता. आर्थिक नवउदारमतवादी प्रचारक आणि हिंदू राष्ट्रवादी एकाच रथात बसून गावोगाव दौडत होते. या रथाला जोडलेल्या फुरफुरणाऱ्या भगव्या घोड्यांच्या अंगावर डॉलरचे चिन्ह गोंदवलेले होते. याच्या परिणामस्वरूप झाले असे, की जेव्हा आपली सर्व ऊर्जा माणसाला माणसासमोर लढण्यासाठी उभे केल्याने पेटलेला द्वेषाचा वणवा विझवण्याच्या कामी खर्च होत आहे, त्या वेळीच तिकडे आपली जंगले आणि नद्या मृत होण्याच्या मार्गावर आहेत, आपले पर्वत झिजत आहेत, हिमशिखरे वितळत आहेत आणि भारतीय अर्थव्यवस्था जरी वेगाने गर्तेत कोसळत असली तरी देशातील सर्वाधिक श्रीमंत अशा ६३ व्यक्तींची संपत्ती १.३ अब्ज लोकसंख्येसाठी मुक्रर केलेल्या वार्षिक अंदाजपत्रकातील निधीपेक्षा कितीतरी अधिक आहे.[१३]

अशा परिस्थितीत एखाद्याने कसे लिहावे? आणि काय लिहावे?

इथे मी 'मिनिस्ट्री ऑफ अटमोस्ट हॅपिनेस'च्या दुसऱ्या प्रकरणातील काही भाग देते. अंजुम आणि तिचा मित्र तसेच व्यवसायातील भागीदार सद्दाम हुसेन त्यांच्या 'जन्नत' अतिथिगृहाच्या छतावर उभे आहेत. त्या आळसावलेल्या दिवशी ती दोघे चहा पीत आकाशात विहरणाऱ्या पतंगाकडे बघत आहेत. बऱ्याच वर्षांपासून कब्रस्तानात राहणाऱ्या पन्नाशीतल्या अंजुमने नुकतेच तो मूळचा मुस्लीम नसल्याचे तिला आधीपासून ठाऊक असल्याचे सद्दामला सांगितले आहे. सद्दाम तिला त्याच्या पूर्व आयुष्याबद्दल सांगण्यास सुरुवात करतो. तो हरियाणातल्या एका खेडेगावात, एका दलित चांभार कुटुंबात जन्माला आला होता. त्याच्या आई-वडिलांनी त्याचे नाव दयाचंद ठेवले होते.

एका भयंकर अनुभवामुळे त्याला त्याचे घर सोडून पळ काढावा लागतो. हा अनुभव मी एका हिंदू जमावाकडून पाच दलितांवर झालेल्या अत्याचाराच्या खऱ्या घटनेवरून चितारला आहे. संताप आणि अवहेलना यामुळे त्याने हिंदू धर्माचा त्याग करून इस्लाम स्वीकारला. एका चित्रफितीत देहदंडाची शिक्षा झालेला सद्दाम हुसेन ज्या संयतपणे त्याच्यावर चालवल्या जाणाऱ्या खटल्याला सामोरे जात होता ते पाहून प्रभावित झालेल्या दयाचंदने आपले नाव बदलून सद्दाम हुसेन असे केले. ती चित्रफीत प्रेरणा मिळवण्यासाठी आपल्या फोनमध्ये तो वेळोवेळी पाहत असे.

सद्दामचे इस्लाममध्ये झालेले धर्मपरिवर्तन आजच्या काळात आश्चर्यजनक वाटू शकते परंतु गेल्याच वर्षी तमीळनाडूतल्या एका खेड्यातील ३००० दलितांनी इस्लाम धर्म स्वीकारण्याची कामना व्यक्त केली होती. गेल्या जून महिन्यात ते गाव एका तरुण जोडप्याच्या ऑनर किलिंगच्या घटनेमुळे हादरले होते. एकमेकांच्या प्रेमात पडलेल्या एका दलित मुलीचा आणि दलितेतर मुलाचा त्या मुलाच्या भावाने खून केला होता. त्यानंतर डिसेंबरमधल्या एका रात्री उच्चजातीतील लोकांनी

टेकडीच्या उतारावर बांधलेली भिंत ढासळली. ही टेकडीच्या तळाशी असलेल्या दलितांना उर्वरित गावापासून वेगळी करणारी जातीय भिंत होती. त्या दलितांच्या झोपड्यांवर भिंत कोसळल्यामुळे सतरा लोकांचा जीव गेला. भिंतीचे बांधकाम कच्चे आणि सदोष होते तसेच त्याबद्दल लोकांनी तक्रारीही केल्या होत्या. परंतु व्यर्थ! 'दलित कॅमेरा : अस्पृश्याच्या नजरेतून' हे यूट्यूब चॅनेल तसेच 'दलित' ब्लॉगचा संस्थापक रविचंद्रन याने या विषयावर बातमी केली होती. त्याने स्वतःचे इस्लाममध्ये धर्मांतरण करवून घेतले आहे. आता त्याचे नाव रईस मोहम्मद आहे.[१४]

राजकीय भाष्यकार अतिउत्साहात दलितांचे हिंदूकरण करण्याच्या बाता करत असताना, तसेच मोदी सरकार मुस्लिमांचे खच्चीकरण करण्याच्या आणि त्यांचे मताधिकार काढून घेण्याच्या प्रयत्नात असताना ३००० दलितांनी इस्लाम धर्म स्वीकारणे हा अक्षरशः राजकीय भूकंप आहे. वानगीदाखल दिलेल्या या एका उदाहरणावरूनदेखील आपल्या अनुयायांना हिंदू धर्माचा त्याग करण्याचे जे आवाहन आंबेडकरांनी केले होते, त्याविरुद्ध आपण कोणता युक्तिवाद करू शकतो?

परंतु इथे 'द मिनिस्ट्री ऑफ अट मोस्ट हॅपिनेस'मधील तरुण सद्दाम हुसेनने त्याच्या वैयक्तिक कारणांसाठी का होईना धर्मांतराचा निर्णय खूप वर्षे आधीच घेतला होता. तो आता अंजुमला त्याची गोष्ट सांगण्यास सुरुवात करत आहे. या मजकुरात हिंदू माथेफिरूंसाठी 'भगवे पोपट' हे गोंडस नाव योजले आहे. ते झुंडीत असतात तेव्हा नेहमी डोक्याला भगवी उपरणे गुंडाळतात ना, म्हणून.

> 'तर आम्ही जनावरांचे मृतदेह गोळा करायचो, त्यांची कातडी सोलून त्यापासून लेदर बनवायचो. मी २००२ या वर्षाबद्दल बोलत आहे. मी अजूनही शाळकरी वयाचा होतो. तेव्हा काय घडत होते, नेमकी परिस्थिती कशी होती हे तुला कदाचित माझ्यापेक्षा अधिक चांगल्या रीतीने ठाऊक असेल. तुझ्यासोबत जे फेब्रुवारीत घडले ते माझ्यासोबत नोव्हेंबरमध्ये. तो दसऱ्याचा दिवस होता. मृत गाईला घेऊन जाण्यासाठी आम्ही जिथे रावण, मेघनाद आणि कुंभकर्ण या दानवांचे उत्तुंग पुतळे उभे केले होते, ते रामलीला मैदान ओलांडले. ते पुतळे तीन मजली इमारतीएवढे उंच होते. सायंकाळी त्यांना पेटवून देण्यासाठीची सर्व सज्जता करण्यात आली होती

हिंदूंच्या दसरा या सणाबद्दल जुन्या दिल्लीतील एकाही मुस्लिमास काही शिकवण्याची गरज नाही. तुर्कमन प्रवेशद्वाराच्या लगोलग असलेल्या रामलीला मैदानात तो दरवर्षी साजरा केला जातो. लंकानरेश, दशमुखी रावण, त्याचा बंधू कुंभकर्ण आणि पुत्र मेघनाथ यांच्या पुतळ्यांची उंची

वर्षागणिक वरचेवर वाढतच होती. आणि त्यांच्यात ठासून भरलेल्या दारूगोळ्याचे प्रमाणही वाढत होते. दरवर्षी अयोध्येचा राजा असलेल्या रामाने रावणावर लंकेच्या युद्धात मिळवलेल्या विजयाची कथा, अर्थात रामलीला अधिकाधिक त्वेषाने मांडली जात होती. हिंदूंच्या मते ही कथा म्हणजे चांगल्याचा वाईटावर विजय होय. रामलीलेसाठी मिळणाऱ्या देणग्याही वर्षागणिक वाढत होत्या. काही धाडसी अभ्यासकांनी हे सुचवायला सुरुवात केली होती, की रामलीला म्हणजे खरेतर इतिहासाचे पौराणिकीकरण आहे आणि त्यातले राक्षस म्हणजेच कृष्णवर्णीय द्रविड लोक जे भारतातील मूळनिवासी, सत्ताधीश होते. त्यांना पराभूत करणारे (आणि त्यांना अस्पृश्य तसेच इतर शोषित जातींमध्ये विभागणारे ज्यांनी पुढे अनेक आयुष्ये या नव्या सत्ताधीशांची सेवा करण्यात घालवली) हिंदू देवदेवता म्हणजे आर्यवंशीय घुसखोर होते. त्यांनी काही ग्रामीण प्रथांकडे निर्देश केला, जिथे अजूनही लोक ज्यांना हिंदूधर्म राक्षस म्हणून संबोधतो त्या रावणासहित इतर अनेक दैवतांची पूजा करतात. या नवसमाजात मात्र सर्वसामान्य माणसाला राक्षस म्हणजे केवळ मूळनिवासी नव्हे तर 'हिंदू नसलेले सर्वच' हे आकलन होण्यासाठी अभ्यासक असण्याची आवश्यकता उरलेली नाही. ही गोष्ट ते उघडपणे बोलू शकत नाहीत. प्राचीन धर्मग्रंथात काही लिहिलेले असो अथवा नसो, भगव्या पोपटपंचीच्या साम्राज्यात मात्र हेच अंतिम सत्य आहे. शहाजहानाबादच्या नागरिकांचे भवितव्यही याहून काही वेगळे नव्हते.

जेव्हा ते महाकाय पुतळे पेटविण्यात आले तेव्हा त्यातील स्फोटकांचा आवाज जुन्या दिल्लीतील गल्लीबोळातून दुमदुमत होता आणि काही थोडक्या लोकांना याचा नेमका अर्थ काय आहे असा प्रश्न पडला.[१५]

नागरिकत्व घटनादुरुस्ती कायद्याविरुद्ध चालू असलेल्या आंदोलनातील सर्वाधिक आश्वासक चेहऱ्यांपैकी एक असलेल्या आणि ज्याने डॉ. भीमराव आंबेडकर यांच्या नावातून प्रेरणा घेऊन 'भीम आर्मी' नावाची संघटना स्थापन केली आहे तो तरुण, दलित राजकारणी स्वतःला चंद्रशेखर आज़ाद 'रावण' म्हणवतो. त्याने रामाने पराभूत केलेल्या असुर शत्रू रावणाला केवळ सन्मानितच केले नाही, तर त्याला पुनरुज्जीवितही केले आहे. हे काय दर्शवते? ही एक धाडसी घोषणा आहे. त्यात काही लोक केवळ हिंदू राष्ट्रवाद्यांची राजकीय विचारसरणी असलेल्या हिंदूत्वालाच नव्हे, तर एकंदर हिंदूधर्माला वसाहतवादाचे आणि क्रूर शोषणाचे द्योतक समजतात हा विचार अध्याहृत आहे. रावण नेहमी वर्तमानपत्रांच्या मुखपृष्ठावर झळकतो.

मुस्लीम समुदायासोबत तो समान मुद्द्यांवरून जवळीक साधत असल्याने सरकारचा मात्र जळफळाट होतोय. दिल्लीतील जामा मशिदीच्या पायऱ्यांवर तो एके रात्री उशिरा जमलेल्या गर्दीसोबत उभा होता. ती रात्र जय-भीम, इन्कलाब जिंदाबाद या उत्स्फूर्त घोषणांनी भारलेली होती.

मुस्लीम, आंबेडकरवादी तसेच इतर जातविरोधी नेत्यांच्या समर्थकांदरम्यान-ज्यात जोतिबा फुले, सावित्रीबाई फुले, संत रविदास आणि बिरसा मुंडा यांचा समावेश आहे, एक नाजूक आघाडी उभी राहत आहे. त्याच प्रमाणे डाव्यांतील नव्या दमाचे तरुण पूर्वसुरींच्या चुका सुधारत आता जगासाठी वर्गासोबतच जातीचाही प्रश्न एकत्रितरीत्या ऐरणीवर आणत आहेत. ही आघाडी अजूनही अर्धकच्ची आहे, तिच्यात संसाधनात्मक तसेच विचारसरणीत्मक अंतर्विरोध आहेत, एकमेकांबद्दल प्रचंड संशय आणि द्वेषही आहे. परंतु आपल्यासाठी हा एकमेव आशेचा किरण आहे.

ही नाजूक आघाडी अस्तित्वात येत असतानाच तिला मुळापासून उखडून टाकण्याचे प्रयत्न होत आहेत ही खरी चिंतेची बाब आहे. फेकन्यूज प्रसारित करण्याचा अविरत सुरू असलेला प्रकल्प, त्यांचा छद्मइतिहास विभाग तसेच चालू-घडामोडी विभाग यांचे कॉर्पोरेटीकरण आणि बॉलिवूडीकरण झाले आहे. टेलिव्हिजन, ट्विटर, व्हॉट्सॲप, शस्त्रास्त्रे, अणुबॉम्ब यांच्या माध्यमातून वस्तुस्थितीचे शक्य तितके विकृतीकरण करणे, तसेच या विकृत उत्पादनांचे प्रकाशाच्या वेगाने वितरण करणे सुरू आहे. हे सर्व काही आपल्या भोवती घडत आहे. या वातावरणात आणि अशा दूषित हवेत आपल्याला तग धरून राहावे लागत आहे. या हवेत वसंतातला कोवळा गंध आणि शिशिरातली थंड शिरशिरी आहे. हे सगळे आपण उघड्या डोळ्यांनी पाहत आहोत, ऐकत आहोत तसेच यात कसेबसे तग धरून आहोत. हा इशारा आहे तसेच हे आश्वासनदेखील आहे. हे छातीवरचे असे ओझे आहे ज्यामुळे आपली स्वप्ने आणि उज्ज्वल भविष्ये दाबून टाकली जात आहेत. याविरुद्ध आपल्या प्रतिक्रिया उमटतात आणि याविरुद्धच आपण काहीतरी लिहायला घेतो. आणि त्यामुळेच लिहिणे ही सर्वाधिक धोकादायक कृती ठरत आहे, कारण लिहिण्याचे परिणाम आता साहित्यिक पुरस्कार किंवा बऱ्या-वाईट समीक्षेपर्यंत मर्यादित राहिले नाहीत. आपल्यापैकी काही जणांनी लिहिलेले किंवा बोललेले प्रत्येक वाक्य- ते खरे असो वा खोटे, प्रत्येक शब्द, प्रत्येक विरामचिन्हे, लिहिलेल्या मजकुरातून निर्दयीपणे कापली जाऊ शकतात. त्यांचा विपर्यास करून त्याचे रूपांतर न्यायालयाच्या नोटिशीमध्ये, पोलीस केसमध्ये होऊ शकते. किंवा याउपर जमावाकडून हल्ला होण्याची वा टीव्हीवर वेडाच्या भरात वावरणाऱ्या सूत्रधारांकडून लचके तोडले जाण्याची किंवा गौरी लंकेश, तसेच इतर अनेक फारशा माहीत

नसलेल्या पत्रकारांप्रमाणे हत्या केली जाण्याचीही शक्यता आहेच. सप्टेंबर २०१७ मध्ये घराच्या बाहेरच गौरीचा गोळ्या घालून खून करण्यात आला. तिने मला पाठवलेल्या शेवटच्या संदेशात 'द मिनिस्ट्री ऑफ अटमोस्ट हॅपिनेस' हातात धरून काढलेले तिचे एक छायाचित्र होते.

हत्या करणे ही या योजनेची शेवटची पायरी आहे. त्याशिवाय धमक्या, अटक, मारहाण आणि जर तुम्ही स्त्री असाल तर खोट्या चित्रफिती आणि चारित्र्यहनन : 'ती वेश्या आहे', 'ती दारूबाज आहे',[१६] (अर्थात व्यक्तिशः मला हे दोन्ही आरोप अपमानास्पद वाटत नाहीत) आणि हो, त्यांचे सर्वाधिक आवडते 'तिच्यावर सामूहिक बलात्कार करायला हवा'. माझ्यासारखी पार्श्वभूमी असणाऱ्या व्यक्तीवर बेछूटपणे केले जाणारे बदनामीकारक आरोप (त्यातले काही खरेही असतात, उदा. 'ही बाई हिंदू नाही') अथवा बैठका किंवा सभा उधळवून लावत केले जाणारे शारीरिक हल्ले किंवा खोट्या केसेस दाखल करून केलेली कायदेशीर छळवणूक वगैरे. सामान्यतः भाजपचे सर्वेसर्वा असलेल्या नेत्यांचे लक्ष वेधून घेण्यासाठी तसेच पक्षात पदोन्नती मिळावी म्हणून होतकरू राजकीय कार्यकर्त्यांनी केलेले हे आवाहन असते. हा एक प्रकारचा नोकरीसाठी दाखल केलेला अर्जच आहे. कारण हे सर्वज्ञात आहे, की जो अशाप्रकारे पुढाकार घेतो त्याला नेहमीच त्याचे बक्षीस मिळते. जमावहल्ले करणाऱ्यांचा सन्मान केला जातो, ज्यांच्यावर खुनाचे आरोप आहेत अशांना केंद्रीय मंत्रिमंडळात स्थान मिळते. या धर्तीवरच 'द मिनिस्ट्री' प्रकाशित होण्याच्या बरेच दिवस आधी भाजपचा खासदार असलेल्या एका बऱ्यापैकी सुप्रसिद्ध बॉलिवूड अभिनेत्याने सुचवले, की ज्याप्रमाणे भारतीय सैन्याने नुकतेच एका काश्मिरी नागरिकासोबत केले होते, तद्वतच त्यांनी त्यांच्या जीपला समोर मानवी ढाल म्हणून मला बांधावे[१७] मुख्य प्रवाहातल्या टीव्ही चॅनेल्सनी या प्रस्तावाच्या सुष्ट-दुष्ट परिणामांवर चर्चा करण्यासाठी कित्येक तास व्यतीत केले. तुम्हाला लक्षात येईल अशा प्रकारच्या गोष्टींचा नोकरी शोधणाऱ्या होतकरू तरुणांच्या मनावर काय परिणाम होत असेल. परंतु आपण त्यांच्याविषयी दयाभाव बाळगला पाहिजे. कारण भारतीय अर्थव्यवस्थेचे जे काही मातेरे व्हायचे ते होईलच, सध्यातरी तरुणांसाठी उपलब्ध असलेली नोकरीची ही एकमेव संधी आहे.

भारतातील लक्षावधी लोकांना जे भोगावे लागत आहे त्याच्या तुलनेत हे काहीच नाही. मी केवळ या अनिर्बंध धमकावणीचा लेखक आणि त्यांच्या लेखनावर कसा परिणाम होतो, याबद्दल विचार व्हावा म्हणून हे इथे मांडले आहे. अर्थातच, आपल्यापैकी प्रत्येकाची प्रतिक्रिया वेगळी असू शकते. माझ्यापुरते बोलायचे झाले तर जसा दबाव वाढत जातो आणि सगळीकडचे दरवाजे बंद होतात, तशी माझ्या मेंदूतील प्रत्येक पेशी ते पुन्हा एकदा उघडावेत म्हणून प्रयत्न करण्यासाठी प्रवृत्त

होते. यामुळे लेखकाचा अवकाश मर्यादित होतो की विस्तारतो? माझा अंदाज आहे, की यामुळे लेखकाच्या अवकाशावर बंधने येत असतील तसेच ज्यांच्याशिवाय साहित्यिक मजकुरास काही किंमत उरत नाही असे त्यांचे प्रतिभासंपृक्त क्षण आणि चिंतन त्यांच्यापासून हिरावून घेतले जात असतील, असे बहुतेकांना वाटत असणार. मला नेहमी प्रश्न पडतो, की समजा मला तुरुंगात डांबले गेले किंवा जर काही कारणाने मला भूमिगत व्हावे लागले तर त्यामुळे माझ्या लेखनाचा उत्कर्ष होईल का? मी जे लिहीन ते अधिक सोपे, कदाचित अधिक भावोत्कट आणि तडजोडविरहित असेल का? ते शक्य आहे. परंतु या बंद होत जाणाऱ्या खिडक्या उघड्या राखण्यासाठी धडपडत असताना मला असे वाटते, की आतातरी आपले स्वातंत्र्य वाटाघाटीतच दडलेले आहे. फॅसिझमच्या भयावह सुलभीकरणाच्या झंजावाताविरुद्ध आपली व्यामिश्रता, गुंतागुंत आणि सघनता यांना स्थान देणाऱ्या साहित्यात आपल्या आशा-आकांक्षा लपलेल्या असू शकतात. ते त्यांच्या राजमार्गावरून दौडत आपल्या दिशेने येत असताना आपण त्यांचे स्वागत आपल्या साहित्यिक सर्वसामावेशकतेने करूया. मधमाश्यांच्या पोळ्यासारखे किंवा एखाद्या भुलभुलय्यासारखे आपले गुंतागुंतीचे जगणे त्यांच्यासमोर मांडू या. आपण आपले बहुपदरी जग त्यातल्या सर्व बाजू आणि खाचाखोचा उघड करत आपल्या लिखाणातून जिवंत केले पाहिजे.

वीस वर्षे हिंदू राष्ट्रवादाचा प्रवास अधोरेखित करणारे फिक्शन आणि नॉन-फिक्शन लिहिल्यानंतर तसेच युरोपमधल्या फॅसिझमच्या पतनासंदर्भातील वाचनात काही वर्षे घालवल्यानंतर मला हा प्रश्न पडतोय, की फॅसिझम सर्व ठिकाणी अजिबातच सारखा नसला, तरी इतिहासात आणि सगळ्या संस्कृतींमध्ये इतका उठून कसा दिसतो? बलवान पुरुष, विशिष्ट विचारसरणीच्या अनुयायांची फौज, आर्य वंशाच्या वर्चस्वाचे हिडीस स्वप्न, अंतर्गत शत्रूचे अमानवीकरण आणि घेट्टोकरण, खोटेनाटे हल्ले आणि हत्या, कणाहीन उद्योगपती आणि चित्रपट अभिनेते, विद्यापीठांवरचे हल्ले, महाकाय आणि आत्यंतिक निर्दयी प्रचारयंत्रणा, बुद्धिवाद्यांची भीती, लोकांना डांबण्यासाठी उभ्या केल्या जात असलेल्या छावण्या आणि द्वेषाने भारलेला हिंसक जमाव ज्यांच्या विखारी घोषणा हिटलरला जर्मनांकडून दिल्या जाणाऱ्या त्रिवार मानवंदनेसारख्या वाटतात, अशा वैशिष्ट्यांनी युक्त असलेले फॅसिस्टच केवळ उघडकीस येत आहेत असे नाही. तर उरलेले आपण सर्व जणसुद्धा उठून दिसत आहोत - ज्यात शक्तिहीन आणि परस्परांत भांडत राहणारा विरोधी पक्ष, निरुपयोगी डावे पक्ष, सबगोलंकारी उदारमतवादी -ज्यांनी कित्येक वर्ष ज्यावरून आज आपण सद्यपरिस्थितीला पोहोचलो आहोत तो मार्ग तयार करण्यात घालवली. परंतु आतामात्र आश्चर्यचकित झाल्याचा अभिनय करत आहेत, तसेच काही आदर्शवादी ससुले ज्यांनी कधी कल्पनाच केली नव्हती, की सशाच्या

कालवणात सशाचे मांस हासुद्धा महत्त्वाचा घटक आहे आणि अर्थातच आपल्यातले असे लांडगे ज्यांनी सज्जन लोकांचे सल्ले अव्हेरून जंगलामध्ये परागंदा होत त्यानंतर भयावह, विद्रुप अशा चंद्राकडे बघत अविश्रांतपणे भुंकत राहणे पसंत केले. आपल्यातले सगळेच ओळखू येतात.

म्हणजेच, या सगळ्याच्या शेवटी, फॅसिझम हीदेखील राग, भीती, प्रेम या सारखीच एक भावना आहे, जी कोणत्याही संस्कृतीमध्ये उठून दिसते असं म्हणायचं का? ज्याप्रमाणे एखादी व्यक्ती प्रेमात पडते त्याप्रमाणेच एखादा देश फॅसिझमच्या कचाट्यात सापडतो का? किंवा अचूकपणे बोलायचं झालं तर प्रेमाऐवजी द्वेष म्हणायचे का? भारतावर द्वेषाने गारुड केले आहे का? कारण खरोखर, आज इथल्या हवेमध्ये सध्याचे सरकार आणि त्यांचे समर्थक समाजातल्या एका घटकाविरुद्ध प्रसवत असलेल्या द्वेषाचा दर्पच ठळकपणे जाणवत आहे. या गोष्टीला विरोध करण्यासाठी आता उभी राहिलेली प्रेमभावनाही तितकीच उठून दिसत आहे. तुम्ही हे लोकांच्या डोळ्यात बघू शकता, आंदोलकांच्या गाण्यांतून आणि भाषणांतून ऐकू शकता. ज्यांना द्वेष कसा करावा हे ठाऊक आहे आणि ज्यांना विचार कसा करावा हे ठाऊक आहे त्यांच्यातले हे युद्ध आहे. प्रेम करणाऱ्यांतला आणि द्वेष करणाऱ्यांतला लढा. या लढाईच्या दोन्ही बाजू मात्र असमान आहेत. कारण प्रेम रस्त्यावर उतरले आहे आणि ते असहाय आहे, तर द्वेषसुद्धा रस्त्यावरच आहे, परंतु ते शस्त्रसज्ज असून त्याला संपूर्ण राज्ययंत्रणेचे पाठबळ आहे.

उत्तर प्रदेश मधील आदित्यनाथ यांच्या नेतृत्वाखालील हिंसाचाराने अजूनतरी २००२ च्या गुजरात मुख्यमंत्र्यांच्या नेतृत्वाखालील मुस्लीम हत्याकांडाची पातळी गाठलेली नाही. उत्तर प्रदेशमधील काम अजूनही प्रगतिपथावर आहे. आदित्यनाथ यांची भविष्यात पंतप्रधान बनण्याची सध्या रंगीत तालीम सुरू आहे. २०१७ मधील ज्या निवडणूक प्रचारमोहिमेने उत्तर प्रदेशची सत्ता मिळवून दिली ती 'कब्रस्तान विरुद्ध स्मशान' म्हणूनच ओळखली जाते. भाजपने मैदानात उतरवलेल्या आणि जिचे नेतृत्व खुद्द मोदी करत होते त्या प्रचारकांच्या फौजेने 'हिंदू स्मशान विरुद्ध मुस्लीम कब्रस्ताना'चा मुद्दा लावून धरला आणि विरोधकांवर केवळ कब्रस्तानांचीच निर्मिती व विकास करत मुस्लिमांचे लांगुलचालन करत असल्याचा आरोप केला. 'दफन विरुद्ध दहन' या मुद्द्याने पछाडले जाण्याची मुळे खोलवर रुतलेली आहेत. २००२ च्या गुजरात नरसंहाराच्या प्रमुख सूत्रधारांपैकी एक असलेल्या बाबू बजरंगीला एका पत्रकाराने तहलका मासिकासाठी केलेल्या स्टिंग ऑपरेशनमध्ये त्याच्या कृत्यांविषयी आणि त्याच्या मोदीशी असलेल्या जवळीकिबाबत दर्पोक्ती करत असताना आपण पाहू शकतो. 'आम्ही एकाही मुस्लिमाचे दुकान सोडले नाही. सगळे काही जाळून टाकले. आम्ही त्यांनाही जाळून ठार मारले. आधी कापले आणि

मग पेटवून दिले. कारण ते हरामखोर म्हणतात, त्यांचे दहन केलेले त्यांना चालणार नाही, त्यांना याची भीती वाटते.'[१८] या सगळ्या ध्वनिचित्रफिती इंटरनेटवर उपलब्ध आहेत.

त्या हत्याकांडाच्या कितीतरी वर्षांनंतर नरोडा-पाटिया आणि परिसरातील ९७ मुस्लिमांचा खून केल्याबद्दल बाबू बजरंगीला शिक्षा झाली. काही वर्षे तुरुंगात घालवल्यानंतर त्याच्यासोबत याच आरोपाखाली शिक्षा भोगणाऱ्या काही कैद्यांसमवेत नाजूक तब्येतीच्या कारणास्तव तो सध्या पॅरोलवर बाहेर आहे. या नरसंहारात एकूण दोन हजारांवर लोक मारले गेले. कितीतरी अपंग झाले, कित्येक स्त्रियांवर बलात्कार करण्यात आले, तर काहींना जिवंत जाळले गेले. दीड लाखाहून अधिक लोकांना स्वतःचे घर सोडून इतरत्र जावे लागले. २८ जानेवारी २०२० रोजी सर्वोच्च न्यायालयाने गुजरात दंगलीत तेवीस मुस्लिमांना जाळून मारल्याबद्दल शिक्षा भोगणाऱ्या १४ गुन्हेगारांचा अंतरिम जामीन मंजूर केला.[१९] मुख्य न्यायाधीशांनी या १४ जणांसाठी उपयुक्त अशा सार्वजनिक किंवा आध्यात्मिक उपक्रमाची तरतूद करण्याचे निर्देश सरकारला दिले आहेत. परंतु यात मेख अशी आहे, की बहुतांश हिंदू फॅसिस्टांसाठी मुस्लिमांची हत्या करणे हीच तर खरीखुरी सामाजिक किंवा आध्यात्मिक सेवा आहे.

२००२ मधील दंगलीनंतर मोदींची लोकप्रियता गगनाला भिडली. जेव्हा २०१४ मध्ये त्यांनी पंतप्रधानपदाची शपथ घेतली तेव्हा कित्येक उदारमतवाद्यांनी - ज्यात लेखक पत्रकार आणि सार्वजनिक जीवनातील बुद्धिवाद्यांचा समावेश होता, मोदींना नव्या भारताच्या आकांक्षाचे प्रतीक समजत अतीव हर्षोल्हासाने त्यांचे स्वागत केले. त्यापैकी बहुतेकांचा घोर भ्रमनिरास झाला आहे. परंतु त्यांचे डोळे उघडण्यास २०१४ नंतरच सुरुवात झाली. कारण त्यापूर्वीच्या मोदींच्या कृत्यांविषयी प्रश्न उपस्थित करणे म्हणजे स्वतःलाच जाब विचारण्यासारखे आहे. त्यामुळेच २००२ चा गुजरात सार्वजनिक स्मृतिपटलावरून वेगाने मिटवण्याचे प्रयत्न सुरू आहेत. तसे होता कामा नये. त्या घटनेची जागा इतिहासात आणि साहित्यात असायलाच हवी. अंजुम या गरजेची पूर्तता करते.

'द मिनिस्ट्री'मध्ये अंजूम तिच्या वडिलांचे जुने मित्र झाकिर मियाँ यांच्यासोबत गुजरातेत गेली असताना तिथे उफाळलेल्या दंगलीत एका जमावाच्या कचाट्यात सापडते. झाकिर मियाँ जुन्या दिल्लीत रस्त्याकडेला कागदी नोटांपासून छोटे छोटे पक्षी बनवून त्यापासून लग्नकार्यासाठी लागणारे हार तयार करून विकणारे छोटेसे दुकान चालवत स्वतःची गुजराण करतात. ते दोघे सूफी कवी वली दखनीच्या दर्ग्याला भेट देण्यासाठी तिकडे गेले आहेत. गुजरात मधला हिंसाचार काहीसा निवळल्यानंतरही जेव्हा ते परतत नाहीत, तेव्हा मात्र झाकिर मियाँचा मुलगा

वडिलांना शोधण्यासाठी निघतो. निर्वासितांच्या छावणीत त्याला भयभीत अवस्थेतली अंजुम सापडते. पुरुषांच्या विभागात राहावे लागत असल्याकारणाने तिची अवस्था आगीतून फुफाट्यात पडल्यासारखी झाली आहे. ती त्याच्यासोबत घरी परतते. परंतु आता तिला आयुष्याशी पूर्वीसारखे जुळवून घेणे अवघड जात आहे. यापुढे जुन्या दिल्लीतील 'ख्वाबगाह'मध्ये राहणे तिला शक्य नाही. ख्वाबगाह म्हणजेच स्वप्नांचे घर. तिथे ती कित्येक वर्षे तिच्यासारख्याच खऱ्या दुनियेतून निवडलेल्या माणसांनी भरलेल्या दत्तक कुटुंबात राहिली. ख्वाबगाहची शिस्तप्रिय संचालिका, उस्ताद कुलसुम बी सोबत जमवून घेणे तिला कठीण जात होते. कधीकाळी बेवारस स्थितीत सापडलेल्या झैनब या आपल्या लेकीसाठीही एक चांगली आई बनून राहणे तिला याउपर शक्य होत नव्हते. शेवटी अंजुमने बांधाबांध केली आणि जिथे तिच्या कुटुंबीयांचे दफन केले होते त्या कब्रस्तानात राहायला गेली.

कब्रस्तानाच्या उत्तरेकडील भागात रात्रीतील भेडसावणाऱ्या सावल्यांचा भाग बनलेल्या, रुग्णालयातून तिथे आणून टाकलेल्या कचऱ्यावर, पट्ट्या तसेच नळ्यांच्या ढिगाऱ्यावर दाटीवाटीने लोळत पडलेल्या गर्दुल्ल्यांनी अंजुमची अजिबातच दखल घेतली नाही. दक्षिण भागात बेघर लोक गटागटाने शेकोटीभोवती जमून त्यावर काहीतरी फुटकळ, ओलेसुके शिजवत होते. तिथल्या माणसांपेक्षा सुदृढ दिसणारे भटके कुत्रे उरले-सुरले खायला मिळेल या आशेने काही अंतरावर शांतपणे वाट बघत बसले होते.

या परिस्थितीत सामान्यतः अंजुमला काही एक प्रकारचा धोका संभवणे शक्य होते परंतु तिच्या एकाकीपणाने तिचे संरक्षण केले. सामाजिक बंधनांतून मुक्त झाल्यामुळे तिच्या या एकटेपणाने तिच्याभोवती अभेद्य असे संरक्षण कवच उभारले, जे एखाद्या किल्ल्याप्रमाणे बुरुजांनी, गुप्त तळघरांनी आणि तटबंदीने युक्त होते. या किल्ल्यांच्या भिंतीतून उमटणारा नाद एखाद्या आक्रमक जमावाची आठवण करून देत होता. ती त्या भव्यदिव्य दालनांमधून एखाद्या फरार आरोपीसारखी सैरावैरा धावत होती, जणू ती स्वतःपासूनच दूर पळत होती. तिने भगव्या त्रिशुळाच्या टोकावर अर्भकाला लटकवत चेहऱ्यावर भगवे हास्य घेऊन तिचा पाठलाग करणाऱ्या भगव्या पुरुषांच्या झुंडीला तिच्या मनःपटलावरून पुसण्याचा प्रयत्न केला, परंतु तिला ते शक्य झाले नाही. तिने कागदी नोटेपासून बनवलेल्या पक्ष्यासारखे चुरगळा होऊन असहायपणे रस्त्याच्या मधोमध पडून राहिलेल्या झाकिर मियाँची आठवणही विसरण्याचा प्रयत्न केला,

परंतु तशा अर्धमेल्या अवस्थेत आपल्या आवडत्या गालिच्यावर बसून, बंद दारांतून मार्ग काढत ते तिचा पाठलाग करत राहिले. डोळे मिटण्याआधी त्यांनी ज्याप्रमाणे तिच्याकडे बघितले होते, ती नजरही विसरण्याचा तिने खूप प्रयत्न केला. परंतु ते तिला तसे करू देत नव्हते.

तिने झाकिर मियाँना सांगण्याचा प्रयत्नही केला, की जेव्हा त्या नराधमांनी तिला त्यांच्या निष्प्राण देहावरून फरफटत ओढत नेले तेव्हा ती त्यांच्याशी धैर्याने लढली.

परंतु तिने असे काही केले नसल्याचे तिला स्वतःला चांगलेच ठाऊक होते.

इतर अनेक लोकांसोबत त्यांनी काय काय केले होते, याबद्दल पुन्हा एकवार अनभिज्ञ होण्याचा ती प्रयत्न करत होती. त्यांनी पुरुषांना छिन्नविछिन्न करत कसे मारले, स्त्रियांना कशा प्रकारे अनावृत्त करून अतोनात छळले आणि कशा प्रकारे त्यांनी त्या सर्वांचे एकेक अवयव सुटे करत त्यांना पेटवून दिले.

हे सगळे तिच्या स्मृतीत कोरले गेल्याचे तिला चांगलेच ठाऊक होते.

ते.

ते म्हणजे कोण?

न्यूटनची सेना. विरुद्ध दिशेने तितक्याच तीव्रतेने प्रतिक्रिया देणारी. पोलादी नखे आणि रक्ताळलेल्या चोचींचे ३०००० भगवे पोपट एका सुरात चित्कारत होते 'मुसलमान का एकही स्थान, कब्रिस्तान या पाकिस्तान' अर्थात, मुसलमानांसाठी यापैकी एकच जागा योग्य आहे, एक तर कब्रस्तान किंवा पाकिस्तान.

मृत असल्याचा अभिनय करत अंजुम झाकिर मियाँच्या पार्थिवावर पडून राहिली. एका तोतया स्त्रीचा तोतया मृतदेह. परंतु जरी ते पोपट शुद्ध शाकाहारी असले वा निदान तसे भासवत असले (भरती होण्यासाठीची ही न्यूनतम पात्रता होती) तरी ते रक्तपिपासू श्वानांच्या कौशल्याने आणि सफाईदारपणे हुंगत फिरत होते. अर्थातच, अंजुम त्यांच्या तावडीत सापडली. उस्ताद कुलसुम बीच्या बिरबल*ची नक्कल केल्यागत ३०००० आवाज एका सुरात ओरडले:

आय हाय !... साली रंडी हिजडा !... भेंचोद छिनाल हिजडा..

---

* बिरबल हा 'कुलसुमबी'चा शिव्यागाळ करणारा बोलका पोपट होता.

भेंचोद मुसलमान छिनाल हिजडा...

तेवढ्यात दुसरा एक तारस्वरातला, घाबरलेला आवाज आला, त्यांच्यातलाच एक पोपट म्हणाला 'तिला मारू नका दोस्तांनो. हिजड्याला मारल्यावर अपशकुन होतो.'

अपशकुन !

त्या खुन्यांना अपशकुन वगळता इतर कशाचेच भय वाटत नव्हते. शेवटी या अपशकुनाला निवारण्यासाठीच तर ज्या बोटांनी लोकांची शरीरे कापणारी तलवार आणि तळपणारे खंजीर घट्ट पकडून ठेवले होते त्याच बोटांत नशीब उजळवणारे खडे आणि सोन्याच्या जाडजूड अंगठ्या दिसत होत्या, या कारणासाठीच तर ज्या मनगटांनी लोकांना जीव जाईपर्यंत बदडण्यासाठी वापरात येणाऱ्या जाडजूड लोखंडी सळ्या धरल्या होत्या, त्यावर त्यांच्या प्रेमळ आयांनी पवित्र लाल धागे बांधलेले होते. इतकी सगळी सावधानता बाळगल्यानंतर स्वतःहून दुर्दैवाच्या फेऱ्यात अडकण्यात काय अर्थ आहे?

म्हणून मग ते तिच्या भोवताली उभे राहिले आणि आज्ञा करतील त्या घोषणा देण्याची तिच्यावर जबरदस्ती केली.

भारत माता की जय! वंदे मातरम!

तिने त्या घोषणा दिल्या. त्या वेळी ती रडत होती, थरथरत होती. हे तिच्या आजवरच्या वाईटातल्या वाईट स्वप्नापेक्षाही काहीतरी अधिक भयंकर होते.

त्यांनी तिला जिवंत सोडले. ठार न करता. कुठलीही दुखापत न करता. तिला जेरबंद केले नाही वा निर्वस्त्रही केले नाही. तिला एकटीलाच. कारण त्यांना वाटले असे करण्याने त्यांचे दैव फळेल.

खाटकाचे दैव.

तिचे अस्तित्व इतकेच होते. आणि जितकी वर्षे ती जगत राहिली तितके सुदैव ती त्यांच्यासाठी आणतच राहिली.

स्वतःच्या खास किल्ल्यात फेरफटका मारताना तिने हा छोटासा तपशील विसरण्याचा प्रयत्न केला. परंतु त्यात तिला यश आले नाही. तिला सर्व काही खूप चांगल्या रीतीने ठाऊक असल्याचे तिला चांगलेच ठाऊक होते.

रक्तवर्णी कपाळ आणि थंड डोळ्यांच्या मुख्यमंत्र्यांनी त्यानंतरच्या निवडणुका जिंकल्या. अगदी कविमनाच्या पंतप्रधानांचे केंद्रातील सरकार कोसळले तरी यांनी मात्र त्यानंतरच्या गुजरातमधल्या निवडणुका एकापाठोपाठ

जिंकल्या. काही लोकांना असे वाटत होते, की मोदींना या नरसंहारासाठी जबाबदार ठरवले गेले पाहिजे. परंतु गुजरातमधील त्यांचे मतदार मात्र त्यांना प्रेमाने 'गुजरातका लल्ला' म्हणून संबोधत होते. अर्थात 'गुजरातचा लाडका.'[२०]

अंजुम कब्रस्तानात गेल्या अनेक वर्षांपासून राहत आहे. सुरुवातीला ती एका हिंस्त्र रानटी श्वापदासारखी होती आणि जणू तिथले जिन्न आणि आत्मे तिच्या दहशतीखाली होते. कवेत न मावणाऱ्या तिच्या अनिर्बंध दुःखापुढे त्या कब्रस्तानात मृतांना दफन करण्यास्तव आलेल्या आप्तांचे दुःख अगदीच फिके पडत असे.[२१] हळूहळू ती सावरते आणि स्वतःसाठी एक घर बांधण्यास सुरुवात करते. त्या घराची प्रत्येक खोली एका कबरीवर उभी राहिली आहे. या घराचेच रूपांतर अंतिमतः जन्नत अतिथिगृहात होते. जेव्हा नगरपालिकेचे अधिकारी कब्रस्तानावर अवैधरीत्या कब्जा करून राहणे बेकायदेशीर असल्याचे सांगत ते बांधकाम पाडण्याची धमकी देतात, तेव्हा ती त्यांना सांगते, की ती या कब्रस्तानात जगत नसून तिथे ती हळूहळू मरत आहे.

पूर्वी शवागारात कामगार, पहारेकरी म्हणून काम करणाऱ्या आणि आता छोटा व्यावसायिक असलेल्या सद्दाम हुसेनचे पायल नावाच्या आपल्या घोडीसमवेत तिथे आगमन होते, तेव्हापासून जन्नत अतिथिगृहाची भरभराट सुरू होते. आणि जेव्हा अंजूमचा जुना अंध मित्र इमाम जैनुद्दीन तिकडे राहायला येतो, तेव्हा तो व्यवसाय विस्तारून 'जन्नत अतिथिगृह आणि अंत्यविधी सेवा भांडार' मध्ये रूपांतरित होतो. पाहुण्यांसाठीच्या खोल्या आणि अंत्यविधीच्या सेवा मुख्य कार्यकारी अधिकारी (सीईओ)च्या अर्थात अंजूमच्या लहरीनुसार प्रदान केल्या जातात. या लहरीपणाचे माप बिनदिक्कतपणे अशा जिवंत तसेच मृत माणसांकडे आणि प्राण्यांकडे झुकते ज्यांच्यासाठी बाहेरील दुनियेत कोणतीही जागा नाही.

कधी कधी मलाही वाटते, की माझे जगदेखील ढोबळपणे दोन प्रकारच्या माणसांमध्ये विभागले गेले आहे. असे लोक ज्यांना अंजुम तिच्या अतिथिगृहात राहण्याची वा त्या कब्रस्तानात दफन करण्याची परवानगी देईल आणि असे लोक ज्यांना ती तिथून हुसकावून लावेल.

अंजुमला ठाऊक आहे की तिने निर्माण केलेली ही जागा म्हणजे केवळ थंडीवाऱ्यापासून बचाव करणारा सुरक्षित निवारा नाही. ती गरिबांसाठी उभारलेली धर्मशाळाही नाही. कारण तिथे तिच्याभोवती केवळ गरीब व शोषित जमा होतात असेही नाही. पुढच्या उताऱ्यात ही सगळी माणसे ज्याला घर म्हणतात त्या जागेचा अर्थ ती उलगडून सांगत आहे. ज्या बिरूचा ती उल्लेख करते तो तिने रस्त्यावरून

जीव वाचवून घरी आणलेला कुत्रा आहे.

> अंजूम म्हणाली 'बिरूसहित आपण सगळे जण जेव्हा एखाद्या कड्यावरून खाली कोसळतो त्यानंतर आपले कोसळत राहणे काही केल्या थांबत नाही. या कोसळण्यादरम्यान आपण आपल्यासारख्याच गर्तेत जाणाऱ्या इतरांना धरून ठेवतो. हे जितक्या लवकर तुमच्या लक्षात येईल तितके उत्तम. ज्या जागेवर आपण राहतो, जिला आपण आपले घर बनवले आहे ती अशा कोसळणाऱ्या लोकांसाठीचीच जागा आहे. इथे वास्तवाला थारा नाही. अरे आपण तरी कुठे खरे आहोत? आपण खरे तर अस्तित्वातच नाही.[२१]

कोसळणाऱ्यांना आसरा देणाऱ्या या जागेत लोक येत-जात राहतात. काही जण इथेच जगतात आणि मरतात. इथल्या कबरींमध्ये चैतन्य अंकुरते. अंजूमच्या कब्रस्तानात भाज्यांचा मळा तसेच गोरगरिबांसाठीचा जलतरण तलावही आहे. त्यात पाणी नसले तरी स्थानिक लोकांना त्याचे कौतुक वाटते. आपल्या मुलाबाळांना तो तलाव दाखवण्यासाठी ते घेऊन येतात. इथे अंत्यविधी तसेच लग्नादरम्यान सर्व प्रकारच्या प्रार्थना म्हटल्या जातात, गायल्या जातात. सर्व प्रकारच्या आणाभाका घेतल्या जातात. यामध्ये इस्लामी फतेहचे पठण, शेक्सपिअरच्या हेन्री पाचचे अभिवाचन तसेच द इंटरनॅशनलच्या हिंदी भाषांतराचे गायन इत्यादींचा अंतर्भाव असतो.

स्वतःच्या नावाचा अर्थ 'मुक्त भारतीय' असल्याचे सांगणारा 'आज़ाद भारतीय' एके दिवशी अंजुमला आलेल्या एका पत्राचे उर्दूत भाषांतर करून तिला वाचून दाखवत आहे. आज़ाद भारतीय अविरतपणे पत्रके वाटत राहतात, उपोषणे करतात तसेच ते देशोधडीला लागलेल्या लोकांचे खंदे मित्र आहेत. जंतर-मंतर हे दिल्लीतील आंदोलनकर्त्यांचे आणि उपोषणकर्त्यांचे एकत्र जमण्याचे परवलीचे ठिकाण आहे. तसेच ते डॉक्टर आज़ाद भारतीय यांचे निवासस्थानही आहे. त्या मैदानाच्या पदपथावर डॉक्टर भारतीय गेल्या सतरा वर्षांपासून राहत आहेत. जंतर-मंतर येथेच अंजुमला ते बेवारस मूल सापडले होते. ते पत्र त्या बाळाची जन्मदात्री असणाऱ्या कॉम्रेड मासे रेवतीने लिहिले होते. अंजुमने त्या बाळाला दत्तक घेत त्याला कब्रस्तानात आणले होते. डॉक्टर भारतीय वाचत असलेल्या पत्रात रेवतीने मध्य-भारतातील जंगलांत भूमिगत कार्यकर्ता म्हणून जगणाऱ्या एका आईच्या जीवनाचे विस्ताराने वर्णन केले होते. सोबतच तिने ज्या परिस्थितींच्या परिणामस्वरूप तिच्या बाळाचा जन्म झाला, तसेच ज्या कारणांमुळे तिला त्याचा त्याग करावा लागला

याचेही स्पष्टीकरण दिले होते. अंजुमला स्वतः आई होण्याची इच्छा होती. तिला प्रथमतः रेवतीचा राग येतो. एखादी स्त्री आपल्या पोटच्या गोळ्याला बेवारसपणे टाकून कशी जाऊ शकते हे काही तिच्या लवकर पचनी पडत नाही. परंतु हळूहळू ती या दूरवरच्या स्त्रीची कहाणी लक्षपूर्वक ऐकू लागते. तिच्या विवंचना अंजूमच्या स्वतःच्या परिस्थितीपेक्षा कितीही वेगळ्या असल्या तरी दोघींची दुःखे तितक्याच क्रौर्याने ओतप्रोत आणि गुंतागुंतीचे आहेत. पत्राचा शेवट 'लाल सलाम'ने होतो.

> 'लाल सलाम आलेकुम' ही त्या पत्राच्या शेवटाला अंजूमने दिलेली आपसुक, सहज प्रतिक्रिया होती. ही प्रतिक्रिया एका समूळपणे नव्या राजकीय चळवळीची नांदी ठरू शकली असती. परंतु मंत्रमुग्ध करणाऱ्या एखाद्या धार्मिक प्रार्थनेनंतर मुखावाटे जसे सहजपणे 'आमेन' बाहेर पडते तेवढाच अर्थ अंजुमला त्यातून अभिप्रेत होता.[१३]

अंजुम, सद्दाम आणि त्यांच्या साथीदारांच्या रूपाने आज आकारास आलेल्या जनचळवळीचा उभा राजकीय छेदच जणू अंजूमच्या कब्रस्तानात जमलेला होता. जय भीम, इन्कलाब जिंदाबाद, लाल सलाम आलेकुम. परंतु ही लोकं क्रांतीची प्रतिके आहेत, खुद्द क्रांती नाही. ज्यामुळे क्रांती आकारास येते अशी कुठलीही गोष्ट अंजूमच्या कब्रस्तानात उपलब्ध नाही. तिथे कोणताही झेंडा नाही. तिथे कुठल्याही प्रतिज्ञा केल्या जात नाहीत, घोषणा दिल्या जात नाहीत, आवेशाने रंगीबेरंगी झेंडे फिरवले जात नाहीत. स्त्री आणि पुरुष, माणूस आणि प्राणी, राष्ट्र आणि राष्ट्र, जीवन आणि मृत्यू या कशाच्याही दरम्यान तिथे ठळक सीमारेषा ओढलेल्या नाहीत.

जन्नत अतिथिगृहात हजरत सरमद हे पूजनीय दैवत आहे. अंजुमचा जन्म झाल्यानंतर त्यांची तिच्यावर कृपादृष्टी झाली होती. हजरत सरमद हे आर्मेनियन ज्यू होते. त्यांनी तीनशे वर्षांपूर्वी पर्शियाहून दिल्लीला प्रयाण केलेले. त्यांनी इस्लामसाठी ज्यू धर्माचा त्याग केला आणि नंतर प्रेमासाठी सनातनी इस्लाम धर्म सोडला. मोगल बादशहा औरंगजेबकडून जामा मशिदीच्या पायऱ्यावर त्यांचा शिरच्छेद करण्यात येईस्तोवर ते जुन्या दिल्लीतील रस्त्यांवर प्रेमाच्या कविता गात अनावृत्त फिरत असत. सरमद यांची समाधी उत्तुंग जामा मशिदीला अगदी बिलगून उभी आहे. अंजुम आणि तिच्याकडे आसऱ्यासाठी येणाऱ्या सर्वांसाठी सरमद म्हणजे दुःखीकष्टी लोकांचे संत आहेत, विचलित मनांना शांतावणारा आधार आहेत, सश्रद्धांमधले पाखंडी आहेत, तसेच पाखंड्यांमधले श्रद्धावान आहेत. ते क्षतिग्रस्त प्रेषित आहेत आणि आपल्या विकल अनुयायांवर जातीने लक्ष ठेवून असतात. ते दोन जगांच्या दरम्यानचे दरवाजे उघडे ठेवण्याचा (बेकायदेशीररीत्या) प्रयत्न करतात आणि हे

दुष्टचक्राचे वर्तुळ पूर्ण होणार नाही याची हरप्रकारे काळजी घेतात. आणि म्हणूनच अशा किलकिल्या बेकायदेशीर फटीमधून, त्या पूर्णत्वास न पोहोचलेल्या दुष्टचक्राच्या वर्तुळातून अंजूमच्या कब्रस्तानात काश्मीरचा प्रवेश होतो. आणि त्यानंतर, आजवर निषिद्ध असलेला संवाद सुरू होतो.

काश्मीर ही जिवंत प्रेते आणि बोलक्या कबरींनी व्यापलेली जागा आहे- शहरी कब्रस्तान, ग्रामीण कब्रस्तान, सामूहिक कबरी, बेनामी कबरी, दुमजली कबरी. काश्मीरमधले सत्य केवळ फिक्शन मधून मांडले जाऊ शकते. भय आणि हानी, अभिमान आणि वेडे धाडस तसेच कल्पनातीत क्रौर्याने भारलेल्या इथल्या हवेबद्दल केवळ फिक्शनच भाष्य करू शकते. अशा वातावरणात घडणाऱ्या देवाणघेवाणीचे वर्णन केवळ फिक्शनमधून केले जाऊ शकते. कारण काश्मीरची कथा म्हणजे केवळ युद्ध, छळवणूक, निवडणुकीतील घोटाळे किंवा मानवी हक्काच्या उल्लंघनाची गोष्ट नाही. ही प्रेम आणि कवितेची गोष्टसुद्धा आहे. तिला केवळ बातम्यांमधून मांडले जाऊ शकत नाही.

इथे मुसा येसवी नावाचा एक स्थापत्यविशारद राहतो. त्याला घोड्यांची रेखाटने काढण्याचे वेड आहे. मुसा अंजूमच्या कब्रस्तानात क्षतिग्रस्त प्रेषिताच्या बेकायदेशीर प्रवेशद्वारातून ये-जा करत असतो. काश्मीरमधील रक्तरंजित युद्धात अनियंत्रितपणे खेचला जाणारा मुसा स्वतःमधला उरलासुरला विवेक शाबूत राखायचा आटोकाट प्रयत्न करत आहे. परंतु त्याच्या काळवंडलेल्या हृदयामध्ये तो वारंवार लुप्त होत जातो. परिस्थितीच्या रेट्यामुळे त्याच्या पिढीतल्या कित्येक तरुणांप्रमाणे तो भूमिगत होतो. त्या काळात तो वेगवेगळ्या नावांनी वावरतो. स्वतःच्या विविध ओळखी निर्माण करतो. स्वतःच्या अंत्यविधीलाही उपस्थित राहतो. तो खरा कोण आहे हे आता त्यालाच ठाऊक नाही. सुरक्षारक्षकांनी निःशस्त्र जमावावर केलेल्या गोळीबारात त्याची पाच वर्षांची मुलगी मिस जबीन मारली गेली. तिला लिहिलेल्या पत्रात मुसा स्वतःच्या अंत्यविधीचे वर्णन करतो. तो तिला सांगतो की पर्वतशिखरावरून बर्फाळ प्रदेशातील अस्वल खाली उतरले. जंगलांमधून हंगूल (काश्मिरी हरिण) लक्ष ठेवून होते. आकाशात विहार करणारे पतंग सर्व गोष्टींची व्यवस्था पाहत होते. आणि शोकात बुडालेल्या १००००० लोकांनी बर्फासारखीच जमीन व्यापली होती. तो पुढे म्हणतो 'मला इतके नक्कीच कळले, की आपल्या काश्मीरमध्ये जो मरतो तो कायमस्वरूपी अमर होतो आणि जे जगत आहेत ती प्रेते आहेत. ती केवळ जिवंत असल्याचा अभिनय करत आहेत.[२४]

हे मिस जबीनच्या अंत्यविधीचे वर्णन :

मिस जबीन आणि तिच्या आईला इतर पंधरा जणांसोबत एकत्रितरीत्या दफन करण्यात आले. या दोघींमुळे मृतांचा आकडा १७ वर पोहोचला.

त्यांच्या अंत्यविधी वेळी मजार-ए-शोहदा अजूनही नवीनच होती. परंतु तिथली गर्दी वाढायला लागली होती. असे असले, तरी बंडाळीच्या सुरुवातीपासूनच, व्यवस्थापनाची जबाबदारी असलेल्या इंतजामिया कमिटीचे परिस्थितीवर बारीक लक्ष होते. आणि त्यांना येऊ घातलेल्या परिस्थितीची वास्तविकतः चाहूलही लागली होती. त्यांनी कबरींची रचना काळजीपूर्वकरीत्या केली. उपलब्ध जागेचा शिस्तपूर्ण आणि कार्यक्षम वापर करून घेतला. हुतात्म्यांची मृत शरीरे एकत्रितरीत्या कब्रस्तानात दफन करणे सर्वांनाच आवश्यक वाटत होते. त्यांना (हजारोंच्या संख्येत) पक्ष्यांसाठी खाद्य पुरवल्यासारखे डोंगरदऱ्यांमध्ये विखुरलेल्या अवस्थेत किंवा सभोवताली भूछत्रासारख्या उगवलेल्या सैनिकी ठाण्यांच्या आणि छळछावण्यांच्या आसपासच्या जंगलांमध्ये सडण्यासाठी सोडून न देणे किती महत्त्वाचे आहे हेदेखील सगळ्यांना समजत होते. प्रत्यक्ष संघर्षास तोंड फुटल्यानंतर जेव्हा व्यवस्थेने नाड्या आवळण्यास सुरुवात केली तेव्हा तिथल्या सर्वसामान्य लोकांच्या दृष्टीने आपल्या लोकांचे मृतदेह हस्तगत करणे हीदेखील एक प्रकारची बंडखोर कृती होती.

मृतदेह कबरींमध्ये ठेवण्यास सुरुवात होताच जमलेल्या गर्दीतून प्रार्थनेचे सूर उमटायला सुरुवात झाली.

रब्बिश रहली सदरी; व यस्सीर ली अमरी
वाह लुल उकदतन मिल्लीसानी यफकहू कौली
हे ईश्वर! माझ्या मनाला शांती प्रदान कर; आणि माझ्यावरचे ओझे हलके कर
आणि माझ्या जिभेला पडलेल्या गाठी सोडव. म्हणजे मी काय म्हणतोय ते त्यांना कळेल.

लहानखुरी कमरेइतक्या उंचीची बालके महिलांसाठीच्या वेगळ्या स्वतंत्र समूहात उभी होती. आपल्या आयांच्या लोकरी कपड्यांमुळे त्यांचे श्वास गुदमरत होते. त्यांना फारसे काही दिसतही नव्हते. ती आपल्या कमरेइतक्या उंचीच्या देवाणघेवाणीत मश्गुल होती :

'तू मला तुझा निकामी झालेला हातगोळा दिलास तर मी तुला सहा काडतुसांची खोकी देईन.'

एका महिलेचा तार स्वरातला एकल आवाज आसमंतात दुमदुमला. त्या आवाजात दडलेले अस्सल, रसरशीत दुःख काळीज कापत होते.

रो रही है ये जमीन... रो रहा है आसमान..

त्यानंतर एकापाठोपाठ एक आवाज तिला साथ देण्यास पुढे सरसावले.

ही भूमी अश्रू ढाळत आहे.. सोबत हे आकाश सुद्धा..

पक्षीसुद्धा काही काळ आपला किलबिलाट थांबवून, मण्यांसारख्या डोळ्यांनी, हे मानवी गीत ऐकू लागले. भटकी कुत्री चेकपोस्टमधून विनासायास ये-जा करत होती. त्यांच्या हृदयाचे ठोके कमालीचे स्थिर होते. आकाशात घिरट्या घालणाऱ्या घारी आणि गिधाडे नियंत्रणरेषेच्या आरपार आळसावल्यागत फेऱ्या मारत होती. जणू खाली जमिनीवर जमलेल्या तुटपुंज्या मनुष्यप्राण्यांना ती खिजवत होती.[२५]

या खऱ्या दुनियेत अंजुमच्या आणि मिस जबीनच्या कब्रस्तानांतील संभाषणास परवानगी मिळणार नाही, परंतु आपल्या 'ख्वाबगाह'मध्ये, आपल्या स्वप्नाच्या घरात मात्र याला कुणीही अडवू शकत नाही.

ही शेवटची ओळ लिहिताच माझा एस्ताप्पन नावाचा एक अबोल, सात वर्षीय चिमुकला मित्र -जो माझ्या 'द गॉड ऑफ स्मॉल थिंग्ज' नावाच्या कादंबरीतून आगंतुकपणे अवतरला होता, माझ्या जवळ येऊन कानात कुजबुजला : 'जर तुम्ही स्वप्नात मासा खाल्ला तर त्याचा अर्थ तुम्ही खरंच मासा खाल्ला असा होतो का?[२६]

परंतु जर दोन कब्रस्तानांमधले संभाषण या दुनियेत घडत नसेल, घडणे शक्य नसेल किंवा भविष्यातही घडणार नसेल तर कदाचित मी पुढे जे सांगणार आहे आहे ते गांभीर्याने घ्यावे लागेल.

मूसा आणि आता निवृत्ती पत्करलेले गुप्तचर अधिकारी गार्सन होबार्ट यांची काही दशकांनंतर आज पहिल्यांदा भेट होत आहे. कॉलेजमध्ये शिकत असताना एकाच तरुणीचे लक्ष वेधून घेण्यासाठी दावेदारी करणारे हे दोघे, त्यानंतर काश्मीरमधील अंतहीन युद्धात मात्र एकमेकांचे शत्रू बनले होते. जेव्हा मुसा तिथून जायला निघतो, होबार्ट त्याला निरोप देण्यासाठी त्याच्या सोबत चालत खाली रस्त्यापर्यंत येतो. त्याला छळत असलेला शेवटचा एक प्रश्न मुसाला विचारायचा आहे. त्याला हेही ठाऊक आहे, की एकदा मुसा तिथून गायब झाल्यानंतर त्याला त्याचे उत्तर कधीच

मिळणार नाही. तो प्रश्न काश्मीरमधील नव्वदच्या दशकात हत्याकांडाच्या मालिकात सहभागी असणारे कुख्यात सैनिकी अधिकारी मेजर अमरिक सिंग यांच्या संदर्भातील आहे. जेव्हा त्यांच्याविरुद्ध मोठ्या प्रमाणात आंदोलने झाली, तेव्हा कुठलाही थांगपत्ता लागू न देता अमरिकसिंग काश्मीरमधून परागंदा झाले. त्याला भारत सरकारने गुप्तपणे पळून जाण्यास मदत केल्याचे होबार्टला माहीत आहे. सर्वप्रथम त्याला कॅनडात पाठवण्यात आले. तिथून तो गायब झाला आणि अमेरिकेत गेला. काही वर्षांनंतर कॅलिफोर्नियामध्ये कौटुंबिक हिंसाचाराच्या आरोपाखाली अटक झाल्याकारणाने तो बातम्यांमध्ये झळकला होता. त्यानंतर काहीच महिन्यांनी सिंग आणि त्यांचे कुटुंब मृतावस्थेत सापडले. त्याने आपल्या लहानशा उपनगरीय घरात स्वतःसहित पत्नी आणि मुलांना गोळ्या घालून ठार केल्याचे दिसून येत होते. होबार्टचा भूतकाळ आणि जिच्यावर त्यांचे प्रेम होते त्या स्त्रीची कहाणी यांचा अमरिक सिंग यांच्याशी गहिरा संबंध होता. होबार्टचा त्या मृत्यूंबद्दलच्या सरकारी दाव्यांवर विश्वास नव्हता. पुराव्यांच्या धाग्यादोऱ्यावरून आणि चाळलेल्या काही कागदपत्रांवरून अमरिक सिंग यांच्या दुर्दैवी आणि निर्घृण अंतासाठी काश्मीर, आणि विशेषतः मुसा कारणीभूत असावा असे त्यांना ठामपणे वाटत होते :

'तू अमरिक सिंग यांना मारलेस का?'

'नाही.' चहाच्या पानांसारख्या हिरवट डोळ्यांनी माझ्याकडे रोखून बघत त्याने म्हटले 'मी मारले नाही त्याला'.

क्षणभर तो काहीच बोलला नाही, परंतु त्याच्या नजरेवरून तो माझी चाचपणी करत असल्याचे मला जाणवले. अजून काही बोलायला हवे की नको याचा तो अंदाज बांधत होता. मी त्याचा अमेरिकेला जाण्यासंदर्भातला अर्ज तसेच बोर्डिंग पास पाहिल्याचे त्याला सांगितले. त्यावर असलेले नाव त्याच्या अनेक ओळखींपैकी एक होते. त्याच्या एका बनावट पासपोर्टवरील नावाशी ते मिळतेजुळते होते. तसेच क्लोविस मधल्या गाड्या भाड्याने देणाऱ्या कंपनीकडून मला त्याच्या नावाची पावती मिळाली होती. त्यावरच्या तारखाही घटनेशी मिळत्याजुळत्या होत्या. त्यामुळेच माझी खात्री पटली होती, की त्याचा या एकंदर प्रकरणाशी काहीतरी संबंध आहे. परंतु नक्की काय ते मला ठाऊक नव्हते.

'मी केवळ कुतूहलाने विचारत आहे', मी म्हणालो. 'ते कृत्य तू केलं असलंस तरी मला काही फरक पडत नाही. त्या माणसासोबत योग्यच झाले.

'मी त्याला मारले नाही. त्याने स्वतःच स्वतःला ठार केले. परंतु

आम्ही त्याला तसे करण्यास भाग पाडले.'

हे ऐकून मी बुचकळ्यात पडलो.

'मी त्याला शोधत अमेरिकेत गेलो नव्हतो. मी त्याआधीच दुसऱ्या एका कामासंदर्भात तिकडे गेलो होतो. तिथे असताना पत्नीला मारहाण करण्याबद्दल त्याला अटक केल्याचे मी बातम्यांमध्ये आणि वर्तमानपत्रात पाहिले. त्याचा घरचा पत्ता सार्वजनिक करण्यात आला होता. कित्येक वर्षे मी त्याला शोधत होतो. माझे त्याच्याकडे एक काम राहिले होते. तसे आमच्यापैकी बऱ्याच जणांचे होते. म्हणूनच तर मी क्लोविसला गेलो. थोडीफार चौकशी केल्यानंतर शेवटी मला तो एका गाड्या धुऊन देणाऱ्या गॅरेजवर सापडला. तिथे तो त्याच्या गाडीची डागडुजी करायला आला होता. ज्याने जलीब कादरी आणि इतर अनेकांना ठार केले होते. त्या आम्हाला माहीत असलेल्या हत्याऱ्याहून हा माणूस पूर्णपणे वेगळा होता. ज्याच्याआड सुरक्षित राहून त्याने काश्मीरमध्ये घृणास्पद कारवाया केल्या होत्या, आता तसे कोणतेही संरक्षक कवच त्याच्याकडे नव्हते. तो भयभीत झाला होता. मोडून पडला होता. मला तर त्याची काही क्षण दयाही आली. मी त्याला इजा पोहोचवणार नसल्याचे आश्वासन दिले. त्यासोबतच त्याने भूतकाळात जे काही केले आहे, त्याचे त्याला कधीही विस्मरण आम्ही होऊ देणार नाही, याची जाणीव करून देण्यासाठी मी तिथे आल्याचे त्याला सांगितले.'

मुसा आणि मी रस्त्यावर उभे राहून हा संवाद साधत होतो. मी त्याला निरोप देण्यासाठी खाली आलो होतो.

'इतर काश्मिरींनीही ती बातमी वाचली होती. ते सुद्धा काश्मीरमधला हा हत्यारा आता कशाप्रकारे राहतोय ते पाहण्यासाठी क्लोविसला भेटी देऊ लागले. त्यापैकी काही पत्रकार होते, काही लेखक, छायाचित्रकार, वकील तसेच काही सर्वसामान्य लोकही होते. ते त्याच्या कामाच्या ठिकाणी, त्याच्या घरी, तो जात असलेल्या सुपरमार्केटमध्ये, रस्त्यावर त्याच्या मुलांच्या शाळेत अशा सर्व ठिकाणी पोहोचले. अगदी दररोज. नित्यनेमाने.

तो आम्हाला टाळू शकत नव्हता. आम्ही त्याला काहीच विसरू देत नव्हतो. त्याची वेड्यासारखी अवस्था झाली असणार. शेवटी हे सगळे त्याच्यासाठी आत्मघातकी ठरले. तर, तुम्ही विचारलेल्या प्रश्नासंदर्भात माझे हेच उत्तर असेल 'नाही. मी त्याला मारले नाही.'

मागे दिसत असलेल्या शाळेच्या प्रवेशद्वारावर एका लहान बाळाला

पोलिओचा डोस पाजणाऱ्या परिचारिकेचे विशाल चित्र रंगवले होते. त्या चित्राकडे पाठ करून उभा असलेला मूसा पुढे जे काही म्हणाला त्यामुळे माझ्या सर्वांगातून एक थंड शिरशिरी गेली. थट्टामस्करी करत असल्याप्रमाणे, चेहऱ्यावर एक मैत्रीपूर्ण, आनंदी हास्य राखत मूसाने ज्या सहज, खेळकरपणाने ते विधान केले त्यामुळे तर त्याची परिणामकारकता अजूनच वाढली.

'असा एक दिवस येईल, जेव्हा काश्मीरसुद्धा भारताला अशाच प्रकारे आत्मघात करायला भाग पाडेल. तोपर्यंत कदाचित तुम्ही छऱ्याच्या बंदुकांनी आमच्यापैकी प्रत्येकाला अंध केलेले असेल. परंतु तुमचे डोळे तरी अजून शाबूत असतीलच ना. तुम्ही आमचे काय हाल केले आहेत हे तुम्ही पाहूच शकाल. तुम्ही आम्हाला उद्‌ध्वस्त करत नाही आहात. तुम्ही आमची पुनर्बांधणी करत आहात. उद्‌ध्वस्त तर तुम्ही स्वतःलाच करताय. खुदा हाफिज, गार्सन भाई.'[२७]

विद्‌ध्वंसाची सुरुवात झाली आहे.

आणि हो, जर तुम्ही तुमच्या स्वप्नात मासा खाल्ला असेल, तर तुम्ही प्रत्यक्षात मासा खाल्ला आहे असाच त्याचा अर्थ होतो.

८

आपल्याला अजून जग जिंकायचे आहे*

प्रिय मित्र, कॉम्रेड आणि माझ्या सहकारी लेखकांनो, आपण आज ज्या ठिकाणी जमलो आहोत, तिथे चार दिवसांपूर्वीच एका फॅसिस्ट जमावाने ईशान्य दिल्लीतील कामगार वस्त्यांत राहणाऱ्या मुस्लिमांवर सशस्त्र, प्राणघातक हल्ले चढवले होते. सत्ताधारी पक्षाच्या सदस्यांनी पोलिसांच्या सक्रिय मदतीने, आपल्या विखारी भाषणांतून त्यांना भडकवण्याचे काम केले होते. त्यांच्या या कृतींना इलेक्ट्रॉनिक माध्यमांचा पूर्णवेळ पाठिंबा होता, त्यासोबतच नायालये आपल्या मार्गात अडसर ठरणार नाहीत ही शाश्वतीदेखील त्यांना होती.

हा हल्ला होईल याचा अंदाज असल्यामुळे लोकांनी पूर्वतयारी केली होतीच. त्यामुळेच त्यांनी स्वतःचा बचावदेखील केला. बाजारपेठा, दुकाने, घरे, मशिदी आणि वाहने जाळण्यात आली. रस्त्यांत दगडांचा खच दिसत आहे. रुग्णालये जखमी आणि अत्यवस्थ लोकांनी भरून वाहत आहेत. मुस्लीम आणि हिंदूंच्या मृतदेहांनी -ज्यात एका पोलिसाचा आणि राज्य गुप्तचर यंत्रणेच्या एका अधिकाऱ्याचा समावेश आहे, शवागरे तुडुंब भरलेली आहेत. दोन्ही बाजूंच्या लोकांनी एकाचवेळी आपण अमानुष क्रौर्य तसेच अविश्वसनीय धैर्य आणि दयाळूपणा दाखवू शकत असल्याचे खचितच सिद्ध केले आहे.

तरीही दोन्ही बाजू इथे समतोल नाहीत. या हिंसाचाराची सुरुवात सध्या आपल्यावर राज्य करणाऱ्या उघडउघड फॅसिस्ट सरकारच्या पाठिंब्यावर पोसलेल्या आणि 'जय श्रीराम'च्या घोषणा देणाऱ्या मुर्दाड जमावाने केली होती, याबद्दल

* हम देखेंगे : १ मार्च २०२० रोजी नवी दिल्ली येथे सीएए-एनपीआर-एनसीआर विरोधात भरलेल्या लेखक आणि कलावंतांच्या अखिल भारतीय संमेलनात केलेले भाषण.

कोणाचे दुमत असू शकत नाही. ही वस्तुस्थिती कुणीही बदलू शकणार नाही. या घोषणा दिल्या गेल्या असल्या आणि लोकांनी सिद्ध करण्याचे कितीही प्रयत्न केले, तरीही जे घडले त्यास हिंदू-मुस्लीम दंगल म्हणता येणार नाही. हे फॅसिस्ट आणि फॅसिस्टविरोधी दरम्यान सध्या सुरू असलेल्या संघर्षाचे मूर्त स्वरूप होते, ज्यामध्ये मुस्लिमांची जागा त्यांच्या शत्रूंच्या यादीत सर्वांत वरती आहे. सध्या बरेच जण म्हणतायेत त्याप्रमाणे, या हिंसाचाराला दंगल किंवा डावे विरुद्ध उजवे किंवा अगदी बरोबर विरुद्ध चूक अशा साच्यात बसवणे धोकादायक आणि दिशाभूल करणारे ठरू शकते. हा वणवा भडकलेला असताना पोलीस बाजूला निष्क्रियपणे उभे असतानाच्या अथवा काही वेळा त्यात सक्रियरीत्या सहभागी झालेल्या चित्रफिती आपण सगळ्यांनी पाहिल्या आहेत. आपण त्यांना सीसीटीव्ही कॅमेरे फोडताना पाहिले. अगदी तसेच त्यांनी १५ डिसेंबर रोजी जामिया मिलिया इस्लामिया विद्यापीठातील ग्रंथालयात तोडफोड करताना केले होते. आपण त्यांना एकमेकांवर कोलमडून पडणाऱ्या जखमी मुस्लिमांना मारहाण करताना आणि त्यांच्यावर राष्ट्रगीत गाण्याची बळजबरी करताना पाहिले आहे. आपल्याला हेही ठाऊक आहे, की त्यांच्या पैकी एक तरुण आता हयात नाही.[१] ही सगळी मृत, जखमी, उद्ध्वस्त मुस्लीम आणि हिंदू माणसे आपल्या निर्ढावलेल्या, फॅसिस्ट पंतप्रधान नरेंद्र मोदी यांच्या सत्तेचे बळी आहेत. अठरा वर्षांपूर्वी स्वतःच्या राज्यात कित्येक आठवडे चाललेल्या हत्याकांडाचे नेतृत्व केलेले असल्यामुळे ते अशा परिस्थितीशी अजिबातच अनभिज्ञ नाहीत.

या भीषण अग्निकांडाच्या आकृतिबंधाचा येणाऱ्या वर्षांत सखोल अभ्यास केला जाईल. परंतु तिथले स्थानिक तपशील केवळ ऐतिहासिक दस्तऐवज बनून राहतील, कारण समाजमाध्यमांवर पसरवल्या जात असलेल्या द्वेषयुक्त अफवांमुळे या घटनेच्या परिणामांचा प्रभाव बाहेरच्या दिशेने विस्तारत असल्याचे निदर्शनास येत आहे. हवेमध्ये रक्ताचा दर्प जाणवण्यास सुरुवात झाली आहे. उत्तर दिल्लीत त्यानंतर एकही हत्या झाली नसली, तरी काल २९ फेब्रुवारी रोजी मध्य दिल्लीत लोक जथ्थ्यांनी 'देश के गद्दारोंको, गोली मारो सालों को' अशा घोषणा देत असल्याचे दिसले. या घोषणेमुळे तर हिंसाचाराची सुरुवात झाली होती. काही दिवसांपूर्वी दिल्ली उच्च न्यायालयातील न्यायमूर्ती मुरलीधर यांनी माजी भाजप आमदार कपिल मिश्रा याच्यावर कोणतीही कारवाई केली नसल्याबद्दल संतापून दिल्ली पोलिसांची चांगलीच खरडपट्टी काढली होती. शांततापूर्ण आंदोलन करणाऱ्या आंदोलकांना कपिल मिश्राने, जाफराबाद येथे, पोलिसांच्या उपस्थितीत, उघड उघड धमक्या दिल्या होत्या. २६ फेब्रुवारीच्या रात्री न्यायमूर्ती मुरलीधर यांना त्या मध्यरात्रीपासूनच पंजाब उच्च न्यायालयातील कार्यभार स्वीकारण्याबाबतच्या नव्या जबाबदारीचे आदेश देण्यात आले. कपिल मिश्रा पुन्हा एकदा रस्त्यावर उतरला आहे आणि त्याचे चेले

परत परत 'देश के गद्दारोंको, गोली मारो सालोंको' या घोषणा देत आहेत. पुढील निर्देश मिळेपर्यंत ही घोषणा आता अव्याहतपणे वापरली जाऊ शकते.

न्यायाधीशांसोबत असे खेळ खेळले जाण्याची ही काही पहिलीच वेळ नाही. आपल्याला न्यायमूर्ती लोयांची गोष्ट माहीत आहेच.[२] २००२ च्या गुजरात दंगलीत नरोडा-पाटिया येथील सत्त्याण्णव मुस्लिमांच्या हत्येत सहभागी असल्याचा आरोप असलेल्या बाबू बजरंगीची गोष्ट आपण विसरलेलो असू शकतो. तुम्ही यूट्यूब वरच्या चित्रफितीत तो काय बोलतोय हे ऐकू शकता.[३] तो तुम्हाला न्यायाधीशांशी संगनमत करून नरेंद्रभाईंनी त्याला कसे सोडवले ते सांगेल.

निवडणुकीपूर्वी अशा हत्याकांडाची अपेक्षा करायला आपण आता शिकलो आहोत. मतांचे ध्रुवीकरण करण्यासाठी आणि जनाधार वाढवत मतदारसंघ काबीज करण्यासाठी असे नृशंस प्रकार घडवून आणणे जणू निवडणूक प्रचाराचा अविभाज्य भाग बनला आहे. परंतु दिल्लीतील हिंसाचार हा दिल्ली विधानसभा निवडणूक होऊन गेल्यानंतर घडला. या निवडणुकीत भाजप-रास्वसंघ यांना दारुण पराभव पत्करावा लागला. त्याची शिक्षा दिल्लीतील जनतेला देण्यात आली. हे येऊ घातलेल्या बिहार निवडणुकीचे सूतोवाचही आहे.

या सर्व गोष्टींची नोंद झालेली आहे. प्रत्येक जण सर्व काही पाहू शकतो, ऐकू शकतो- ज्यामध्ये कपिल मिश्रा, परवेश शर्मा, केंद्रीय मंत्री अनुराग ठाकूर, उत्तर प्रदेशचे मुख्यमंत्री योगी आदित्यनाथ, गृहमंत्री अमित शहा आणि दस्तुरखुद्द पंतप्रधानांच्या भडकाऊ भाषणांचा समावेश आहे. आणि तरीही उलट चित्र उभे करण्यात येत आहे.असे दर्शवण्यात येत आहे, की गेल्या पंच्याहत्तर दिवसांपासून नागरिकत्व घटनादुरुस्ती कायद्याविरुद्ध (सीएए) अत्यंत शांततापूर्ण मार्गाने (ज्यात बहुतांशी स्त्रियांचा आणि पूर्णांशाने नसला तरी बहुसंख्य मुस्लिमांचा समावेश आहे.) जे आंदोलन सुरू आहे त्याच्यापासून संपूर्ण भारताला धोका आहे.

गैर-मुस्लीम अल्पसंख्याकांना तत्परतेने नागरिकत्व बहाल करणारा सीएए हा उघड उघड घटनाविरोधी आणि मुस्लीमविरोधी आहे. राष्ट्रीय लोकसंख्या नोंदणी (एनपीआर) आणि राष्ट्रीय नागरिकत्व नोंदणी (एनआरसी) यासोबत मिळून तो केवळ मुस्लिमांनाच नव्हे, तर ज्या भारतीयांकडे आवश्यक कागदपत्रे नाहीत अशा लाखोंना अवैध आणि गुन्हेगार ठरवू शकतो. त्यांचे भवितव्य अधांतरी लटकू शकते. यामध्ये आज 'गोली मारो सालोंको.' असे ओरडणाऱ्यांचाही समावेश असू शकतो. नागरिकत्वाचा प्रश्न ऐरणीवर आला, की तुमच्या मुलाबाळांचे हक्क, मतदानाचे अधिकार, जमिनीचे अधिकार अशा सर्वच बाबीवर प्रश्नचिन्ह उभे केले जाऊ शकते. हॅना आरेन्ट म्हणते 'नागरिकत्व तुम्हाला हक्क बाळगण्याचा हक्क बहाल करते.' ज्यांना याबद्दल शंका वाटते त्यांनी आसाममधील वीस लाख हिंदू-

मुस्लिमांसोबत काय घडले याकडे लक्ष देऊन बघायला हवे. आता मेघालयातील आदिवासी टोळ्या आणि गैरआदिवासी जनतेत संघर्ष उद्भवला आहे. शिलाँगमध्ये संचारबंदी लागू करण्यात आली आहे. स्थानिकेतर लोकांसाठी राज्याच्या सीमा बंद करण्यात आल्या आहेत.

एनपीआर-एनआरसी-सीएएचा केवळ भारतातीलच नव्हे, तर एकंदर उपखंडातील जनतेत फूट पाडून अस्थैर्य निर्माण करणे हा एकमेव हेतू आहे. ज्यांना भारताचे विद्यमान गृहमंत्री 'बांगलादेशी किडे' म्हणून संबोधतात असे खरोखरच लक्षावधी काल्पनिक लोक अस्तित्वात असतीलच तर त्यांना कैदखान्यात कोंडून ठेवणे किंवा त्यांना घालवून देणे शक्य होणार नाही. अशा अपमानास्पद संज्ञा वापरून आणि असली घृणास्पद पाशवी योजना आखून हे सरकार खरे तर त्यांना ज्यांच्याविषयी काळजी आहे असा आव आणते त्या बांगलादेश, पाकिस्तान आणि अफगाणिस्तानात राहणाऱ्या लक्षावधी हिंदूंचा जीव धोक्यात घालत आहे. दिल्लीत सुरू झालेल्या या धर्मांधतेचे दुष्परिणाम त्यांना भोगावे लागू शकतात.

आपण कुठे येऊन पोहोचलोय ते लक्षात घ्या.

१९४७ मध्ये आपण वसाहतवादी सत्तेविरुद्ध लढून स्वातंत्र्य मिळवले. या लढाईत सध्याच्या सत्ताधाऱ्यांचा अपवाद वगळता इतर सर्व जण सहभागी झाले होते. स्वातंत्र्यानंतर सर्व प्रकारच्या सामाजिक चळवळींनी, जातिप्रथेविरुद्धच्या संघर्षांनी, भांडवलशाहीविरुद्ध उभ्या राहिलेल्या आंदोलनांनी आणि स्त्रीवादी लढ्यांनी आपला आजवरचा प्रवास अधोरेखित केला आहे. साठच्या दशकात न्यायाच्या मागणीसाठी, संपत्तीच्या पुनर्वाटपासाठी तसेच सत्ताधारी वर्गाला उलथवून टाकण्यासाठी क्रांतीची हाक दिली गेली होती.

नव्वदच्या दशकानंतर आपल्याला स्वतःच्या जमिनींवरून आणि गावांतून होत असलेल्या लाखो लोकांच्या विस्थापनाविरुद्ध लढावे लागत होते. ही लोकं नव्या भारताच्या उभारणीच्या प्रक्रियेतील अपरिहार्य बळी ठरत होते. हा असा भारत आहे जिथे सर्वाधिक श्रीमंत असलेल्या त्रेसष्ट व्यक्तींची संपत्ती १.३ अब्ज भारतीयांसाठी वार्षिक अर्थसंकल्पात मुकर्रर केलेल्या रकमेपेक्षा कितीतरी अधिक होती.

आता तर आपल्याला एक नागरिक म्हणून स्वतःच्या अधिकारांसाठी अशा लोकांसमोर याचना करावी लागत आहे ज्यांचे राष्ट्र उभारणीतील योगदान शून्य आहे. आणि आपण जसजशी याचना करत आहोत तसतसे सरकार आपल्यावरचे त्यांचे संरक्षण काढून घेत असल्याचे दिसून येत आहे. पोलीस धर्मांध होत आहेत, न्यायालये कर्तव्यात कसूर करत आहेत आणि माध्यमे 'सुरक्षित कोषात राहणाऱ्यांना अडचणीत आणणारे प्रश्न विचारावेत आणि जे अडचणीत आहेत त्यांना सुरक्षित करावे' या मूलभूत तत्त्वाच्या अगदीच विरुद्ध वागत आहेत.

आज १ मे २०२० रोजी जम्मू आणि काश्मीरकडून त्याचा विशेष दर्जा असंवैधानिक पद्धतीने हिसकावून घेतल्याला तब्बल २१० दिवस झाले आहेत. तीन माजी मुख्यमंत्र्यांसह हजारो काश्मिरी अजूनही तुरुंगात आहेत. सत्तर लाख लोक माहितीपासून वंचित अशा आभासी तुरुंगात खितपत पडले आहेत. मानवी अधिकारांच्या अतिप्रचंड उल्लंघनाची ही अभिनव कवायत आहे. २६ फेब्रुवारी रोजी दिल्लीतले रस्ते श्रीनगरमधल्या रस्त्यांसारखे भासत होते. त्या दिवशी कश्मीरमधली मुले तब्बल सात महिन्यांनंतर पहिल्यांदा शाळेत जात होती. परंतु तुमच्या अवतीभवती असलेल्या सगळ्या गोष्टींची हळूहळू मुस्कटदाबी होत असताना त्या शाळेत जाण्याला तरी काय अर्थ आहे?

जी लोकशाही राज्यघटनेद्वारे शासित नाही आणि जिच्या महत्त्वाच्या संस्था खिळखिळ्या करण्यात आल्या आहेत तिचे अस्तित्व फार फार तर एक बहुसंख्यावादी राष्ट्र इतपतच असू शकते. तुमचा राज्यघटनेला पूर्णपणे अथवा काही प्रमाणात समर्थन अथवा विरोध असू शकतो. परंतु ती अस्तित्वातच नाही अशा प्रकारची या सरकारची वर्तणूक लोकशाहीला मूळापासून हादरे देत आहे. कदाचित हाच त्यांचा अंतस्थ हेतू असावा. ही कोविड-१९ची आपली देशी आवृत्ती आहे. आपण भयंकर आजारी आहोत.

दूरदूरपर्यंत मदतीची कसलीही शक्यता दिसत नाही. सद्भावना असलेला एकही देश वा संयुक्त राष्ट्रसंघ आपल्यासाठी धावून येणार नाही.

आणि निवडणुका जिंकण्याच्या उद्देशाने प्रेरित असलेला कोणताही राजकीय पक्ष याविरोधात नैतिक भूमिका घेत ठामपणे उभे राहण्याची हिंमत दाखवणार नाही. सगळ्याच वाटांवर संकट उभे आहे. व्यवस्थेचा डोलारा कोसळत आहे.

जे धोका पत्करण्यास तयार आहेत आणि ज्यांच्यात सत्य सांगण्याची धमक आहे, अशी लोकांचा रोष ओढवून घेण्याची तयारी असणारी माणसं आपल्याला हवी आहेत. धाडसी पत्रकार, वकील हे करू शकतात. याआधी त्यांनी हे करूनही दाखवले आहे. आणि कलावंत- सुंदर, बुद्धिमान, धाडसी लेखक, कवी, संगीतकार, चित्रकार आणि चित्रपटकर्मी हे करू शकतात. सौंदर्य आपल्या बाजूने आहे. अगदी सर्व प्रकारचे सौंदय.

आपल्याला बरेच काम करायचे आहे. आपल्याला अजून जग जिंकायचे आहे.

१

ही साथ नव्या जगाचे प्रवेशद्वार आहे*

'व्हायरल होणे' ही उक्ती थोडेसे तरी दचकल्याखेरीज आता आपल्यापैकी कोण सहजगत्या वापरू शकेल? जेव्हा दरवाजाचे कडी-कोंडे, पत्त्यांचा बॉक्स किंवा भाजीच्या पिशवीकडे पहाल तेव्हा ज्यांच्यावर शोषक नळ्या बसवल्याचा भास होतो तसेच जे तुमच्या फुफ्फुसांवर आक्रमण करण्याच्या तयारीत आहेत अशा अदृश्य, जिवंत वा मृत चिकट गोळ्यांचा विचार कुणाच्या मनात येणार नाही? एखाद्या अनोळखी व्यक्तीचे चुंबन घेण्यास वा बसमध्ये चढावयास आता कोण धजावेल? किंवा मनामध्ये मूर्तिमंत भीती उमटल्याखेरीज आपल्या मुलांना शाळेत कोण पाठवेल? साध्यासुध्या आनंददायी गोष्टींचा विचार त्यामागे लपलेल्या धोक्याशिवाय आता कोण करू शकेल? आपल्यापैकी असा कोण आहे जो स्वतःला छुपा साथरोगविशेषज्ज्ञ, विषाणूतज्ज्ञ, संख्याशास्त्री किंवा प्रेषित समजत नाही? विज्ञानविरोधी असलेला असा कोणता पादरी आहे जो लपून छपून का होईना विज्ञानाला शरण जात नसेल? आणि जसजसा विषाणूचा प्रसार वाढतोय तसा शहरांमध्ये पुन्हा एकवार कानी पडणाऱ्या पक्ष्यांच्या किलबिलाटामुळे, वाहतुकीविना सताड उघड्या रस्त्यांवर भरणाऱ्या मयूरनृत्यामुळे तसेच आकाशात विलसणाऱ्या शांततेमुळे कुणाला आनंद झाला नसेल?

मी हे लिहीत असतानाच, जगभरात या साथीमुळे संक्रमित लोकांची संख्या धोकादायकरीत्या दहा लाखांपर्यंत जाऊन पोहोचली आहे. या विषाणूने आतापावेतो जवळपास पन्नास हज़ार लोकांचा जीव घेतला आहे. विविध अनुमाने असे सांगतात, की ही संख्या लाखोंच्या घरात किंवा त्याहून अधिक असेल. या विषाणूने व्यापार आणि आंतरराष्ट्रीय भांडवलाच्या मार्गे जगभर मुक्तपणे संचार करत असा गंभीर

---

* सर्वप्रथम ४ एप्रिल २०२० रोजी फायनान्शिअल टाइम्समध्ये प्रकाशित

आजार पसरवला आहे, ज्याकारणे मनुष्यप्राण्याला आपल्या देशात, शहरात आणि आपापल्या घरात कैद होऊन राहावे लागले आहे.

परंतु या विषाणूचे भांडवलाच्या प्रवाहाच्या तत्त्वाच्या विरुद्ध, नफेखोरीचे नव्हे तर प्रसाराचे उद्दिष्ट आहे. आणि त्यामुळेच कुठल्याही हेतूशिवाय का होईना, त्याने भांडवलाचा ओघ उलट दिशेने फिरवला आहे. या विषाणूने देशादेशांतील दळणवळणावरचे नियंत्रण, बायोमेट्रिक, डिजिटल सेवा आणि इतर सर्व प्रकारच्या डेटा विश्लेषणाचा फज्जा उडवला आहे. याचा सर्वाधिक फटका जगातल्या सर्वाधिक शक्तिशाली देशांना आणि श्रीमंतांना बसला आहे ज्यामुळे भांडवलशाहीच्या इंजिनाचा वेग जणू अचानकपणे शून्यवत झाला आहे. तात्पुरता का होईना आपल्याला आवश्यक असा वेळ मिळालेला आहे, ज्यात सर्व गोष्टी पडताळून हे इंजिन दुरुस्त करायचे आहे, की याहून उत्तम असे दुसरे इंजिन धुंडाळायचे आहे याचा विचार करावा लागणार आहे.

या विषाणूशी झुंजत असलेल्या चिनी लोकांना युद्धाबद्दल बोलण्याची हौस आहे. ते युद्धाचा वापर रूपकात्मकरीत्याच नव्हे, तर शब्दशः देखील करतात. परंतु साथीऐवजी जर हे एखादे युद्ध असते तर अमेरिकेशिवाय दुसऱ्या कोणत्या देशाची तयारी सर्वोत्तम असती? जर मास्क, स्वॅब किंवा हातमोजे यांशिवाय त्यांच्या सीमेवरच्या सैनिकांना बंदुका, स्मार्ट बॉम्ब, बंकर बस्टर्स, पाणबुड्या, लढाऊ विमाने आणि अणुबॉम्ब यांची गरज भासली असती, तर त्या गोष्टींचा तुटवडा निर्माण झाला असता का?

प्रत्येक रात्री आपल्यापैकी काही जण, हजारो किलोमीटर दूर असलेल्या न्यू यॉर्कच्या राज्यपालांची पत्रकार परिषद अनाकलनीय अविश्वासाने पाहत आहेत. आपण आकडेवारीकडे लक्ष ठेवून आहोत तसेच अमेरिकेतल्या तुडुंब भरून वाहणाऱ्या रुग्णालयांबद्दलच्या, सर्व प्रकारचा धोका पत्करून रुग्णांना दिलासा मिळावा म्हणून कमी मोबदल्यात अतिरिक्त कामाचा बोजा अंगावर पडलेल्या परिचारिकांना कचऱ्याच्या पिशव्यापासून वा जुन्या पावसाळी कपड्यांपासून मास्क बनवावे लागत असल्याच्या, राज्याराज्यांमध्ये व्हेंटिलेटर मिळवण्यासाठी लागलेल्या स्पर्धेच्या आणि कोणत्या रुग्णाला ते मिळायला हवे आणि कुणाला त्याविना मरू दिले जावे यासंदर्भातील डॉक्टरांना सामना कराव्या लागणाऱ्या संभ्रमाच्या गोष्टी ऐकत आहोत. आणि आपण स्वतःच्या मनात म्हणत आहोत, 'परमेश्वरा, ही आहे अमेरिका!'

ही अत्यंत तातडीची, खरीखुरी, महाकाय आकाराची आणि अजूनही आपल्यासमोर उलगडत असलेली शोकांतिका आहे. हे त्या आगगाडीचे मोडकळीस आलेले भाग आहेत जी कित्येक वर्षे आपल्या पथावरून अनिर्बंधपणे मार्गक्रमण करत होती. अमेरिकेतील रुग्णांच्या विल्हेवाटीच्या चित्रफिती बहुतेकांनी बघितल्या असणार.

आजारी लोकांना रुग्णालयातील कपड्यांवरच वा नग्नावस्थेत गुप्तपणे चौकात भिरकावून दिले होते. कमनशिबी लोकांसाठी अमेरिकेतल्या रुग्णालयांचे दरवाजे बहुतेक वेळा बंदच केले जातात. ते कितपत आजारी आहेत किंवा त्यांना किती यातना सहन कराव्या लागल्या याचा यंत्रणेवर काडीमात्र फरक पडत नाही. हे किमान आजवर तरी घडत होते. आता मात्र या विषाणूयुगात गरिबाला झालेला आजार श्रीमंत समाजाच्या आरोग्यावर परिणाम साधू शकतो आणि तरी अजूनही, सर्वांना आरोग्य सुविधा मिळाव्यात याकरिता सातत्याने आवाज उठवणाऱ्या बर्नी सँडर्स या सिनेटरला त्यांच्या स्वतःच्या पक्षाकडून देखील राष्ट्राध्यक्षपदाच्या शर्यतीसाठी उपरे समजले जाते.

मग सरंजामशाही आणि धार्मिक मूलतत्त्ववाद, जात आणि भांडवलशाही यादरम्यान कुठेतरी अधांतरी लटकणाऱ्या, अति उजव्या हिंदू राष्ट्रवाद्यांची सत्ता असलेल्या आणि गरिबीने समृद्ध अशा माझ्या भारतदेशाचे कसे होणार? डिसेंबरमध्ये जेव्हा चीन वुहानमध्ये कोरोनाच्या उद्रेकाचा सामना करत होता, तेव्हा भारत सरकार उघड उघड पक्षपाती आणि मुस्लिमविरोधी असणाऱ्या आणि नुकतेच संसदेत मंजूर झालेल्या नागरिकत्व कायद्याविरुद्ध आंदोलन करणाऱ्या लाखो नागरिकांना तोंड देत होते.

अमेझॉन जंगलाचे कर्दनकाळ म्हणून ओळखले जाणाऱ्या आणि कोविडचे अस्तित्वच नाकारणाऱ्या जैर बोल्सोनारो यांना भारतीय प्रजासत्ताक दिनाच्या प्रभातफेरीसाठी आपण सन्माननीय प्रमुख पाहुणे म्हणून बोलावले होते. त्यांनी दिल्लीहून मायदेशी प्रयाण केल्यानंतरच्या काही दिवसांतच, ३० जानेवारी रोजी, भारतात कोविडचा पहिला रुग्ण आढळला. परंतु सत्ताधारी पक्षाचे वेळापत्रक भरगच्च असल्याकारणाने फेब्रुवारी महिन्यात या विषाणूचा त्यात समावेश करणे शक्य नव्हते. त्या महिन्याच्या शेवटच्या आठवड्यात अमेरिकेचे राष्ट्राध्यक्ष डोनाल्ड ट्रम्प यांचा शासकीय दौरा नियोजित होता. गुजरातमधील क्रीडांगणावर त्यांच्या स्वागतासाठी दहा लाखांहून अधिक लोक जमतील असे आमिष त्यांना दाखवण्यात आले होते. या सगळ्यासाठी प्रचंड पैसा आणि बहुमूल्य वेळ दवडण्यात आला.

आणि त्यानंतर दिल्ली विधानसभेच्या निवडणुका आल्या, ज्यात भाजपने जर काही हिकमती लढवल्या नाहीत, तर त्यांची हार निश्चितच होती. त्यांनी तसे केलेच. कुठलाही विधिनिषेध न बाळगता अत्यंत विखारी असा हिंदू राष्ट्रवादी प्रचार करण्यात आला ज्यात 'गद्दारांना' मारहाण करण्याच्या आणि गोळ्या घालण्याच्या घोषणा देण्यात आल्या.[१]

भाजप तरीही हरलाच. ज्यांच्यामुळे ही वेळ आली असे मानले गेले, त्या दिल्लीतल्या मुस्लिमांना त्यानंतर धडा शिकवला गेला. ईशान्य दिल्लीतील कामगार

वस्तीत राहणाऱ्या मुस्लिमांवर हिंदूंच्या सशस्त्र जमावाने हल्ले केले. घरे, दुकाने, मशिदी आणि शाळा जाळण्यात आल्या. ज्या मुस्लिमांना हा हल्ला अपेक्षित होता त्यांनी प्रतिकार केला. यात पन्नासहून अधिक लोक मारले गेले, ज्यामध्ये मुस्लिमांसहित काही हिंदूंचाही समावेश होता. स्थानिक स्मशानात उभारलेल्या निर्वासितांच्या छावणीत हजारोंची रवानगी करण्यात आली. गटारातून विद्रूप केले गेलेले मृतदेह बाहेर काढण्याचे काम अजूनही चालूच होते, तेव्हा कुठे कोविड -१९ संदर्भात पहिली बैठक घेतली गेली. आणि बहुसंख्य भारतीयांना हाताला लावण्यासाठी सॅनिटायझर नावाची काहीएक गोष्ट असते याचा पहिल्यांदा साक्षात्कार झाला.

मार्चदेखील व्यस्तच होता. त्यातले सुरुवातीचे दोन आठवडे मध्य प्रदेशातील काँग्रेस सरकार उलथवून त्याजागी भाजप सरकारची स्थापना करण्यात गेले. ११ मार्च रोजी जागतिक आरोग्य संघटनेने कोविड-१९ ही जागतिक साथ असल्याचे जाहीर केले. त्यानंतर दोन दिवसांनी १३ मार्च रोजी आपल्या केंद्रीय आरोग्य मंत्रालयाने कोविड-१९ ही आरोग्यविषयक आणीबाणी नसल्याचे सांगितले. शेवटी १९ मार्च रोजी पंतप्रधानांनी यासंदर्भात देशाला उद्देशून पहिले भाषण केले. त्यांनी फारसा गृहपाठ केला नसल्यामुळे फ्रान्स आणि इटलीचे अनुकरण करण्यातच धन्यता मानली. त्यासोबतच त्यांनी सोशल डिस्टंसिंगची आवश्यकता असल्याचे सांगितले (जातीप्रथा खोलवर रुतलेल्या समाजाला याचे आकलन त्वरित होईल.) आणि २२ मार्च रोजी एक दिवसाचा जनता कर्फ्यू पाळण्याचे आवाहन केले. यासंदर्भात सरकारची भूमिका आणि तयारी काय आहे याविषयी ते अवाक्षरही बोलले नाहीत. परंतु लोकांना आपापल्या गच्चीवर, सज्जात येऊन घंटा, भांडी वाजवत देशभरातील आरोग्य कर्मचाऱ्यांना मानवंदना देण्याचे आवाहन मात्र केले. त्या क्षणापर्यंत तरी त्यांनी वैद्यकीय सुरक्षाकवच आणि श्वसनविषयक साधने आपल्या आरोग्य कर्मचाऱ्यांसाठी आणि रुग्णालयांसाठी राखून ठेवण्याऐवजी भारत त्यांची निर्यात करत असल्याचा साधा उल्लेखही केला नाही.

यात काहीच आश्चर्य नाही, की नरेंद्र मोदींच्या विनंतीला मोठ्या उत्साहाने प्रतिसाद देण्यात आला. भांड्यांचे घणाघाती आवाज करत लोक रस्त्यावर उतरले, झुंडीने फिरले, नाचले. सोशल डिस्टंसिंगची ऐशीतैशी केली. त्यानंतरच्या काही दिवसांत कुठेकुठे पुरुषांनी पवित्र गायीच्या शेणाने भरलेल्या पिपात उड्या मारल्या. भाजप समर्थकांनी गोमूत्र प्राशन करण्याचे सोहळे आयोजित केले. यात मागे न राहता, बऱ्याच मुस्लीम संघटनांनी 'अल्ला' हेच या विषयाचे अंतिम उत्तर असून भाविकांनी मोठ्या संख्येने मशिदीत जमून प्रार्थना करण्याचे आवाहन केले. २४ मार्च रोजी रात्री आठ वाजता मोदींनी पुन्हा एकवार टीव्हीवर अवतरून जाहीर केले, की त्या मध्यरात्रीपासून संपूर्ण भारतात टाळेबंदी (लॉकडाउन) लागू करण्यात येईल.

सर्व प्रकारचे बाजार बंद राहतील. सरकारी तसेच खासगी वाहतुकीवर बंदी घालण्यात आली. ते म्हणाले, की हा निर्णय मी एक पंतप्रधान म्हणून नव्हे, तर कुटुंबातील वडीलधारी व्यक्ती या नात्याने घेत आहे. कोणत्याही पूर्वतयारीशिवाय आणि ज्या राज्य सरकारांना याची अंमलबजावणी करावी लागणार आहे, त्यांच्याशी कोणतीही सल्लामसलत न करता केवळ चार तासांची पूर्वसूचना देऊन १.३८ अब्ज लोकसंख्येच्या राष्ट्राला टाळे लावण्याचा निर्णय यांच्याशिवाय कोण घेऊ शकेल? त्यांच्या या कार्यपद्धतीवरून नक्कीच असे प्रत्ययास, येते की पंतप्रधानांच्या मनात आपल्या नागरिकांविषयी शत्रुत्वाची भावना आहे. त्यामुळे ते त्यांच्यावर बेसावध क्षणी हल्ला करतात व त्यांना हतबुद्ध करतात. परंतु त्यांना विश्वासात मात्र कधीच घेत नाहीत.

आम्ही टाळेबंदीत अडकून पडलो होतो. अनेक आरोग्य व्यावसायिकांनी आणि साथरोगविशेषज्ञांनी या निर्णयाचे स्वागत केले होते. ते कदाचित तत्त्वतः बरोबरही असतील. घोर नियोजनशून्यता आणि पूर्वतयारीच्या अभावामुळे ज्या उद्देशाने जगातील सर्वांत मोठा, कठोर टाळेबंदीचा निर्णय घेण्यात आला होता, त्यालाच हरताळ फासला गेला. या गोष्टींना वरीलपैकी कुणाचाही पाठिंबा असू शकणार नाही.

ज्या माणसाला शोबाजी करायला आवडते, त्याने आजवरचा सर्वांत मोठा तमाशा उभा केला होता.

जग भयभीत होऊन बघत होते, तेव्हा भारत स्वतःचे लाजिरवाणे प्रदर्शन मांडत होता -ज्यातून अतिशय क्रूर, संरचनात्मक अशी सामाजिक आणि आर्थिक विषमता तसेच लोकांच्या यातनांविषयीचा असंवेदनशील निर्विकारपणा उजागर होत होता. टाळेबंदी एखाद्या रासायनिक अभिक्रियेसारखी काम करत होती, ज्यातून अनेक छुप्या बाबी प्रकाशात येत होत्या. जसजशी दुकाने, उपहारगृहे, कारखाने आणि बांधकाम उद्योग बंद झाले आणि संपन्न तसेच मध्यमवर्गीय कुटुंबांनी प्रशस्त वसाहतींच्या प्रवेशद्वाराआड स्वतःला दडवून घेतले, तसतशी आपल्या शहरांनी आणि महानगरांनी कामगार वर्गाला व विस्थापित मजुरांना अनावश्यक अडगळीसारखे शहराबाहेर हाकलून देण्यास सुरुवात केली. मालकांनी आणि जमीनदारांनी घालवून दिलेली लाखो गरीब, भुकेलेली, तहानलेली लोकं -ज्यामध्ये स्त्री, पुरुष, बालके, वृद्ध, आजारी, अंध-अपंग अशा सर्वांचा समावेश होता. इतरत्र कुठेही जाणे शक्य नसल्यामुळे आणि सार्वजनिक वाहतुकीची उपलब्धता नसल्याकारणाने आपल्या दूरवरच्या गावी जाण्यासाठी पायपीट करत निघाली होती. बदाऊन, आग्रा, आजमगड, अलिगड, लखनौ, गोरखपूर या शेकडो मैल अंतरावरील आपल्या गावांच्या दिशेने ते कित्येक दिवस चालत राहिले. काहींचा रस्त्यातच मृत्यू झाला.

ते गावाकडे मुख्यतः उपासमार टळावी म्हणून जात असल्याचे त्यांना ठाऊक होते. कदाचित ते स्वतःसोबत विषाणू घेऊन जात असतील हेसुद्धा त्यांना ज्ञात होते.

त्याचा संसर्ग त्यांच्या घरच्यांना, आई-वडिलांना किंवा इतर वृद्धांना होऊ शकला असता. परंतु या काळात त्यांना किंचितसा आपलेपणाचा कवडसा हवा होता. हक्काचा निवारा आणि थोडीशी प्रतिष्ठा हवी होती. प्रेम मिळाले नाही तरी चालेल, परंतु पोटासाठी अन्न हवे होते. चालताना त्यांच्यापैकी काही जणांना पोलिसांकडून अमानुष मारहाण, तसेच अपमानास्पद वागणुकीचा सामना करावा लागला. पोलिसांवर संचारबंदीच्या काटेकोर अंमलबजावणीची जबाबदारी होती. तरुणांना महामार्गावर अडवून त्यांना जमिनीवर बसून बेडूकउड्या मारायला लावण्यात आल्या. बरेलीबाहेर एका समूहाला अडवून त्यांच्यावर रसायने फवारण्यात आली. हे पायपीट करणारे वाटसरू गावागावांत विषाणूंचा प्रसार करतील या भीतीने सरकारने चालत जाणाऱ्यांसाठीही राज्याच्या सीमा बंद केल्या. गेल्या कित्येक दिवसांपासून चालणाऱ्या लोकांना मध्येच अडवण्यात आले. आणि जे शहर सक्तीने सोडून जावे लागले होते, त्याच शहरातल्या छावण्यांमध्ये त्यांना बळजबरीने पाठवले गेले.

यामुळे वयोवृद्ध लोकांच्या मनात १९४७ च्या फाळणीमुळे उद्भवलेल्या लोकसंख्या हस्तांतराच्या स्मृती जागृत झाल्या. तेव्हा भारताचे तुकडे होऊन पाकिस्तान जन्मास आला होता. फरक इतकाच, की या वेळची परिस्थिती धर्मामुळे नव्हे, तर वर्गा-वर्गांतल्या दरीमुळे उद्भवली आहे. तरीदेखील ही भारतातील सर्वाधिक गरीब जनता नव्हे. ही ती लोकं आहेत, ज्यांच्याकडे शहरात हाताला (किमान आतापर्यंत तरी) काम होते आणि रात्र घालवायला घर होते. बेरोजगार, बेघर, निराधार जनता शहरांत आणि गावागावांत जिथे कुठे होती तिथेच राहिली. या शोकांतिकेचा प्रारंभ होण्यापूर्वीच त्यांच्या दैन्याने परिसीमा गाठली होती. या एकंदर कठीण कालखंडात गृहमंत्री अमित शहा मात्र सार्वजनिक जीवनातून गायब होते.

लोकांची ही पायपीट सुरू होती, तेव्हा मी ज्या मासिकात सातत्याने लिखाण करायचे, त्यांच्याकडून पत्रकारांसाठीचा परवाना मिळवून दिल्ली आणि उत्तर प्रदेश दरम्यानच्या सीमेवरील गाझीपूर येथे गेले. मला तिथली दृश्ये बायबलसदृश वाटली. किंवा कदाचित तसे नसेलही. बायबलमध्ये इतक्या संख्येने लोकांच्या झुंडी नसाव्यात. व्यक्ती-व्यक्तींमध्ये प्रत्यक्ष अंतर निर्माण व्हावे यासाठी टाळेबंदी लागू करण्यात आली असली, तरी तिचे परिणाम मात्र एकदम विरुद्ध दिसून येत होते. लोकांची अविश्वसनीय गर्दी भारतातल्या निमशहरी आणि शहरी भागांत दिसून येत होती. मुख्य रस्ते निर्मनुष्य दिसत असले, तरी झोपडपट्टीतील अरुंद जागेत गोरगरीब दाटीवाटीने कोंडले गेले होते.

रस्त्याने चालणाऱ्या ज्या ज्या व्यक्तींशी मी बोलले, ती विषाणू बाबत चिंतित दिसत होती. परंतु त्यापेक्षा बेरोजगारी, उपासमार आणि पोलिसांचा अत्याचार हे त्यांच्या समोर असलेले अधिक खरेखुरे आणि ज्वलंत प्रश्न होते. काही आठवड्यांपूर्वीच

दिल्लीतील मुस्लिमविरोधी दंगलीतून कसेबसे वाचलेल्या एका मुस्लीम शिंप्यांच्या समूहासहित इतर जितक्या लोकांशी मी बोलले, त्यापैकी एका व्यक्तीच्या शब्दांनी मला सर्वाधिक व्यथित केले. तो रामजीत नावाचा सुतार होता. नेपाळ सीमेशेजारील गोरखपूरपर्यंत चालत जाण्याचा त्याचा इरादा होता

'जेव्हा मोदीजींनी हे करायचे ठरवले तेव्हा त्यांना कोणीही आमच्याबद्दल सांगितले नसावे. बहुदा त्यांना आमच्याविषयी काही ठाऊकच नसेल', तो म्हणाला. 'आम्ही' म्हणजे अंदाजे ४६ कोटी नागरिक.

अमेरिकेप्रमाणेच भारतातल्या राज्य सरकारांनी या संकटात अधिक संवेदनशीलता आणि समजूतदारपणा दाखवला आहे. कामगार संघटना, काही व्यक्ती आणि स्वयंसेवी गट अन्न आणि अत्यावश्यक गोष्टींचे वाटप करत आहेत. त्यांच्याकडून होणाऱ्या तातडीच्या निधीच्या मागणीला केंद्र सरकार मात्र थंडपणे प्रतिसाद देत आहे. पंतप्रधानांच्या अखत्यारीत असलेल्या 'राष्ट्रीय राहत निधी'मध्ये वापरासाठी पैसाच उपलब्ध नाही. त्याऐवजी नव्याने उभारलेल्या आणि काहीशा संदिग्ध भासणाऱ्या 'पीएम केअर्स'मध्ये त्यांच्या हितचिंतकांकडून पैसा ओतला जातोय.[२] मोदींचा चेहरा छापलेले वेष्टणीकृत अन्नांचे पुडके आता दृष्टीस पडत आहेत. यातच भर म्हणून पंतप्रधानांनी त्यांच्या योगनिद्रेच्या चित्रफिती लोकांसाठी उपलब्ध करून दिल्या आहेत. ज्यामध्ये तंदुरुस्त शरीरयष्टीवर स्वतःचा चेहरा चिकटवलेले ॲनिमेटेड मोदी लोकांना या तणावपूर्ण वातावरणात आणि विलगीकरणाच्या काळात मदत व्हावी म्हणून योगासने करून दाखवत आहेत.

या माणसाची प्रमाणाबाहेरची स्व-प्रीती खरोखर व्यथित करणारी आहे. कदाचित वरील योगासनांच्या यादीत एक 'याचनासन' असू शकते, ज्यात मोदीजी अत्यंत वादग्रस्त ठरलेल्या राफेल लढाऊ विमानांच्या व्यवहारासंदर्भातील करार रद्दबातल करण्याची आणि त्यासाठी मुकर्रर केलेल्या ८.५ अब्ज अमेरिकन डॉलर्स रकमेचा वापर अत्यंत निकड असलेल्या लक्षावधी भुकेल्या लोकांसाठी तातडीने करू देण्याची फ्रान्सच्या पंतप्रधानांसमोर याचना करतील. मला खात्री आहे, फ्रेंच सरकार परिस्थितीचे गांभीर्य नक्कीच समजून घेईल.

टाळेबंदीच्या दुसऱ्या आठवड्यात प्रवेश करत असतानाच आपली पुरवठा यंत्रणा कोलमडली आहे. औषधे आणि अत्यावश्यक गोष्टींचा तुटवडा निर्माण झाला आहे. हजारो मालवाहू ट्रकचालकांना महामार्गावरच अन्नपाण्यावाचून जखडून ठेवण्यात आले आहे. उभी पिके मशागती वाचून हळूहळू जागेवरच सडत आहेत. आर्थिक आरिष्ट उंबरठ्याशी आले आहे. तरी राजकीय खेळखंडोबा सुरूच आहे. मुख्य प्रवाहातल्या माध्यमांनी कोविड प्रकरणाचे रूपांतर चोवीस तास अव्याहतपणे चालणाऱ्या विषारी मुस्लिमविरोधी प्रचारात केले आहे. 'तब्लिगी जमात' नावाच्या

संघटनेने टाळेबंदी जाहीर होण्यापूर्वी दिल्ली येथे एक बैठक आयोजित केली होती. या संघटनेवर कोविडचा मुख्य प्रसारक असल्याचा आरोप केला गेला आहे. याचा वापर मुस्लिमविरोधी वातावरण निर्माण करून त्याला उत्तरोत्तर खतपाणी घालण्यासाठी होत आहे. एकंदर सूर असा आहे, की मुस्लिमांनीच हा विषाणू शोधून काढला आहे आणि जिहादचे एक नवे स्वरूप म्हणून ते जाणीवपूर्वक त्याचा प्रसार करत आहेत.

कोविडचे खरे संकट आपल्यावर अजून गुदरलेले नाही किंवा कदाचित ती वेळच येणार नाही. सध्या तरी ठामपणे आपल्याला काहीच माहीत नाही. परंतु जर ती वेळ आलीच तर निश्चितपणे त्याचा सामना धर्म, जात आणि वर्गांच्या अस्तित्वात असलेल्या एकूणएक पूर्वग्रहांचा वापर करूनच केला जाईल याची आपण खात्री बाळगू शकतो. आज दोन एप्रिल रोजी भारतात जवळपास २००० रुग्ण आणि ५८ मृत्यू झालेले आहेत. तपासणी झालेल्यांची संख्या अत्यल्प असल्याकारणाने ही आकडेवारी नक्कीच बेभरवशाची आहे. तज्ज्ञांची मते मात्र खूपच परस्परविरोधी आहेत. काहींच्या मते भविष्यात बाधितांची संख्या लाखोंच्या घरात असेल, तर इतर काहींच्या मते ही संख्या खूपच कमी असेल. या आपत्तीने आपल्यावर घाला घातला असला, तरी या आपत्तीचे प्रभावक्षेत्र अजूनतरी पूर्णांशाने जाणून घेता येणार नाही. आपणास इतकेच ठाऊक आहे, की अजून तरी आपल्या रुग्णालयांत गोंधळाची परिस्थिती उद्‌भवलेली नाही.

प्रतिवर्षी अतिसार आणि कुपोषणामुळे मृत्यू पावणारी जवळपास दहा लाख बालके, वीस लाखांहून अधिक (जगाच्या एक चतुर्थांश) क्षयग्रस्त रुग्ण, तसेच मोठ्या संख्येतील रक्तक्षयबाधित आणि अर्धपोषित लोकसंख्या ज्यांना मृत्यूस कारणीभूत ठरू शकणारे एकाहून अधिक किरकोळ आजार असू शकतात, अशा परिस्थितीसमोर भारतीय सार्वजनिक रुग्णालयांचा आणि आरोग्ययंत्रणेचा निभाव लागत नाही ही वस्तुस्थिती आहे.[३] अशा तोकड्या आरोग्यव्यवस्थेस सध्या युरोप आणि अमेरिका ज्या परिस्थितीला तोंड देत आहेत, त्यासमान आणीबाणीशी चार हात करणे केवळ अशक्य होईल. इतर सर्व प्रकारची आरोग्ययंत्रणा सध्या बंद आहे. कारण सर्व संसाधने कोविड विषाणूच्या बंदोबस्तासाठी कार्यरत आहेत. दिल्लीतील सुप्रसिद्ध 'एम्स'मधील (AIIMS) 'ट्रॉमा सेंटर' बंद करण्यात आले आहे. कर्करोगाने ग्रस्त शेकडो रुग्ण ज्यांना 'कर्करोग निर्वासित'ही संबोधले जाते आणि जे या अतिविशाल रुग्णालयाच्या बाहेरील रस्त्यावर राहतात, त्यांना गुराढोरांप्रमाणे तिथून हाकलून लावण्यात आले.

लोकं घरातल्या घरात आजारी पडून मरूनही जातील. आपल्याला त्यांच्या व्यथा कधीच कळणार नाहीत. कदाचित ते कुठल्या आकडेवारीचा भागही बनणार नाहीत. या विषाणूसाठी थंड वातावरण जास्त पोषक ठरते असे ऐकण्यात येत आहे.

आपण इतकीच अपेक्षा ठेवू शकतो, की यासंदर्भातला अभ्यास खरा ठरो (जरी इतर संशोधकांनी यावर शंका व्यक्त केली असली तरी). आजवर इतक्या प्रकर्षाने आणि अतार्किकपणे भारतीय लोकांनी अंगाची लाहीलाही करणाऱ्या उन्हाळ्याची कामना कधीही केली नसेल.

आपल्या सगळ्यांना हे काय झाले आहे? हा विषाणू आहे, मान्य. त्याच्या आतमध्ये किंवा त्याच्याभोवती कोणताही नैतिक संभ्रम जखडलेला नाही. परंतु तरीही हे प्रकरण या विषाणूपुरते मर्यादित नाही. हे त्याहून अधिक काहीतरी आहे. काहींचा असा विश्वास आहे, की आपल्याला शुद्धीवर आणण्याची ही देवाची पद्धत आहे. इतर काहींच्या मते जगावर ताबा मिळवण्यासाठी चीनने रचलेला हा एक कट आहे.

ते काहीही असो, कोविड-१९ ने बलवानांना खाली गुडघ्यावर बसण्यास भाग पाडले आहे आणि एक प्रकारे जगाच्या धावत्या गाड्याला खीळ बसवली आहे. असे याआधी कधीच झाले नव्हते. आपले मन अजूनही परिस्थिती पूर्ववत व्हावी या अपेक्षेने व्यर्थ धावपळ करीत आहे. आपला भूतकाळ आणि भविष्यकाळ सांधताना आपण त्याला गेलेला तडा दुर्लक्षित आहोत. परंतु तडा गेला आहे ही तर वस्तुस्थिती आहे. आणि या निराशेच्या गर्तेत मधोमध अडकलो असतानाच जगाच्या अंताकडे आपल्याला घेऊन जाणारे जे मशिन आपण स्वतःहून बनवले आहे त्याबद्दल पुनर्विचार करण्याची संधी आपल्याला आता मिळाली आहे. परिस्थिती 'पूर्ववत' होणे याहून वाईट काहीच असू शकणार नाही. इतिहासात अशा साथींनी लोकांना भूतकाळापासून फारकत घेत एका नव्या जगाची सुरुवात करण्यास भाग पाडले आहे. ही आजची परिस्थितीही काही वेगळी नाही. हे एक प्रवेशद्वार आहे. हा दोन जगांना सांधणारा दुवा आहे.

आपण या प्रवेशद्वारातून आपल्या मनांतील पूर्वग्रह आणि द्वेषाचे जीर्ण सांगाडे, संपत्तीचा अतिलोभ, माहितीचा अतिप्रचंड साठा, जुनाट संकल्पना, मृत नद्या आणि धुराने काळवंडलेले आभाळ ओढत नेऊ शकतो किंवा आपण त्याच्यातून अगदी गरजेपुरतं, अत्यल्प सामान सोबत घेऊन एका नव्या जगाची कल्पना करत आणि त्या नव्या जगासाठी लढण्याची तयारी ठेवत सहजपणे पलीकडे जाऊ शकतो.

◆

ऋणनिर्देश

ज्यांचा सम्यक दूरदर्शीपणा, मर्मदृष्टी, कार्य तसेच ज्यामुळे मला हे लेख लिहिण्यास मदत झाली, अशी त्यांच्यासमवेतची दीर्घ संभाषणे या सर्व कारणांसाठी मी खालील सुहृदांचे मनःपूर्वक आभार मानते :

एजाज हसन, तरुण भारतीय, परवेज बुखारी, मयांक ऑस्टेन सूफी, अब्दुल कलाम आज़ाद, अशरफ हुसैन, बोनोजीत हुसैन, संघमित्रा एम. मिश्रा, हर्ष मंदर, तिस्ता सेटलवाड, प्रशांत भूषण, कांचा इलैया शेफर्ड, आलोक राज, शाज मोहन, दिव्या द्विवेदी आणि रोमन गौतम.

माझ्यासोबत सुरुवातीच्या काळापासून असलेला, डेव्हिड गॉडवीन.

सर्व काही शक्य करण्याची क्षमता बाळगणारे माझे प्रकाशक, सायमन प्रोसेर.

ज्यांच्यशिवाय माझा मेंदू अक्षरशः निकामी झाला असता असे, लिसेट वरहागेन.

माझा कॉम्रेड तसेच माझ्या बौद्धिक कुटुंबाचा अविभाज्य भाग असणारा, एंथोनी अरनॉव्ह.

माझा सहप्रवासी, संजय काक.

संदर्भसूची

१ - विकल शहरांवर कोणत्या भाषेत पाऊस पडतो?

१. देवनागरीला पूर्वी नागरी असंही संबोधलं जायचं ज्याचा अर्थ शहराशी संबंधित किंवा भाषेच्या बाबतीत बोलायचं झालं, तर 'शहरांत बोलली जाणारी' असा आहे. प्रामुख्याने भारतीय उपखंडाच्या उत्तर आणि पश्चिम प्रांतांत राहणारे ब्राह्मण या लिपीचा वापर करायचे. संस्कृत, जी प्राचीन ग्रंथांची भाषा होती आणि परंपरेनुसार ब्राह्मण पुरोहित ज्यांचे पठण करायचे ती याच लिपीत लिहिली जात असे. त्यामुळेच तर तिला 'देवनागरी' या नावाने ओळखलं जातं.

२. गीता पांडे, 'भारतातल्या शोषितांसाठीची 'इंग्रजी देवता'', बीबीसी न्यूज, १५ फेब्रुवारी २०११, https://www.bbc.com/news/world-south-asia-12355740

३. माझ्या आईच्या शाळेत इंग्रजीविषयीचं धोरण तेव्हापासून पूर्णपणे बदलण्यात आलं आहे. आता प्राथमिक वर्गांमध्ये केवळ मल्ल्याळम शिकवली जाते.

४. पाहा. अरुंधती रॉय, 'मी माझा पुरस्कार का परत करत आहे?', https://indianexpress.com/article/opinion/columns/why-i-am-returning-my-award

५. अरुंधती रॉय, द गॉड ऑफ स्मॉल थिंग्स (न्यू यॉर्क : रँडम हाउस, १९९७), ७८

६. अरुंधती रॉय, 'एन्ड ऑफ इमॅजिनेशन, माय सीडिशिअस हार्ट : समग्र नॉन-फिक्शन लेखांचा संग्रह (शिकागो : हेमार्केट बुक्स, २०१९),१०,११

७. स्वयंसेवी संस्थांच्या आणि काही काही बातम्यांनुसार गुजरात दंगलीमध्ये जवळपास २००० व्यक्तींचा जीव गेला होता (पाहा 'एक लाजिरवाणं दशक' अनुपम कटकम, फ्रंटलाइन, ९ मार्च, २०१२) परंतु तत्कालीन गृहराज्यमंत्री

श्रीप्रकाश जैस्वाल (काँग्रेस) यांनी ११ मे २००५ रोजी संसदेत एकूण ७९० मुस्लीम आणि २५४ हिंदू मृत्युमुखी पडल्याचं; २५४८ जखमी आणि २२३ बेपत्ता असल्याचं सांगितलं. पाहा 'गुजरात दंगलीतील मृतांचा आकडा जाहीर, बीबीसी न्यूज, http://news.bbc.co.uk/2/hi/south_asia/4536199.stm

८. अरुंधती रॉय, द मिनिस्ट्री ऑफ अटमोस्ट हॅपिनेस (न्यू यॉर्क : नॉफ (Knopf), २०१७), ७

९. तत्रैव, ८

१०. तत्रैव, ११,१२

११. तत्रैव, १८-१९

१२. १९१२ च्या हिंदी साहित्य संमेलनात बोलताना बद्री नरेन उपाध्याय 'प्रेमघन' यांनी हे विधान केले होते. आलोक राय, हिंदी नॅशनॅलिझम (हैदराबाद: ओरिएंट लाँगमन, २००१), ५३.

१३. तत्रैव, ५२

१४. तत्रैव, ५७

१५. अतुल चंद्र, 'उत्तर प्रदेश विधान भवनात भाषेवरून गोंधळ : संस्कृतला स्वीकृती. उर्दू अमान्य.', कॅच न्यूज, ३० मार्च २०१७, http://www.catchnews.com/politics-news/language-row-in-up-assembly-sanskrit-allowed-urdu-not-56230.html

१६. 'उर्दूमध्ये शपथ घेणाऱ्या बहुजन समाज पक्षाच्या नगरसेवकावर 'धार्मिक भावना दुखावण्याच्या उद्देशाने' हे कृत्य केल्याचा ठपका ठेवत खटला दाखल', द हिंदू, १४ डिसेंबर २०१७, https://www.thehindu.com/news/national/other-states/bsp-corporator-takes-oath-in-urdu-is-charged-with-intent-to-hurt-religious-sentiments/article21665609.ece

१७. अरुंधती रॉय, द मिनिस्ट्री ऑफ अटमोस्ट हॅपिनेस, ४७-८

१८. तत्रैव, ४९-५०

१९. जावेद नक्वी, 'गुजरातमधले हरवलेले मौल्यवान माणिकमोती' नॅशनल हेराल्ड, २ सप्टेंबर २०१७, https://www.nationalheraldindia.com/opinion/the-lost-precious-pearls-of-gujarat

२०. अरुंधती रॉय, द मिनिस्ट्री ऑफ अटमोस्ट हॅपिनेस, १७५

२१. तत्रैव, ६७

२२. तत्रैव, १०१

२३. पाब्लो नेरुदा, 'LXVI', द बुक ऑफ क्वेश्चन्स, अनुवाद- विल्यम ओ'डाली

(पोर्ट टाउनसेन्ड, WA : कॉपर कॅन्यन प्रेस, १९९१),६६.

२ - धोकादायक लोकशाहीतील निवडणुकीचा हंगाम

१. चंदन हायगुंडे, 'एल्गार परिषदेची चौकशी : सरकार उलथवण्यासाठीचा फॅसिस्टविरोधी कट, पुणे पोलिसांनी कोर्टाला सांगितले', इंडियन एक्स्प्रेस, ३० ऑगस्ट २०१८, https://indianexpress.com/article/india/elgaar-parishad-probe-those-held-part-of-anti-fascist-plot-to-overthrow-govt-pune-police-tells-court-5331832/
२. लोकनीती-CSDS-एबीपी न्यूज मूड ऑफ द नेशन सर्व्हे, तिसरी फेरी, https://www.lokniti.org/otherstudies/lokniti-csds-abp-news-mood-of-the-nation-survey-round-3-18
३. मायकेल साफी 'भारतातील पंधरा लाख नोकऱ्या गमावण्यासाठी कारणीभूत ठरलेली नोटाबंदी 'काळा पैसा' उघडकीस आणण्यात अपयशी', गार्डियन, ३० ऑगस्ट २०१८, https://www.theguardian.com/world/2018/aug/30/india-demonetisation-drive-fails-uncover-black-money
४. https://www.forbes.com/sites/naazneenkarmali/2020/06/22/mukesh-ambanis-22-billion-coup-propels-him-back-into-the-ranks-of-the-worlds-top-10-richest/?sh=2f5cd1f13b9a; https://www.businessinsider.in/gautam-adanis-wealth-multiplied-nearly-3-times-in-the-last-four-years/articleshow/71304596.cms
५. अमित अग्निहोत्री, 'रिलायन्स डिफेन्सला परवान्याशिवायच राफेल व्यवहारातील ऑफसेट कंत्राट बहाल : काँग्रेस' न्यू इंडियन एक्स्प्रेस, २७ जुलै २०१८, https://www.newindianexpress.com/nation/2018/jul/27/reliance-defence-granted-offset-contract-in-rafale-deal-without-licence-congress-1849429.html
६. '१९९२ : जमावाकडून अयोध्येतली बाबरी मशीद जमीनदोस्त', बीबीसी, 'ऑन धिस डे', http://news.bbc.co.uk/onthisday/hi/dates/stories/december/6/newsid_3712000/3712777.stm
७. झेबा सिद्दीकी, 'भारताने आसाम नागरिक यादीमधून चाळीस लाख लोकांना वगळले, भीतीचे वातावरण', रॉयटर्स, ३० जुलै २०१८, https://www.reuters.com/article/nrc-assam-national-register-citizens-

idINKBN1KL0CE

३ - काबीज केली गेलेली, आपली जखमी मने

१. हिलाल मीर, 'आदिल अहमद दारच्या पुलवामा हल्ला म्हणजे 'अजून एक दिवस, आणखी एक मृत्यू'',हफपोस्ट इंडिया, १८ फेब्रुवारी २०१९, https://www.huffpost.com/archive/in/entry/pulwama-attack-just-another-detail-for-suicide-bomber-adil-dars-village _ in _ 5c699d0 1e4b033 a79943a0da
२. 'पुलवामा बॉम्बस्फोट : किमान चाळीस सीआरपीएफ जवानांचा मृत्यू, गेल्या २० वर्षांतील सर्वांत भयानक हल्ला', हफपोस्ट इंडिया, १४ फेब्रुवारी २०१९, https://www.huffpost.com/archive/in/entry/pulwama-attack-at-least-30-crpf-personnel-dead-pm-modi-calls-attack-despicable_in_5c656f42e4b0bcddd40f3026
३. 'काश्मीरमध्ये २०१८ या वर्षात आजपावेतो ४०० लोकांचा मृत्यू, गेल्या दहा वर्षांतला उच्चांक', रॉयटर्स, २३ नोव्हेंबर २०१८, www.huffingtonpost.in/2018/11/23/400-people-kioed-in-kashmir-so-far-in-2018-highest-in-almost-10-years_a_23597844/
४. एजाज हुसैन, 'जीवावर उदार झालेल्या काश्मिरी तरुणांचा भारताविरुद्धच्या लढाईत वाढता सहभाग',असोसिएटेड प्रेस, १६ जानेवारी २०१९, https://apnews.com/article/06975c4b8a25470898cd9c1b6b7050d1
५. अंकुर पाठक, 'अभिनंदन', 'बालाकोट', 'पुलवामा': देशभक्तीपर चित्रपटांच्या शीर्षकांची नोंदणी करण्यासाठी बॉलिवूड निर्मात्यांची झुंबड', हफपोस्ट इंडिया, २८ फेब्रुवारी २०१९, https://www.huffpost.com/archive/in/entry/abhinandan-balakot-pulwama-bollywood-producers-fight-to-register-patriotic-movie-titles _in _ 5c778498e4b0952f89de441b
६. 'काँग्रेसचे हारून युसूफ म्हणतात, पंतप्रधान नरेंद्र मोदी ३ किलो गोमांस शोधून काढू शकतात; परंतु त्यांना ३०० किलो आरडीएक्सचा सुगावा मात्र लागत नाही', इंडियन एक्स्प्रेस, २२ फेब्रुवारी २०१९, https://indianexpress.com/article/india/three-kg-beef-can-be-traced-but-not-350-kg-rdx-haroon-yusuf-asks-5595856/

७. रितू सरीन, 'पुलवामा हल्ला : गुप्तचर यंत्रणेचे अपयश... आम्हीसुद्धा तितकेच दोषी, राज्यपालांची कबुली' इंडियन एक्स्प्रेस, १५ फेब्रुवारी २०१९, https://indianexpress.com/article/india/kashmir-pulwama-crpf-attacks-intelligence-failure-governor-satya-pal-malik-5584865/
८. 'पुलवामा बॉम्बस्फोटाच्या काही दिवस आधीच गुप्तचर संस्थांनी संभाव्य IED हल्ल्याचा इशारा दिला होता: वृत्त', आऊटलूक, १५ फेब्रुवारी २०१९, https://www.outlookindia.com/website/story/india-news-days-ahead-of-pulwama-blast-intelligence-warned-of-possible-suicide-attacks-report/325491
९. अरुंधती रॉय, '#MeTooUrbanNaxal', हफपोस्ट इंडिया, ३० ऑगस्ट २०१८, www .huffingtonpost.in/2018/08/30/arundhati-roy-says-me-too-urban-naxal_a_23512718/
१०. शुभाजीत रॉय, 'पाकिस्तानात खोलवर घुसून भारताचा दहशतवादावर प्रहार : पुढचं पाऊल, सचिव पातळीवरील वाटाघाटींसाठी कसून प्रयत्न', इंडियन एक्स्प्रेस, २७ फेब्रुवारी २०१९, https://indianexpress.com/article/india/iaf-air-strike-pakistan-india-balakot-jaish-e-mohammad-mirage-5602259/
११. 'बालाकोटनजीक राहणारे गावकरी म्हणाले, 'भारतीय लढाऊ विमाने जैश चालवत असलेल्या मदरशापासून १ किलोमीटर दूर अंतरावरून निघून गेली', रॉयटर्स, २६ फेब्रुवारी २०१९, www.huffingtonpost.in/entry/villagers-balakot-india-warplanes-missed-jaish-run-madrasa-by-a-kilometre_in_5c752946e4bobf1662033467
१२. मुनिजा नक्वी, 'काश्मीर सीमेवर अतिरेक्यांना कंठस्नान घातल्याचा भारताचा दावा', असोसिएटेड प्रेस, २९ सप्टेंबर २०१६, https://apnews.com/article/6355e09f1f364ca7b94d535df29c99a7
१३. मारिया अबी-हबीब आणि ऑस्टिन रामझि, 'काश्मीर हल्ल्याचा वचपा काढण्यासाठी भारताचा पाकिस्तानवर हवाई हल्ला', द न्यू यॉर्क टाइम्स, २५ फेब्रुवारी २०१९, https://www.nytimes.com/2019/02/25/world/asia/india-pakistan-kashmir-jets.html
१४. 'पाकिस्तानी विमानांचा भारतीय हवाई हद्दीत शिरकाव, परतताना टाकले बॉम्ब', हफपोस्ट इंडिया, २७ फेब्रुवारी २०१९, https://www.huffpost.com/archive/in/entry/pakistani-jets-violate-indian-air-space-drop-bombs-on-way-

out_in_5c7625ebe4b0031d956348eb
'भारताने एक पाकिस्तानी विमान पाडले. एक भारतीय वैमानिक बेपत्ता : विदेश मंत्रालय', हफपोस्ट इंडिया, २७ फेब्रुवारी २०१९, https://www.huffpost.com/archive/in/entry/india-shot-down-one-pakistani-aircraft-one-indian-pilot-missing-mea_in_5c765df4e4b08c4f55559ce4
मारिया अबी-हबीब आणि हरी कुमार, 'दोन भारतीय लढाऊ विमाने पाडल्याचा पाकिस्तानी लष्कराचा दावा, वैमानिक ताब्यात', द न्यू यॉर्क टाइम्स, २७ फेब्रुवारी २०१९, https://www.nytimes.com/2019/02/27/world/asia/kashmir-india-pakistan-aircraft.html

४ - साहित्याची भाषा

१. अरुंधती रॉय, 'द डॉक्टर अॅण्ड द सेन्ट', 'माय सिडिशिअस हार्ट : कलेन्टेड नॉन-फिक्शन लेखांचा संग्रह (शिकागो : हेमार्केट बुक्स, २०१९), ६७६, नोंद २०

५ - शांततेचा आवाज गगनभेदी असतो

१. हसीब ए. द्राबू, 'मोदींची काश्मीरवरची बहुमतवादी चाल', द न्यू यॉर्क टाइम्स, ८ ऑगस्ट २०१९, https://www.nytimes.com/2019/08/08/opinion/modis-majoritarian-march-to-kashmir.html
२. समीर यासिर, सुहासिनी राज, आणि जेफ्री गेटलमन, 'जगापासून तोडल्या गेलेल्या काश्मीरमध्ये : संताप आणि भीतीचा 'जिवंत नरक'', द न्यू यॉर्क टाइम्स, १० ऑगस्ट २०१९, https://www.nytimes.com/2019/08/10/world/asia/kashmir-india-pakistan.html
३. विंदू गोयल, 'कलम ३७० नेमके काय आहे? आणि काश्मीरसाठी ते महत्त्वाचं का आहे?', द न्यू यॉर्क टाइम्स, ५ ऑगस्ट २०१९, https://www.nytimes.com/interactive/2019/world/asia/india-pakistan-crisis.html
ए. जी. नूरानी, 'माणुसकीची तसेच भारताने काश्मीरला दिलेल्या पवित्र वचनाची हत्या', द वायर, १३ ऑगस्ट २०१९, https://thewire.in/law/murder-of-insaniyat-and-of-indias-solemn-commitment-to-kashmir

४. द्राबू, 'मोदींची काश्मीरवरची बहुमतवादी चाल'
५. सुनील एस. अम्रित, 'हिमालयात धरणं बांधण्याची स्पर्धा', द न्यू यॉर्क टाइम्स, १ डिसेंबर २०१८, https://www.nytimes.com/2018/12/01/opinion/himalayas-mountains-dams.html
६. 'काश्मीरला असलेला विशेष दर्जा : कलम ३७० आणि ३५अ चे महत्त्व काय? अल जझीरा, ५ ऑगस्ट २०१९, https://www.aljazeera.com/news/2019/8/5/kashmir-special-status-explained-what-are-articles-370-and-35a' कलम ३७० ची पार्श्वभूमी : जम्मू आणि काश्मीरच्या सामिलीकरणाच्या कराराची खरीखुरी आवृत्ती', द वायर, २६ ऑक्टोबर २०१६,https://thewire.in/history/public-first-time-jammu-kashmirs-instrument-accession-india
७. 'हरियानाच्या मुख्यमंत्र्यांचा काश्मीरच्या मुलींविषयीचा अश्लाघ्य 'विनोद'', एनडीटीव्ही, १० ऑगस्ट २०१९, https://www.ndtv.com/india-news/haryana-chief-minister-manohar-lal-khattars-bizarre-joke-on-kashmiri-daughters-in-law-2083255
८. माईक थॉमसन, 'हैदराबाद १९४८ : भारतातील उजेडात न आलेले हत्याकांड', बीबीसी न्यूज, २४ सप्टेंबर २०१३, https://www.bbc.com/news/magazine-24159594
९. खालिद बशीर अहमद, 'साल १९४७ : एक मोठी गोष्ट', काश्मीर लाइफ, ५ नोव्हेंबर २०१४, https://kashmirlife.net/circa-1947-a-long-story-67652
१०. संयुक्त राष्ट्र सुरक्षा परिषद, ठराव क्र. ४७, डए/७२६, २१ एप्रिल १९४८, ३-८, https://undocs.org/en/S/RES/47(1948)
११. पंकज मिश्रा, 'काश्मीरमधला मृत्यू', न्यू यॉर्क रिव्ह्यू ऑफ बुक्स, २१ सप्टेंबर २०००, https://www.nybooks.com/articles/2000/09/21/death-in-kashmir/
१२. मुजमिल जलील, 'पंडितांच्या हत्यांची न्यायपूर्ण चौकशी होऊन दोषींना शासन व्हावे असे काश्मिरींना का वाटते?', इंडियन एक्स्प्रेस, ८ ऑगस्ट २०१७, https://indianexpress.com/article/explained/why-kashmiris-want-a-fair-probe-into-the-killings-of-pandits-prosecution-of-guilty-4786855/
१३. आज़ाद एस्साची मृदू रायसमवेतची मुलाखत, 'काश्मीर : पंडितांचा प्रश्न', अल जजीरा, १ ऑगस्ट २०११, https://www.aljazeera.com/news/

2011/8/1/kashmir-the-pandit-question
१४. आज़ाद एस्सा, 'काश्मिरी पंडित : आम्ही काश्मीर सोडून कधीच निघून का गेलो नाही?', अल जजीरा, २ ऑगस्ट २०११, https://www.aljazeera.com/news/2011/8/2/kashmiri-pandits-why-we-never-fled-kashmir
१५. बेपत्ता व्यक्तींच्या पालकांची संघटना आणि जम्मू-काश्मीरमधील नागरी संस्थांचा संघ, 'छळवाद : भारत प्रशासित जम्मू आणि काश्मीरमध्ये नियंत्रण प्रस्थापित करण्यासाठी भारत सरकार वापरत असलेले साधन', https://jkccs.net/wp-content/uploads/2019/05/TORTURE-Indian-State%E2%80%99s-Instrument-of-Control-in-Indian-administered-Jammu-and-Kashmir.pdf
ज्युडिथ मॅटलोफ, 'बेपत्ता मुलांच्या शोधार्थ काश्मिरी मातांची वणवण', ख्रिश्चन सायन्स मॉनिटर, १ फेब्रुवारी २००८, https://www.csmonitor.com/World/Asia-South-Central/2008/0201/p07s03-wosc.html
१६. एलन बेरी, 'भारत आंदोलकांवर छऱ्याच्या बंदुकांचा वापर करत असल्यामुळे काश्मीरमध्ये 'निकामी डोळ्यांची' साथ', द न्यू यॉर्क टाइम्स, २८ ऑगस्ट २०१६, https://www.nytimes.com/2016/08/29/world/asia/peòet-guns-used-in-kashmir-protests-cause-dead-eyes-epidemic.html
१७. पाहा प्रकरण ३. त्यासोबतच पाहा बशरत पीर, 'एक कोवळा आत्मघातकी हल्लेखोर, ज्याने भारत आणि पाकिस्तानला युद्धाच्या उंबरठ्यावर आणून ठेवलं आहे', द न्यू यॉर्क टाइम्स, २ मार्च २०१९, https://www.nytimes.com/2019/03/02/opinion/sunday/kashmir-india-pakistan.html
१८. एएनआय, 'कलम ३७० रद्दबातल करण्याआधी, भारतीय सैन्याकडून काश्मीरमधील नाजूक परिस्थिती उद्भवू शकणाऱ्या संभाव्य ठिकाणांची मोर्चेबांधणी', इकॉनॉमिक टाइम्स, ८ ऑगस्ट २०१९,
https://www.thenorthlines.com/before-abolishing-article-370-indian-army-identified-possible-trouble-spots-in-kashmir-top-sources/
१९. आलसदैर पाल, 'संघर्षात गुरफटलेल्या काश्मिरातील पवित्र अमरनाथ यात्रेला जाण्याबाबत भारत सरकारचे हिंदू भाविकांना प्रोत्साहन', रॉयटर्स, २८ जुलै २०१९, https://www.reuters.com/article/us-india-kashmir-pil

grimage-idUSKCN1UN053
२०. विष्णू सोम, 'अमरनाथ यात्रेच्या मार्गावर पाकिस्तानी सैन्याचे भूसुरुंग, स्नायपर बंदूक सापडले : भारतीय सेना', एनडीटीव्ही, २ ऑगस्ट २०१९, https://www.ndtv.com/india-news/army-says-confirmed-intel-of-terrorists-backed-by-pakistan-army-trying-to-disrupt-amarnath-yatra-2079339
२१. 'काश्मीरमधून तत्काळ बाहेर पडा : अमरनाथ यात्रेसाठी निघलेल्या भाविकांना आणि पर्यटकांना जम्मू आणि काश्मीर सरकारचे निर्देश', इंडिया टुडे, २ ऑगस्ट २०१९, https://www.indiatoday.in/india/story/leave-kashmir-j-k-administration-issues-security-advisory-for-amarnath-pilgrims-1576494-2019-08-02
२२. शाश्वती दास, 'कलम ३७० रद्दबातल केल्यानंतर मेहबूबा मुफ्ती, ओमर अब्दुल्ला यांना अटक', मिंट, ५ ऑगस्ट २०१९, https://www.livemint.com/politics/news/mehbooba-mufti-omar-abdullah-arrested-after-scrapping-of-article-370-1565015217174.html
२३. मुजफ्फर रैना, 'कलम ३७० मुळे निशस्त्र झालेले बळीचे बकरे', टेलिग्राफ (भारत), १० ऑगस्ट २०१९, https://www.telegraphindia.com/india/disarmed-fall-guys-of-article-370/cid/1696748
२४. प्रोमित मुखर्जी, 'भारतात मोदींनी काश्मीरचे बिगुल फुंकले, मुस्लीम विवाहाचा स्वातंत्र्य दिनाच्या भाषणात समावेश', रॉयटर्स, १५ ऑगस्ट २०१९, https://www.reuters.com/article/uk-india-independenceday-modi-idUKKCN1V50K4
२५. इंद्रजित कुंडू, 'काश्मीरचे पडसाद : ईशान्येकडील बंडखोर गटांचा स्वातंत्र्य दिन सोहळ्यावर बहिष्कार', इंडिया टुडे, १४ ऑगस्ट २०१९, https://www.indiatoday.in/india/story/kashmir-effect-rebel-groups-ban-independence-day-celebrations-in-northeast-1580947-2019-08-14
२६. चार्ली फिलिप्स, 'जमावहल्ल्याची घटिका : भारतातील मुस्लीम गोपालकांची हत्या', गार्डियन, २४ मे २०१९, https://www.theguardian.com/news/2019/may/24/the-hour-of-lynching-the-killing-of-muslim-cow-farmers-in-india
२७. पंकज मिश्रा, 'माथेफिरूपणाचा दुसरा चेहरा', न्यू यॉर्क टाइम्स मॅगझीन, २

फेब्रुवारी २००३, https://www.nytimes.com/2003/02/02/magazine/the-other-face-of-fanaticism.html धीरेंद्र के. झा, 'भोंसला मिलिटरी स्कूल चालवण्यात रास्वसं (RSS) कशी सहभागी झाली', कारावान, २६ एप्रिल २०१७, https://caravanmagazine.in/vantage/the-rss-bhonsala-military-school-dhirendra-k-jha

२८. रॉलो रोमिग, 'भारतातील उजव्या राष्ट्रवादाविरुद्ध उभं राहणं ही काळाची गरज होती. तसं करणं हे मृत्यूला दिलेलं आमंत्रणही होतं.' न्यू यॉर्क टाइम्स मॅगझीन, १४ मार्च २०१९, https://www.nytimes.com/2019/03/14/magazine/gauri-lankesh-murder-journalist.html

२९. राम माधव, 'या निवडणुकीचा निकाल जनमत सकारात्मकरीत्या नरेंद्र मोदींच्या बाजूला झुकल्याचं दर्शवतो', इंडियन एक्स्प्रेस, २४ मे २०१९, https://indianexpress.com/article/opinion/columns/lok-sabha-elections-result-narendra-modi-bjp-government-congress-5745313/

३०. 'राज्यसभा : विरोधकांच्या आक्षेपांनंतरही UAPA विधेयक मंजूर', द हिंदू, २ ऑगस्ट २०१९, https://www.thehindubusinessline.com/news/uapa-amendment-bill-gets-rajya-sabha-approval/article28796520.ece

३१. सिद्धार्थ वरदराजन, 'खटला दाखल केल्याशिवाय एखाद्याला 'दहशतवादी' ठरवण्याचा अधिकार सरकारला बहाल करणे घातक आहे', द वायर, २ ऑगस्ट २०१९, https://thewire.in/rights/uapa-bjp-terrorist-amit-shah-nia

३२. गीता पांडे, 'जय श्रीराम: हिंदू नारा बनला मृत्यूचा सापळा', बीबीसी न्यूज, १० जुलै २०१९, https://www.bbc.com/news/world-asia-india-48882053

३३. अभिषेक अंगद, 'तबरेज अन्सारी गेल्या तीन वर्षांतील झारखंडमधील जमावहल्ल्यांचा १८वा बळी', इंडियन एक्स्प्रेस, १ जुलै २०१९, https://indianexpress.com/article/india/tabrez-ansari-18th-mob-violence-victim-in-jharkhand-in-three-years-5808122/

६ - अंताचे सूतोवाच

१. इफ्रात लिवनी, 'नुकतेच एका कायद्यान्वये भारतातील जवळपास वीस लाख

लोकांचे भवितव्य नागरिकत्वाविना अधांतरी', क्वार्ट्झ इंडिया, ३१ ऑगस्ट २०१९, https://qz.com/1699761/indias-national-register-of-citizens-makes-nearly-2-million-stateless/
२. ॲनालिसा मरेल्ली, 'भारतीय नागरिकत्वाला संकुचित करण्याच्या भाजपच्या धमकीने राष्ट्रवादाचा सर्वाधिक विद्रुप चेहरा उघड केला आहे', क्वार्ट्झ इंडिया, ११ एप्रिल २०१९, https://qz.com/india/1591557/bjp-threat-to-restrict-indian-citizenship-targets-muslims/
३. रिबेका रॅटक्लिफ, 'काश्मीरचा विशेष दर्जा काढून घेऊन त्याचे दोन भागांत विभाजन करण्यासाठी भारताच्या हालचाली', गार्डियन, ५ ऑगस्ट २०१९, https://www.theguardian.com/world/2019/aug/05/india-revoke-disputed-kashmir-special-status
४. माशा गेसीन, 'हक्क असण्याचा हक्क' आणि राज्यविहीन जनतेची दैना', न्यू यॉर्कर, ३ मे २०१८, https://www.newyorker.com/news/our-columnists/the-right-to-have-rights-and-the-plight-of-the-stateless
५. नरेंद्र मोदी, 'निवडणुकीतील ऐतिहासिक विजयानंतरच्या मोदींच्या पहिल्या भाषणाचा एकंदर मजकूर', बिजनेस इन्सायडर, २६ मे २०१९, https://www.businessinsider.in/full-text-of-modi-speech-lok-sabha-election-2019/articleshow/69467611.cms
६. कृष्णा एन. दास, 'मोदींच्या उदयास कारणीभूत ठरलेले हिंदू गट निवडणूक जवळ येताच पुन्हा सक्रिय', रॉयटर्स, १८ सप्टेंबर २०१८, https://www.reuters.com/article/us-india-election-rss-idUSKCN1LY1GI
७. अविनाश दत्त गर्ग, 'मुजफ्फरनगर : भारतातल्या दंगलग्रस्त शहरातील मृत्यू आणि दैन्याच्या कथा', बीबीसी न्यूज, २५ सप्टेंबर २०१३, https://www.bbc.com/news/world-asia-india-24172537
८. श्रुती गोत्तीपती आणि ॲनी बॅनर्जी, 'मोदींच्या 'कुत्र्याचं पिल्लू' विधानाने २००२ दंगलीसंदर्भातील नव्या वादाला तोंड फोडले', रॉयटर्स, १२ जुलै २०१३, https://www.reuters.com/article/narendra-modi-puppy-reuters-interview-idINDEE96B08S20130712
९. साई मनीष, 'भारतातील एकूण चलनमूल्यापैकी ८६% चलन ५०० आणि १००० रुपयांच्या नोटांमध्ये आहे', बिजनेस स्टँडर्ड, ९ नोव्हेंबर २०१६, https://www.business-standard.com/article/economy-policy/

86-of-currency-by-value-in-india-are-of-rs-500-rs-1-000-denominations-116110801416_1.html
१०. असित रंजन मिश्रा, 'अरविंद सुब्रमण्यम यांनी सोडले मौन. म्हणाले, नोटाबंदी ही अत्यंत आत्मघातकी खेळी', मिंट, ३० नोव्हेंबर २०१८, https://www.livemint.com/Politics/Zwagzf4FCtXQsAdy0JLWpK/Arvind-Subramanian-speaks-up-says-demonetisation-was-a-drac.html
११. आनंद पटेल, 'शेवटी पितळ उघडे पडलेच : गेल्या ४५ वर्षांतील बेरोजगारीचा उच्चांक, सरकारने केला आकडेवारीचा बचाव', इंडिया टुडे, ३१ मे २०१९, https://www.indiatoday.in/business/story/india-unemployment-rate-6-1-per-cent-45-year-high-nsso-report-1539580-2019-05-31
१२. Concern Worldwide आणि Welthungerhilfe, तीव्रतेनुसार २०१९चा जागतिक उपासमारीचा निर्देशांक, www.globalhungerindex.org/results.html
१३. आर्चिज मोहन, '१०.०३ अब्ज उत्पन्नासहित २०१७ या आर्थिक वर्षात भाजप सर्वाधिक श्रीमंत पक्ष : एडीआर', बिजनेस स्टँडर्ड, ११ एप्रिल २०१८, https://www.business-standard.com/article/politics/bjp-richest-political-party-with-rs-10-03-billion-income-in-fy17-adr-118041001008_1.html
१४. संजय सिंग, 'मोहन भागवतांची राजदूतांशी भेट: 'गुप्तता' बाळगणारा संघ संकोच झटकत असल्याचे संकेत', फर्स्टपोस्ट, १३ सप्टेंबर २०१७, https://www.firstpost.com/politics/mohan-bhagwat-meets-diplomats-signs-of-secretive-sangh-shedding-reticence-4039533.html
१५. सिद्धार्थ भाटिया, 'क्रूर विडंबन : जर्मन राजदूतांची राष्ट्रीय स्वयंसेवक संघाच्या मुख्यालयाला भेट', द वायर, २० जुलै २०१९, https://thewire.in/world/german-ambassador-walter-lindner-rss-headquarters
१६. मारिया अबी-हबीब आणि समीर यासिर, 'अयोध्या प्रकरणात न्यायालयाने केली हिंदूंची पाठराखण, भारताचा चेहरामोहरा बदलण्याच्या इराद्याने प्रेरित मोदींना अजून एक विजय सुपूर्द', द न्यू यॉर्क टाइम्स, ८ नोव्हेंबर २०१९, https://www.nytimes.com/2019/11/08/world/asia/ayodhya-supreme-court-india.html

१७. अलीसन सालदान्हा आणि चैतन्य मल्लापूर, '२००६ ते २०१६ दरम्यान दलितांविरुद्धच्या गुन्ह्यांच्या दरात २५% ने वाढ; चौकशी न झालेल्या खटल्यांच्या संख्येत ९९% ने वाढ', फर्स्टपोस्ट, ९ एप्रिल २०१८, https://www.firstpost.com/india/crime-rate-against-dalits-increased-by-25-from-2006-to-2016-cases-pending-investigation-up-by-99-4419369.html#:~:text=India-,Crime%20rate%20against%20Dalits%20increased%20by%2025% 25% 20from%202006%20to,rising%20to%2020.3%20in%202016.
१८. बिलाल कुचय, 'उघड्यावर प्रातःविधी केल्याच्या कारणावरून मारहाण केली गेल्याने भारतात दलित बालकांचा मृत्यू', अल जझीरा, २६ सप्टेंबर २०१९, https://www.aljazeera.com/news/2019/9/26/dalit-children-beaten-to-death-in-india-for-defecating-in-public अनालिसा मरेली, 'गेट्स फाउंडेशनतर्फे नरेंद्र मोदींना मिळालेल्या पुरस्काराबाबतचा विवाद', क्वार्ट्झ इंडिया, २७ सप्टेंबर २०१९, https://qz.com/1714568/why-is-the-gates-foundations-award-to-narendra-modi-controversial/
१९. समा हदीद, 'मोदींसाठी आखाताने अंथरले गालिचे, काश्मीरबाबत मात्र पाळले मौन', एशिया टाइम्स, २२ ऑगस्ट २०१९, https://asiatimes.com/2019/08/a-gulf-red-carpet-for-modi-and-silence-for-kashmir/
२०. 'काश्मीरमध्ये टाळेबंदी : सर्व ताज्या घडामोडी', अल जझीरा, २७ ऑक्टोबर २०१९, https://www.aljazeera.com/news/2019/10/27/kashmir-under-lockdown-all-the-latest-updates
२१. सत्यजित कुमार, 'तबरेज अन्सारी हत्याकांड : नवीन वैद्यकीय अहवालात कवटीला तडा गेल्यामुळे तसेच इतर जखमांमुळे हृदयविकाराचा झटका आल्याचे सूचित', इंडिया टुडे, १३ सप्टेंबर २०१९, https://www.indiatoday.in/india/story/tabrez-ansari-lynching-medical-report-cardiac-arrest-skull-fracture-jharkhand-police-1598668-2019-09-13
२२. रुपिंदर कौर आणि इतर, 'पारध : भारतातील जमावहल्ल्यांचा अहवाल', द क्विंट लॅब, विशेष परस्परसंवादी अहवाल येथे उपलब्ध, https://www.thequint.com/quintlab/lynching-in-india/
२३. मायकल डी. शिअर, 'भारतात मोदींसाठीच्या सभेत ट्रम्प यांनी दुय्यम भिडूची

भूमिका वठवली, सूर मात्र नेहमीचेच आळवण्यात आले', द न्यू यॉर्क टाइम्स, २२ सप्टेंबर २०१९, https://www.nytimes.com/2019/09/22/us/politics/trump-modi-houston-rally.html
२४. 'अ नाइट ॲट द गार्डन', दिग्दर्शक मार्शल करी, (फील्ड ऑफ व्हिजन, २०१९), https://anightatthegarden.com/
२५. काई शुल्ट्झ, भारतातील लोकप्रियतेची चमक लाभलेलं विद्वेषाचं संगीत', द न्यू यॉर्क टाइम्स, १० नोव्हेंबर २०१९, https://www.nytimes.com/2019/11/10/world/asia/india-hindutva-pop-narendra-modi.html शेख सालिक, 'भारतातील देशभक्तीपर लोकप्रिय गीतं हिंदूंना काश्मीर हस्तगत करण्याची चिथावणी देतात', असोसिएटेड प्रेस, २२ ऑगस्ट २०१९, https://apnews.com/article/india-ap-top-news-pakistan-international-news-music-3df3740cf2204553b66c8b5a0a3d08f5
२६. स्क्रोल स्टाफ, जम्मू आणि काश्मीर : ऑगस्ट महिन्यापासून जंगलभारीत प्रदेशासंदर्भातले १२५ प्रकल्प मंजूर, गेल्या वर्षभरातील आकडा होता केवळ ९७', स्क्रोल, २१ ऑक्टोबर २०१९, https://scroll.in/latest/941222/jammu-and-kashmir-125-projects-cleared-on-forest-land-since-august-only-97-approved-last-year
२७. फुरकान आमीन, 'काश्मीरमधील परिस्थिती पूर्ववत? सरकारी जाहिरातीतून पितळ उघडं पडलंच. दुटप्पीपणा उघडकीस', टेलिग्राफ (भारत), १२ ऑक्टोबर २०१९, https://www.telegraphindia.com/india/normalcy-in-kashmir-government-ad-says-it-all/cid/1711019
२८. सुहासिनी राज आणि जेफ्री गेटलमन, 'सैन्य आणि आंदोलकांच्या अत्याचारांमुळे काश्मिरींचे दैनंदिन आयुष्य धोक्यात', द न्यू यॉर्क टाइम्स, १५ सप्टेंबर २०१९, https://www.nytimes.com/2019/09/15/world/asia/kashmir-india-militants.html एजाज हुसैन, 'भारतीय सैन्य अमानुष कारवाईदरम्यान रात्रीच्या वेळी दहशत माजवत असल्याचा काश्मिरींचा आरोप', असोसिएटेड पोस्ट, १४ सप्टेंबर २०१९, https://apnews.com/article/india-kashmir-ap-top-news-new-delhi-international-news-52b06a124a5a4469984793d3c208733d
२९. मुदस्सीर अहमद, 'अटकेच्या भीतीने काश्मिरी तरुणांचा दवाखान्यात जाण्यास नकार, छऱ्याच्या बंदुकांमुळे झालेल्या जखमांवर स्वतःच करत आहेत उपचार', द वायर, २ सप्टेंबर २०१९, https://thewire.in/rights/fearing-ar

rest-youth-in-srinagar-avoid-hospitals-treat-peȯet-injuries-themselves
३०. निहा मसिह आणि जोएना स्लेटर, 'भारतीय यंत्रणेने काश्मीरमध्ये अटक केलेल्या ३००० कैद्यांत लहान मुलांचा समावेश', वॉशिंग्टन पोस्ट, २९ ऑगस्ट २०१९, https://www.washingtonpost.com/world/asia_pacific/among-the-3000-detained-by-indian-authorities-in-kashmir-children/2019/08/29/1616b5c0-c91c-11e9-9615-8f1a32962e04_story.html
३१. अनंतकृष्णन जी., 'निर्बंध केवळ लोकांच्या मनात आहेत, काश्मीरमध्ये नाही : अमित शहा', इंडियन एक्स्प्रेस, ३० सप्टेंबर २०१९, https://indianexpress.com/article/india/restrictions-only-in-the-mind-not-in-jk-amit-shah-6039579/
इंडिया टुडे वेब डेस्क, 'काश्मिरी लोकांसाठी टेलिफोनच्या तारांपेक्षा त्यांचा जीव महत्त्वाचा आहे : सत्यपाल मलिक', इंडिया टुडे, १४ ऑक्टोबर २०१९, https://www.indiatoday.in/india/story/phones-not-important-for-kashmiris-j-k-governor-satya-pal-malik-1609175-2019-10-14
भारतीय वृत्त परिषद, 'जम्मू आणि काश्मीरमधील लोक मुक्तपणे फिरत आहेत', इकॉनॉमिक टाइम्स, २५ सप्टेंबर २०१९, https://economictimes.indiatimes.com/news/defence/people-moving-around-freely-in-jk-general-rawat/articleshow/71294201.cms
३२. पब्लिक सर्व्हिस ब्रॉडकास्टिंग ट्रस्ट ऑफ इंडिया, 'व्हॉट द फिल्ड्स रिमेम्बर', दिग्दर्शक सुबश्री कृष्णन, यूट्यूब, १३ मार्च २०१६, https://www.youtube.com/watch?v=599LmFwHJwU
३३. अब्दुल कलाम आज़ाद, 'भाजपशासित आसाममध्ये 'संशयित मतदारांचा' संघर्ष चिघळला', https://thewire.in/law/assam-doubtful-voters-sonowal
३४. '१००० 'विदेशी' नागरिकांची आसाममधल्या ६ कैदखान्यात रवानगी, ३ वर्षांत २८ जणांचा मृत्यू : गृह मंत्रालय', आउटलूक वेब ब्युरो, २७ नोव्हेंबर २०१९, https://www.outlookindia.com/website/story/india-news-1000-foreigners-lodged-in-6-detention-centres-in-assam-28-died-in-3-years-home-ministry/343142
३५. टीएनएन, 'सर्वोच्च न्यायालयाने IMDT कायदा असंवैधानिक असल्याचे

कारण पुढे करत रद्दबातल ठरवला', इकॉनॉमिक टाइम्स, १३ जुलै २००५, https://economictimes.indiatimes.com/sc-strikes-down-imdt-act-as-unconstitutional/articleshow/1168803.cms
३६. धनंजय महापात्रा, 'बेकायदेशीर विस्थापितांबाबत चालढकलीचे धोरण अवलंबू नका : सुप्रीम कोर्टाने आसाम सरकारला सुनावले', टाइम्स ऑफ इंडिया, १ एप्रिल २०१५, https://timesofindia.indiatimes.com/india/Dont-drag-your-feet-over-iòegal-migrants-SC-tells-Assam/articleshow/46764354.cms
३७. इप्सिता चक्रवर्ती, भाजपने मुख्यमंत्रिपदासाठी नेमलेल्या उमेदवाराच्या भूतकाळाविषयी काँग्रेसने सोडले टीकास्त्र', स्क्रोल, २९ मार्च २०१६, 'https://scroll.in/article/805772/in-assam-the-congress-spars-with-bjp-spar-over-its-chief-ministerial-candidates-past
३८. मूळ याचिकाकर्ते 'आसाम पब्लिक वर्क्स' सदोष एनआरसीवर नाराज, वापरण्यात आलेल्या सॉफ्टवेअरवर उपस्थित केले प्रश्न', न्यूज १८, ३१ ऑगस्ट २०१९, https://www.news18.com/news/india/original-petitioner-assam-public-works-unhappy-with-flawed-nrc-questions-software-used-2291933.html
३९. आसाम सन्मिलित महासंघ आणि इतर विरुद्ध भारतीय संघ आणि इतर, भारतीय सर्वोच्च न्यायालय, १७ डिसेंबर २०१४, http://www.nrcassam.nic.in/pdf/17%20Dec% 202014%20Record%20Of%20Proceedings_SUPREME%20COURT.pdf
४०. 'आसाम नागरिकांच्या यादीतून भारताने २० लाख लोकांना वगळले', अल जझीरा, ३१ ऑगस्ट २०१९, https://www.aljazeera.com/news/2019/8/31/india-excludes-nearly-2-million-people-from-assam-citizen-list
४१. भारतीय वृत्त परिषद, 'परदेशी व्यक्तींसाठी टप्प्याटप्प्याने १०० विदेश लवादांची स्थापना, १ सप्टेंबरपर्यंत आसाम उभारणार २०० अतिरिक्त लवाद', न्यूज१८, १२ जुलै २०१९, https://www.news18.com/news/india/1000-foreigners-tribunals-to-be-established-in-phases-assam-govt-to-set-up-200-additional-fts-by-sep-1-2228343.html
४२. सईदा आंबिया जहान, 'आसाम एनआरसी : सरकार अंतिम यादी बनवण्याच्या तयारीत असतानाच १३ दिवसांत ६ जणांच्या आत्महत्या, कार्यकर्त्यांच्या

मते कोणताही पर्याय समोर दिसत नसल्याने रहिवाशांची अवस्था बिकट', फर्स्टपोस्ट, १२ जुलै २०१९, https://www.firstpost.com/india/assam-nrc-6-kill-self-in-13-days-as-state-prepares-final-list-lack-of-recourse-pushes-residents-to-edge-say-activists-6984691.html
४३. पाहा न्यूजक्लीक टीम, 'माझे नाव 'मिया' - विद्रोही कवितांतून हरवलेली ओळख परत मिळवताना', न्यूजक्लीक, १ जुलै २०१९, https://www.newsclick.in/I-am-miya-reclaiming-identity-protest-poetry-karwan-e-mohabbat
४४. हेलन रेगन, स्वाती गुप्ता आणि ओमर खान, 'भारताने मुस्लिमांना वगळणारे वादग्रस्त विधेयक केले मंजूर', सीएनएन, १७ डिसेंबर २०१९, https://edition.cnn.com/2019/12/11/asia/india-citizenship-amendment-bill-intl-hnk/index.html
४५. राहुल त्रिपाठी, 'राष्ट्रीय लोकसंख्या नोंदणीत आधारच्या तपशिलाचा समावेश होणार', इकॉनॉमिक टाइम्स, ५ ऑगस्ट २०१९, https://economictimes.indiatimes.com/news/politics-and-nation/national-population-register-to-include-aadhaar-details/articleshow/70528850.cms
४६. एम. एस. गोळवलकर, वी ऑर अवर नेशनहूड डिफाइन्ड, (नागपूर : भारत पब्लिकेशन्स,१९३९) हिंदुइझम ईबुक्स एडिशन, ५१-२, ९९, १००, १०४-५
४७. तत्रैव, ८७-८

७- कब्रस्तानाचे प्रत्युत्तर

१. पाहा प्रकरण ६.
२. अरुंधती रॉय, द मिनिस्ट्री अटमोस्ट हॅपिनेस, १८४, १८५
३. कृतिका शर्मा सबॅश्चिअन, 'आम्हाला भारतात स्वातंत्र्य हवे आहे, भारतापासून नाही : कन्हैया', द हिंदू, ५ मार्च २०१६, https://www.thehindu.com/news/national/other-states/we-want-freedom-in-india-not-from-india-kanhaiya/article8315890.ece
४. 'योगींचा प्रतिशोध : सीएए आंदोलकांची मालमत्ता हस्तगत करण्यासाठी उत्तर प्रदेश सरकारने स्थापन केला कार्यगट', क्लॅरिऑन इंडिया, २४ डिसेंबर

२०१९, https://clarionindia.net/yogis-revenge-up-govt-sets-up-panel-to-seize-property-of-caa-protesters/

५. लिझ मॅथ्यू आणि अभिनव राजपूत, 'केंद्रीय मंत्री अनुराग ठाकूर यांनी निवडणूक सभेत दिलेल्या 'देशातल्या गद्दारांना' या नाऱ्याला 'गोळ्या घाला...' म्हणत जमलेल्या गर्दीने दिला प्रतिसाद', इंडियन एक्स्प्रेस, २८ जानेवारी २०२०, https://indianexpress.com/article/india/anurag-thakur-slogan-rithala-rally-6238566/

६. 'जामियातील विद्यार्थ्यांवर झालेल्या गोळीबारानंतर काही तासांतच अमित शहांचा दिल्लीतील मतदारांसाठी प्रश्न, 'तुम्ही मोदींसोबत आहात की शाहीन बागेसोबत?', स्क्रोल इंडिया, ३१ जानेवारी २०२०, https://scroll.in/latest/951665/hours-after-man-shot-at-jamia-students-amit-shah-asks-delhi-voters-with-modi-or-shaheen-bagh

७. Agence France-Presse, 'भारत आता केवळ '७ ते १० दिवसांत' पाकिस्तानचा पराभव करू शकतो, नरेंद्र मोदींचा दावा', लाइव्ह मिंट, २९ जानेवारी २०२०, https://www.livemint.com/news/india/india-can-now-defeat-pakistan-in-7-10-days-says-narendra-modi-11580304232357.html

८. काई शुल्ट्झ, 'भारतात लहान मुलांसाठीच्या पुस्तकात 'प्रेरणादायी' व्यक्तींमध्ये हिटलरचा समावेश', द न्यू यॉर्क टाइम्स, १७ मार्च २०१८, https://www.nytimes.com/2018/03/17/world/asia/india-hitler-childrens-book.html

९. अरुंधती रॉय, द डॉक्टर अॅन्ड द सेंट: कास्ट, रेस अॅन्ड ॲनिहिलेशन ऑफ कास्ट, द डिबेट बिटवीन बी. आर. आंबेडकर अॅन्ड एम. के. गांधी (शिकागो : हेमार्केट बुक्स, २०१८)

१०. धीरेंद्र के. झा, 'द्वेषाचे प्रेषित', कारावान, १ जानेवारी २०२०, https://caravanmagazine.in/reportage/historical-record-expose-lie-godse-left-rss

११. एम. के. गांधी, द कलेक्टेड वर्क्स ऑफ महात्मा गांधी (ई-बुक) (नवी दिल्ली : भारत सरकार, प्रकाशन विभाग,१९९९), खंड १, १९२-३

१२. 'प्रमुख नेत्याचा अमानुष कारवाईला पाठिंबा, भारतीय अधिकाऱ्याने विरोधकांना 'पाकिस्तानला निघून जा' असे ठणकावले', अल जझीरा, २८ डिसेंबर २०१९, https://www.aljazeera.com/news/2019/12/28/go-to-pakistan-says-india-officer-as-leader-praises-crackdown

१३. अरुप रॉयचौधरी, 'भारतातील आघाडीच्या अब्जोपतींकडे २०१८-१९ च्या अर्थसंकल्पात मुकर्रर केल्यापेक्षा अधिक संपत्ती', बिजनेस स्टँडर्ड, २१ जानेवारी २०२०, https://www.business-standard.com/article/economy-policy/india-s-top-63-billionaires-have-more-wealth-than-2018-19-budget-outlay-120012100038_1.html
१४. 'मेट्टूपलायममधील अस्पृश्यतेची भिंत : तिचे पतन आणि इस्लामचा उदय', दलित कॅमेरा, १९ जानेवारी २०२०, https://www.dalitcamera.com/mettupalayam-untouchability-wall-the-fall-of-it-and-the-rise-of-islam/
१५. अरुंधती रॉय, द मिनिस्ट्री ऑफ अटमोस्ट हॅपिनेस, ९०-९१
१६. नीतू जोसेफ, 'अरुंधती रॉय यांच्यावर वादग्रस्त टिप्पणी करणाऱ्या केरळमधील टीकाकाराविरुद्ध पोलिसांत तक्रार दाखल', न्यूज मिनिट, २ फेब्रुवारी २०२०, https://www.thenewsminute.com/article/police-complaint-against-kerala-critic-offensive-remarks-against-arundhati-roy-117351
१७. 'मानवी ढाल : दगडफेक करणाऱ्यांऐवजी अरुंधती रॉय यांना सैनिकांच्या गाडीला बांधण्याची परेश रावल यांची इच्छा', २२ मे २०१७, https://timesofindia.indiatimes.com/india/human-shield-paresh-rawal-wants-arundhati-roy-be-tied-to-army-jeep-instead-of-stone-pelter/articleshow/58785670.cms
१८. 'बाबू बजरंगी : त्यांची हत्या केल्यानंतर महाराणा प्रताप झाल्यासारखं वाटलं', तहलका, १ सप्टेंबर २००७, http://old.tehelka.com/after-killing-them-i-felt-like-maharana-pratap/
१९. ए. वैद्यनाथन, 'गुजरात दंगलीतील १४ आरोपींची अंतरिम जामिनावर सुटका, सामाजिक सेवा करण्याचे सर्वोच्च न्यायालयाचे आदेश', एनडीटीव्ही, २८ जानेवारी २०२०, https://www.ndtv.com/india-news/gujarat-riots-supreme-court-grants-bail-to-14-convicted-in-a-case-orders-them-to-do-social-and-spiri-2170755
२०. अरुंधती रॉय, द मिनिस्ट्री ऑफ अटमोस्ट हॅपिनेस, ६५-७
२१. तत्रैव, ६७
२२. तत्रैव, ८८
२३. तत्रैव, ४३१-२
२४. तत्रैव, ३४९

२५. तत्रैव, ३१६-१७, ३३४-५
२६. अरुंधती रॉय, द गॉड ऑफ स्मॉल थिंग्स, २०८
२७. अरुंधती रॉय, द मिनिस्ट्री ऑफ अटमोस्ट हॅपिनेस, ४३८-४०

८ - आपल्याला अजून जग जिंकायचे आहे

१. अनुमेहा यादव, 'ग्राउंड रिपोर्ट : वादग्रस्त राष्ट्रगीत चित्रफितीतील इसमाचा दिल्ली पोलिसांच्या कारवाईत मृत्यू', हफपोस्ट इंडिया, १ मार्च २०२०, https://www.huffpost.com/archive/in/entry/delhi-riots-police-national-anthem-video-faizan_in_5e5bb8e1c5b6010221126276
२. पाहा प्रकरण ५
३. 'द ट्रूथ : गुजरात २००२ : बाबू बजरंगी, यूट्यूब, २५ ऑक्टोबर २००७, https://www.youtube.com/watch?v=mfnTl_Fwvbo

९ - ही साथ नव्या जगाचे प्रवेशद्वार आहे

१. https://caravanmagazine.in/politics/delhi-police-ignored-complaints-against-kapil-mishra-bjp-leaders-leading-mobs-delhi-violence
२. नॅशनल हेराल्ड वेब डेस्क, 'पीएम नॅशनल रिलीफ फंडात असलेल्या निधीपैकी केवळ १५% रोखीच्या स्वरूपात', नॅशनल हेराल्ड, ३० मार्च २०२०, https://www.nationalheraldindia.com/india/pm-national-relief-fund-has-only-15-funds-as-cash
३. बालकांचे कुपोषण : फातिमा खान, '८.८पेक्षा अधिक मृत्यूंमुळे युनिसेफच्या पाच वर्षांखालील बालमृत्यूसंदर्भातील २०१८च्या अहवालात भारत अग्रस्थानी', द प्रिंट, १७ ऑक्टोबर २०१९, https://theprint.in/india/8-lakh-deaths-india-unicef-report-child-mortality-2018/306950/
क्षयरोग : टीना ठाकर, 'क्षयरोग्यांच्या संख्येत भारताचे अव्वल स्थान अबाधित', इकॉनॉमिक टाइम्स, १७ ऑक्टोबर २०१९, 'https://economictimes.indiatimes.com/news/politics-and-nation/india-continues-to-record-maximum-number-of-tuberculosis-tb-cases-/articleshow/71638359.cms